செலீனா (எ) திருநிறைச்செல்வி

எண்ணும் எழுத்தும்

கிருத்திகா யக்ஞா

Made with ♥ on the Notion Press Platform
www.notionpress.com

அப்பா

என்னை வழிநடத்துகிறாய்

என்னுடனேயே உள்ளாய்

எனக்கு எவ்வளவு வயதானாலும், எனக்கு நீ வேண்டும்...

நான் என்றும் உந்தன் 'பிஞ்சாளி பிஞ்சுளி '

என்றும் உன் நினைவில்

என் குருமார்களுக்கும் சமர்ப்பணம்

பொருளடக்கம்

பொருளடக்கம்

முன்னுரை

உலகத்தின் மிகப் பழமையான மொழிகளில் முக்கியமான மொழி தமிழ். இலக்கியங்கள் தமிழ் நிலப்பரப்புகளின் எழில், மக்களின் வாழ்வியல் சார்ந்த விளக்கங்கள் ஆகியவற்றையும், தனிச்சிறப்புமிக்க உவமைகளைக் கொண்டு கவித்துவதுடன் மொழியின் அழகையும் எழுத்தாளரின் கற்பனை திறனையும் வெளிப்படுத்தும் படைப்புகளாக அறியப்படுகின்றன. தமிழ் இலக்கியங்களை மறைகளாக போற்றும் நாம் அவற்றுள் மறைந்திருக்கக்கூடிய அர்த்தங்களை இதுவரை ஆராய்ந்து பார்த்ததில்லை.

தமிழ் மொழியின் சிறப்புகளில் முக்கியமான ஒன்று, சூழலுக்கேற்றவாறு ஒரே சொல்லின் அர்த்தங்கள் மாறும் என்பது. ஒரே வாக்கியம் இடமிருந்து வலம் ஒரு அர்த்தத்தையும் வலமிருந்து இடம் எதிர்மறை அர்த்தத்தையும் கொடுக்கும் அளவுக்கு அமைக்க தமிழ் மொழியில் வாய்ப்பு இருக்கிறது. இந்த சிறப்பம்சங்களை திருநிறைச்செல்வியின் பயணத்தின் மூலம் வெளிப்படுத்த முயன்றுள்ளேன். 3000 ஆண்டுகள் பழமையான இன்றும் ஒவ்வொரு தமிழரின் உள்ளங்களில் நீங்காது நிறைந்துள்ள திருக்குறளை வேதியியல் நூலக புரிந்து கொள்ள இந்த புத்தகம் ஒரு முயற்சி.

திருநிறைச்செல்வி இலட்சியவாதியாக உலகத்தில் பல சாதனைகள் படைக்க வேண்டும் என்கிற ஆவலுடன் துகள் இயற்பியல் வல்லுனராக ஸ்விட்ஸர்லாந்தில் மேற்படிப்பு படித்துவருகிறாள். விதி அவளை எப்படி மடைமாற்றுகிறது என்பதே இந்த புத்தகத்தொகுப்பின் சாராம்சம்.

திருக்குறள் வெறும் இலக்கியமாகவோ மொழி அழகை உணர்த்தும் நூலாகவோ பொது மறை என்று போற்றும் அளவுக்கு வாழ்வியல் கோட்பாடுகளின் தொகுப்பவோ மட்டும் இல்லாமல், இந்த 7 வரி ஒன்றரை அடி அதிசயம் ஒளித்து வைத்திருக்கும் பல மறைபொருள்களை உலகிற்கு செலீனாவின் பயணத்தின் வாயிலாக தெரியப்படுத்துகிறேன்.

இந்த புத்தகம், எனது பயணமாகவும் அமைகிறது. எழுத்து, இலக்கியம் புனைவு என்ற சாளரத்தின் வாயிலாக எனது தேடல்களின் ஒரு பகுதியை வாசகர்களுக்கு சமர்ப்பிக்கிறேன். இந்த புத்தகத்தின் வாயிலாக நம் பரம்பரியங்களுக்கும் பழக்கங்களுக்கும் உள்ள வித்தியாசங்களை உணர்ந்து சில பண்பாட்டு குறியீடுகளின் விஞ்யான விளக்கங்களையும் எனது புரிதலின் அளவில் சமர்ப்பிக்கிறேன். இந்த புனைவில் யார் மனதும் புண் படும் வகையில் ஏதேனும் இடம் பெற்றிருந்தால் என் மனப்பூர்வமான மன்னிப்பையும் சமர்ப்பிக்கிறேன். இந்த புத்தகம், நாம் பல பரிமாணங்களிலும் யோசித்து செயல்படவேண்டும் என்று தூண்டும் நோக்கத்தில் மட்டுமே எழுதப்பட்டுள்ளது

நன்றி

இந்த புத்தகம் என்னை எழுத தூண்டிய, எழுதும் அளவுக்கு என் மேல் நம்பிக்கை வைக்க கற்றுக்கொடுத்த, இந்த புத்தகத்தில் எழுதியுள்ள பல விடயங்களை தங்கள் சொற்பொழிவுகள் மற்றும் உரையாடல்கள் மூலம் அறிவுறுத்திய அத்தனை குருமார்கள், இலங்கை ஜெயராஜ் ஐயா, காலம்சென்ற ஒரிசா பாலு ஐயா, பேராசிரியர் ராமசந்திரன் ஐயா, இசைப்புயல் ஏ ஆர் ரஹ்மான் ஆகிய அனைவ்ருக்கும் சமர்ப்பணம்.

என் தமிழ்ப்பணியை மேலும் செம்மைப்படுத்த உதவும் குழுக்களான கற்க கசடற குழு, *வாய்ஸ் ஆப்* வள்ளுவம், ஐயை மகளிர் குழு, தென்புலத்தார் குழு, ஆகியவற்றுக்கு எனது மனமார்ந்த நன்றி.

என் குடும்பம், என்னை ஊக்கப்படுத்தும் என் மேல் அளவுகடந்த பாசத்தை பொழியும் என் பிள்ளைகள் ஆகாஷ் மற்றும் அத்வைத், என் எல்லா முயற்சிகளையும் பெருமிதத்துடன் ஆதரிக்கும் அம்மா, என் சகோதர சகோதரிகள், கோகுல் அனைவருக்கும் நன்றி.

இந்த புத்தகத்தை ஆங்கிலத்தில் வெளியிட பக்க பலமாக இருந்து உதவிய என் தங்கை கவிதா, இந்த புத்தகத்தில் இடம்பெற்றுள்ள சுருக்கெழுத்து பகுதிகளை எழுதி உதவிய என் பெரியப்பா துரை மற்றும் சித்தப்பா பிஸ்வநாத் ஆகியவர்களுக்கு எனது தனிப்பட்ட நன்றி.

தமிழில் இந்த புத்தகத்தை வெளியிட தூண்டிய எனது அத்தனை நண்பர்களுக்கும் என் நன்றி.

1

சிறு கை அளாவிய கூழ்

'உலகத்திற்கு ஒரு புதிய துகள் முடுக்கு, மற்றும் மோது இயந்திரம் தேவை-யில்லை.' செய்திகளில் வந்த இந்த தலைப்பைப் பார்த்தவுடன் '*செர்ன்* இல் உள்ள அனைவரும் பதற்றத்துடன் தங்கள் அராய்ச்சிக்கூடம் மூடப்படக்கூ-டுமோ என்ற கவலையில் ஆழ்ந்தனர்.

" சென்ற வருடத்தில் நம் நிபுணத்துவ எல்லையைத் தாண்டி பல விடயங்கள் செய்து விட்டோம். நம் ஆராய்ச்சியின் மகத்துவம் என்ன! இதற்கு ஏன் நிதி உதவி செய்தாக வேண்டும் என்று மக்களுக்கு நேரடியாக புரியவைப்பது நம் கடமை. இல்லையென்றால் அரசியல்வாதிகளும் பொது மக்களும் இவ்வா-றான ஆராய்ச்சிகளுக்கு இவ்வளவு நிதி ஒதுக்குவதை விட்டு விட்டு ஏழை எளிய மக்களின் அன்றாட தேவைகளுக்கு முன்னுரிமை வழங்க வேண்டும் என்று வலியுறுத்த தொடங்கி விடுவர்" சைதன்யாவின் வார்த்தைகள் மீனா-வின் மனதில் எதிரொலித்தன. அன்றிலிருந்து அவள் பல வகையான முன்-னெடுப்புகளில் ஈடுபட்டுக்கொண்டிருந்தாள்.

'*செர்ன்* இல் குழந்தைகளை அங்கு நடைபெறும் ஆராய்ச்சிகளின்பால் ஈர்க்க மேலும் மாணவர்கள் அங்கு வந்து மேற்கல்வி மேற்கொள்ள ஆர்-வத்தை தூண்டும் வகையில் பல காணொளிகளை அவள் ஒருங்கிணைக்கத் தொடங்கினாள். *செர்ன்* இன் இளம் விஞ்ஞானிகள் *டார்க் மேட்டர்* பற்றி பேசவிருக்கிறார்கள்.

செலீனா மிகுந்த ஆர்வத்துடன் தன்னை அறிமுகப்படுத்திக்கொண்டாள். "நான் ஒரு மென்பொருள் நிரலர். *ஆலிஸ்* பரிசோதனைக்கூடத்தின் உணர்வி கருவியை மென்பொருள் மூலம் கண்காணிக்கும் மற்றும் கட்டுப்படுத்தும் பிரி-வில் உள்ளேன். இது எங்கள் *மியூவான் ட்ராக்கர்* திட்டத்தின் கீழ் வருகி-றது...ஏய்! சிரித்தது' போதும்!" என்றாள்.

"சாரி சாரி! டேக் 2" என்றாள். ஐடாவை தன் இணைய மையத்திற்கு போகுமாறு செய்கையால் உணர்த்தினாள்.

" *செர்ன்,* *டார்க் மேட்டர்* ஐ சார்ந்த துகள்களை கண்டறிய பல பரிசோதனைகள் மேற்கொண்டு வருகிறது. *லார்ஜ் ஹாட்ரான் கொலைடர்* ஐ பயன்படுத்தி *அட்லாஸ்* மற்றும் *சி.எம். எஸ்* என்ற பரிசோதனைகளையும், *லார்ஜ் ஹாட்ரான் கொலைடர்* இன்றி *காஸ்ட்* மற்றும் *என். ஏ64* ஆகிய பரிசோதனைகள் *டார்க் மேட்டர்* ஐ பற்றியும் இன்னும் சில புனைவுகோள் துகள்களையும் கண்டறிந்து உள்ளன." என்று செலீனா தட்டச்சு செய்து முடித்தாள்.

"மீனா, காணொளிகலில் என்னை சேர்க்காதே. எனக்கு திரைக்குப்பின்னால் இருக்கும் வேலைகள் போதும். இந்தா! *யூடூபில்* சேர்க்கவேண்டிய விளக்கம். சரிபார்த்துக்கோ." என்றாள் செலீனா.

"சரி சரி. ஆனால் உன்னை பத்தி சொன்ன அறிமுகத்தை மட்டும் இன்னொரு தடவ சொல்லிடு. வேற ஏதாவது நடக்கும் ல, மாநாடுகள் மாதிரி, அதில் நடுவே *செர்ன்* மக்களை பற்றி சேர்ப்போம்ல அதுபோல விஷயங்களுக்கு பயன்படுத்திக்கறேன்." என்றாள் மீனா.

செலீனா, தான் ஏற்கனவே சொன்னதை சொல்லிவிட்டு, "நானே என்னைப்போல் ஒரு முன்மாதிரியை தேடிக்கொண்டிருந்தேன். இளமையாகவும், ஆர்வத்தோடும் தங்கள் கனவுகளை பின்தொடரும் ஒருவராக இருக்க வேண்டும் என்று நினைத்தேன். நான் எனக்கு அடுத்து வரும் தலைமுறைக்கு அப்படியான ஒரு உதாரணமாக இருப்பேன் என்று நினைக்கிறேன்."என்று சொன்னாள்.

செர்ன் இல் சுமார் 10,000 ஆராய்ச்சி விஞ்ஞானிகள் பணிபுரிந்து வந்தனர். *கோவிட்* தொற்றால் , *செர்ன்* பொதுமக்கள் பார்வைக்கு மூடப்பட்டிருந்தது. ஆராய்ச்சி விஞ்ஞானிகள் தங்கள் வேலை பளு மற்றும் சோதனைகளின் தன்மை இவற்றிலிருந்து சற்றே இளைப்பாற மக்களுடன் நடக்கும் *ஓபன் டே* நிகழ்ச்சிகள் பெரிதும் உதவின. இந்த நிகழ்வுகள் முடக்கப்பட்டதால் இந்த பெண்கள் எல்லாரையும் ஊக்கப்படுத்தும் வகையில் காணொளிகள் படம்பிடிப்பது, என்ற புது உத்தியை பரிசோதித்து கொண்டிருந்தார்கள்.

செலீனா இந்த முடிவில் சிறிதளவும் ஆர்வமின்றி இருந்தாள். ஏனெனில் அவள் முக்கியமான இரு விடயங்களின் தேடலில் தன்னை முழுமையாக அர்ப்பணித்திருந்தாள். அவள் *செர்ன்* வந்தவுடன் ஆராய்ச்சிக்கூடம் மூடப்பட்டதை தனக்கு சாதகமாக இயற்கை செய்த பேருதவி என்றே கருதினாள். அவள் தனது ரகசிய ஆராய்ச்சியில் ஓரளவு முன்னேறி இருந்தாள். எனினும் அதன் தற்போதய முக்கியத்துவம் மற்றும் தாக்கம் பற்றி அவள் அவ்வளவு உறுதியாக இருக்கவில்லை. அவளைப்பொறுத்தவரை அது ஒரு விளையாட்டு என்ற அணுகுமுறையே இருந்தது.

செலீனா, காலை நடந்த நிகழ்வுகளை துவீபா வீட்டில் இருந்த *சோபாவில்* உட்கார்ந்தபடி மனதில் ஓட்டிக்கொண்டிருந்தாள். தனது அத்தை மகள் துவீபா வீட்டிற்கு, வார விடுமுறைக்கு வந்திருந்தாள், செலீனா. துவீபா, ஸ்விட்ஸர்லாந்து ஜெனீவாவில், *கிரிப்டோலோஜிஸ்ட்* ஆக பணிபுரிந்துகொண்டிருந்-

தாள். செலீனாவின் ஒரே சகோதரி மற்றும் அவளது ஆன்ம தோழியாகவும் இருந்தாள். துவீபாவின் பெற்றோர் அமெரிக்காவில் இருந்தார்கள். அவளது கணவர் வணிக கடற்படையில் பணிபுரிந்து வந்தார். ஆறு மாதங்கள் கப்பலிலும், ஆறு மாதங்கள் நிலத்திலும் இருக்கும் பணி.

செலீனாவிற்கு படிப்பைத்தவிர மற்ற விடயங்களில் எந்த ஆர்வமும் இருந்ததில்லை. ஒரு உண்மையான கணினி நிபுணாராய் அவளுக்கு திரைக்கு பின் பணி புரிந்தே பழக்கம் அதுவே பிடித்ததும் கூட. அவள், விஞ்ஞானி ஸ்டீபன் ஹாக்கிங் ஐ தனது குலதெய்வமாக பார்த்தாள். அண்ணா பல்கலைக்கழகத்தில் பொறியியல் இளங்கலை பட்டப்படிப்பு முடித்து, கல்லூரியின் முதல் மனைவியாக இருந்தும், படிப்பை முடித்தவுடன் பல பன்னாட்டு நிறுவனங்களில் வேலை கிடைத்தும் *செர்ன்* வரவேண்டும் என்ற ஆர்வமே அவளுக்கு மேலோங்கி இருந்தது.

"*சீனா*, உனக்கு *சாண்டவிச்* செஞ்சுதறட்டுமா ?"
என்று அவர்களது ரகசிய பெயர்வைத்து அழைத்தாள் துவீபா.
"*டினி* செல்லம், எவ்வளவு தான் நான் பல நாள் கனவு கண்டது போல் ஒரு *என்.ஆர். ஐ* ஆக மாற முயற்சி செய்யதாலும் என் தமிழ் நாக்கு தோசைக்கே ஏங்குகிறது. தோசை மாவு இல்லையா?", என்று துவீபாவின் ரகசிய பெயர் வைத்து அழைத்து கேட்டாள்.
"ஒ ஓ ! இன்னிக்கு தான் காலி ஆச்சு செல்லம். ஆமாம் *டினி* னு சொன்னா என் பெயர் சாத்தியமே இல்லாத பேராகிடும் தங்கம் " என்று கண்ணடித்து கேலியாக கேட்டாள், துவீபா.
"சரி சரி! நான் பெயர்களை சுருக்காமலேயே சொல்லறேன்." என்று கூறி, "பலவருஷங்களுக்கு முன்னாடியே நாம எவ்வளவு யோசிச்சு பெயர்களை வெச்சிருக்கோம்ல " என்றாள்.
"*சீனா*, ஏன்னா நான் 14, நவம்பர் பிறந்ததனால, *சிலிக்கான்* - 14வது *எலிமெண்ட்* ஐ குறிக்குது, சோடியம்- நா, 11 வது *எலிமெண்ட்* , 11 வது மாதத்தை குறிக்குது." என்று செலீனா சொல்ல, "டைட்டானியம்-டி , *எலிமெண்ட்* 22 மற்றும் நா, 22, நவம்பர் பிறந்ததனால என்னோட பெயர்" என்று துவீபா முடித்தாள்.
தனது ஆறு மாத குழந்தைக்கு கூழ் ஊட்டிக்கொண்டு அவனிடம் கொஞ்சும் தொனியில் செலீனாவிடம் பேசிக்கொண்டிருந்தாள்.

துவீபா *சாண்ட்விச்* ஐ கொண்டு வந்து செலீனாவிடம் கொடுத்தாள். செலீனா, துவீபாவும் அவள் அம்மாவும் செய்யும் மொறுமொறுப்பான நெய் தோசையுடன் இந்த வறட்டு ரொட்டியை ஒப்பிடக்கூடாது என்று தனக்கு தானே சொல்லிக்கொண்டு கஷ்டப்பட்டு விழுங்கினாள்.

"*ஆகி டாலி... பேபி டாலி...*அந்த கூழை ஏன் கண்ணா கையில எடுத்து பிசையுற? பாரு உன் மேலயெல்லாம் பூசிக்கிட்டிருக்கியே!" துவீபா குழந்தையின் கூழ் வைத்திருந்த கிண்ணத்தை ஒரு கையிலும் குழந்தையை இன்-

னொரு கையிலும் தூக்கிக்கொள்கிறாள்.

குழந்தை ஆகாஷ் துவீபாவின் முகத்தில் கூழை பூசிவிடுகிறான். துவீபா, உதடோரம் ஒட்டியிருந்த கூழை லேசாக சுவைக்கிறாள். குழந்தையையும், பாத்திரங்களையும் சுத்தப்படுத்திவிட்டு, ஆகாஷை அவனது பொம்மைகளுடன் விளையாட விட்டுவிட்டு தனது இரவு உணவாக ஒரு கிண்ணத்தில் சூப்புடன் வந்து உட்காருகிறாள்.

"யக்ஞா மாமி சொன்ன மாதிரி தான் இப்போ சப்புடறேன். குழந்தை பொறந்தப்புறம் உடம்பு போட்ருச்சு ல! யக்ஞா மாமியோட திறமைக்கு அவங்க வேலைக்கு போய் நல்லா சம்பாதிச்சிருக்கலாம். ஆனா உன்னையும் சாண்டியையும் பாத்துக்கறதுக்காக தன்னோட எல்லா கனவுகளையும் மறைச்சிட்டு எதைப்பதியும் கொஞ்சம் கூட கவலைப்படாம சந்தோஷமா இருக்காங்க. நம்ம தலைமுறைல இப்படி தியாகம் பண்ணறவங்களையெல்லாம் பாக்கவே முடியாது."

"இந்த கூழ் என் சீனிக்குட்டி கையால அளஞ்சிட்டு சுவைச்சிட்டு என் மேல பூசினான்ல. எவ்வளோ சுவையா இருந்துது தெரியுமா?"

*சோஃபா*வில் சாய்ந்து படுத்துக்கொண்டிருந்த செலீனா சட்டென்று எழுந்து உட்கார்ந்தாள். தனது குறிப்பு எழுதும் புத்தகத்தை உடனே எடுத்து ஏதோ எழுதத் தொடங்கினாள். உடனே துவீபாவிடம் இதைப்பற்றி பேச நினைத்தாள். ஆனால் அவள் குழந்தையை தூங்கவைக்க சென்றதால் நாளை சொல்லலாம் என்று நினைத்து தன் குறிப்பு புத்தகத்தில் எல்லாவற்றையும் குறித்துக் கொள்கிறாள்.

செலீனா காலையிலிருந்து படப்பிடிப்புகள், ஆராய்ச்சிக்கூடத்தில் வேலை, காணொளி சரியாக வருவதற்காக வேறு வேறு இடங்களுக்கு அலைந்தது காணொளிக்கு தேவையான விளக்கங்களை எழுதுவது, குறிப்புகள் எழுதுவது என்று அலைந்ததில் அசதியாக இருந்தது. அவள் நவீன யுகத்தின் பெண். அயல்நாட்டில் சென்று படிக்கவேண்டும், உலகமே நம் நாடு என்ற பரந்த மனப்பான்மை கொண்டவள். தனது தமிழ் பெயரான திருநிறைச்செல்வியை செலீனா என்று மாற்றிவைத்துக்கொண்டாள். பெயரால் அவளது அடையாளம் குறுகிவிடக்கூடாது என்று நினைத்தாள்.

ஆனால் சமூக வலைத்தளங்களில் மயங்கி, மற்ற நவீன யுக குழந்தைகள் போல காணொளிகள் பதிவிடுவது, ஆடல் பாடல் என்று திரையிசைக்கு அடிமையாகாமல் தனது ஆராய்ச்சியில் முழு ஈடுபாட்டுடன் இருந்தாள். அவள் ஒரு நாள் நோபெல் பரிசு வாங்கும் அளவுக்கு ஆராய்ச்சி மேற்கொள்ள வேண்டும் என்ற கனவுடன் இருந்தாள்.

துவீபாவின் அம்மா, ரேணுகா அத்தை ஒரு மகப்பேறு மருத்துவர். அருமையான ஓவியரும் கூட. செலீனா படுக்கச்சென்ற அறையில் இரு ஓவியங்கள் இருந்தன. அவற்றை துவீபா அலைபேசியில் அனுப்பிவைத்திருந்தாள். ஆனால் நிஜ ஓவியத்தை பார்ப்பது வேறு அனுபவமாக இருந்தது.

ஒரு ஓவியம் பூக்களை கட்டும் ஒரு பெண்ணின் படம். ஆனால் அவள் காட்டிக்கொண்டிருந்தது பூக்கள் அல்ல அவை *டி என் ஏ* வும் அவற்றை இணைக்கும் புரதமும். இது போன்ற வித்தியாசமான ஓவியங்களை வரைவதில் அத்தை நிபுணர்.

இன்னொன்று புதிதாக இருந்தது. நாக தேவதைகள் அவற்றின் மேல் ஏதோ வரைந்துஇருந்தது. இதைப்பற்றியும் நாளை கேட்கவேண்டும் என்று நினைத்துக்கொண்டே கொட்டாவி விட்டாள் . மெத்தையில் முதுகு சாய்ந்ததும், சாய்ந்தால் கண் மூடும் பொம்மை போல் உடனே தூங்கிவிட்டாள்.

2

சீனா மற்றும் டினா

அஹமதாபாத்,

"செல்வி, சாண்டி.... *ஸ்கூலுக்கு* கிளம்ப எவ்வளவு நேரம் எடுக்குறீங்க..." என்று கத்தினாள் யக்ஞலட்சுமி.

"உடனே போகலைனா அப்பா கிளம்பிடுவாங்க அப்புறம் என்னோட *டவுன் பஸ்* ல தான் வரணும்..."என்று மிரட்டினாள்.

இது திருநிரைச்செல்வியின் மூன்றாவது பள்ளி. அவள் தந்தை ஆனந்தன் அஹமதாபாத் சுங்க வரி துறையில் பணிபுரிந்து கொண்டிருந்தார். விமானவழி சரக்குகளின் சுங்க வரிப்பிரிவின் தலைவராக பணிபுரிந்தார். இந்திய வருவாய் சேவை பிரிவில் *ஐ ஆர் எஸ்* தேர்வின் மூலம் சேர்ந்த அலுவலராக இருந்-தார்.

அவர்கள் பணியிடமாற்றதில் சென்ற ஒவ்வொரு ஊரும் வேறு மொழி பேசும் மாநிலமாக இருந்தது. அதனால் திருநிறைச்செல்வி மற்றும் சாண்டி இருவரும் *சி பி எஸ் இ* பள்ளிகளில் படித்து வந்தனர். ஹிந்தி மற்றும் சமஸ்க்ருத மொழிகளே அவர்களுக்கு இணை மொழிகளாக பாடங்களில் அமைந்தது. தமிழ் அவர்களின் பெயர்களில் மட்டுமே இடம் பெற்றிருந்தது. அதுவும் செல்வியின் பெயரில் மட்டும். வீட்டில் தமிழ் பேசினார்கள். மற்றபடி தமிழ் மொழியின் எந்த தாக்கமும் இல்லாமல் வளர்ந்தனர்.

யக்ஞலட்சுமி மிகவும் துடிப்பானவர். சட்டென்று எல்லோரையும் கவரக்கூ-டியவர். ஒவ்வொரு ஊரிலும், சென்ற ஒரே மாதத்தில் அங்கு உள்ள கடை-வீதிகளில் அந்த மாநிலத்தின் மொழியில் சரளமாக பேரம் பேசும் அளவுக்கு தேர்ச்சி பெற்றுவிடுவார்.

யக்ஞா, சென்னை மகளிர் கிறிஸ்துவக் கல்லூரியில் இளங்கலை ஊட்டச்-சத்து மற்றும் உணவுமுறை பட்டப்படிப்பு முடித்து விட்டு, எத்திராஜ் கல்லூரி-யில் முதுகலை பட்டம் படித்தார். சிறந்த மனைவியாக இருந்தார். ஆனால் ஆனந்தன் அரசு பணியில் இருந்ததால் பல இடங்களுக்கு பனி இடமாற்றங்-கள் மேற்கொள்ள வேண்டியிருக்கும் என்று உணர்ந்து, முழு நேர இல்லத்தர-

சியாக தன்னை அர்பணித்துக்கொண்டார். அடிப்படையில் எளிதில் எல்லோ-ரோடும் பழகக்கூடிய இயல்பினாலும், எல்லா மொழிகளிலும் பேசி அவரவர் சமையல் செய்முறைகளை கற்றுக்கொள்ளும் திறமையாலும், நண்பர்களுக்கு சிறிய விருந்து நிகழ்ச்சிகளுக்கு உணவு சமைத்து குடுப்பதை தன் பொழுது-போக்காக வைத்துக்கொண்டிருந்தார்.

ஆனந்தன், அலுவலகத்துக்குச் செல்லும் வழியில், குழந்தைகளை பள்ளி-யில் இறக்கிவிட்டுச் செல்வதை வழக்கமாகக் கொண்டிருந்தார். பிள்ளைகள் இருவரும் படிப்பில் மிகுந்த ஆர்வம் கொண்டவர்களாக இருந்தனர். அதனால் ஆனந்தனுக்கு அவர்களை பற்றி எந்த கவலையும் இருக்க-வில்லை. அவரது ஒரே கவலை தனது ஹிந்தி தான். ஆனந்தனுக்கு ஹிந்தி பேச எவ்வளவு முயற்ச்சித்தாலும் வரவில்லை. அவர் பேச ஆரம்பித்தவுடன் இரு குழந்தைகளும் சிரிக்க ஆரம்பித்து விடுவர்.

அனந்தன் டிரைவர் இடம், " *உஸ் கேட்டு கே பாஸ் நகி தோடா தூர் ஜாகே ரோக்குனா*". கேட்டின் நேர் எதிரில் நிறுத்தாமல் சற்று தள்ளி நிறுத்துமாறு சொன்னார்.

அனந்தன் பேசியது ஹிந்தி இல்லை தந்தி-தமிழ் போன்ற ஹிந்தி என்று செல்வி கேலி செய்தாள்.

டிரைவரும் புன்முறுவலுடன் "ஜி சாப்ஜி" என்றார்.

"செல்வி தங்கம், தம்பிய நல்லா பாத்துக்கோடா. புது *ஸ்கூல்* ல!" ஒவ்வொரு ஊருக்கு செல்லும் போதும் இதே வரியை கேட்டு சலித்துப் போன செல்வி வேண்டா வெறுப்புடன் "*பை*" என்று சொல்லிவிட்டு ஓடினாள்.

திருநி-ராய் -செல்வி என்று குஜராத்தி வாடையடிக்க தன் பெயரை கொத்தி கிழித்ததை பொறுக்காமல்,

"*மேடம் யூ கேன் கால் மீ செலீனா* " என்னை செலீனா என்று அழைக்க-லாம், என்றாள்.

திருநிறைச்செல்வி எல்லோரிடமும் தன்னை செலீனா என்றே அறிமுகப்படுத்-திக்கொண்டாள். வெறும் கோப்புகளிலும், அரசு ஆவணங்களிலும் மட்டுமே திருநிறைச்செல்வி என்ற பெயர் இருந்தது. அவள் தனக்கு தானே சொல்-லிக்கொண்டாள். நல்ல வேளை என் தம்பிக்கு நானே பெயர் வைத்தேன். அவனை யாரும் கேலி செய்ய மாட்டார்கள்.

உணவு இடைவேளையில் சாண்டி செலீனாவின் வகுப்பிற்கு மூச்சிரைக்க ஓடி வந்து, அழுகையால் குரல் தழுதழுக்க, "அக்கா ஏன் எனக்கு சாண்டி னு பேர் வெச்ச? பாரு... என் மேல முழுக்க மண்ணு... என் *கிளாஸ்ல* இருந்த பசங்கல்லாம் *கேம் சோ* னு சொன்னாங்க. அப்படினா என்ன னு கேட்டேன். நான் குஜராத்தி இல்லைனு புரிஞ்சுக்கிட்டாங்க. உணவு இடை-வேளைல என் பெயர் என்னனு கேட்டாங்க. சாண்டி னு சொன்னதும், சாண்டி யா... இந்தா னு என் மேல மண்ண வீசிட்டு இப்போ நீ யார் சாண்டி... *கேம் சோ* ன்னா எப்படி இருக்க னு அர்த்தம்...இப்போ இதுக்கு

சரியான பதில் சொல்லு பாப்போம். எப்படி இருக்க 'சாண்டி' னு கேலி பண்ணாங்க..." என்றான்.

செல்வி மிகவும் கோவப்பட்டாள். யார் இப்படி செஞ்சது னு சாண்டியை கேட்டு எழுந்தாள் அதற்குள் ஆசிரியை வந்ததும் சாண்டியும் தன் வகுப்பறைக்கு ஓடிவிடுகிறான்.

செலீனா அவளது அப்பா மாதிரி. மற்றவர்களோடு பழகுவதோ அல்லது புது சூழல்களுக்கு பழகுவதோ அவளுக்கு மிகவும் கடினம். ஆனால் படிப்பில் மிகவும் ஆர்வம் காட்டி ஆசிரியர்களின் நன்மதிப்பை பெற்று விடுவாள். அவளுக்கு அறிவியல் தான் பிடித்த பாடம்.

இந்த பள்ளியில் அவளுக்கு ஒரு புதிய தோழி கிடைத்தாள், கிரண். தானாகவே அறிமுகப்படுத்திக்கொண்டு கலகலப்பாக இருந்தாள் கிரண்.

செல்விக்கு அறிவியலில், வேதியியல் தான் பிரத்யேகமாக பிடித்த பாடம்.

செல்வி கிரணிடம், குஜராத்தியில் 'சே' என்றால் என்ன என்று கேட்டாள். அவள் 'இருப்பது' என்று சொன்னாள்.

'*கெமிஸ்ட்ரி சே! மிஸ்டரி சே! கேம் சே ..*' என்று மொக்கையாக ஒரு ஜோக் அடித்து மகிழ்ந்தாள். வீட்டிற்கு சென்றவுடன் அம்மாவிடம் சொல்ல வேண்டும் என்று ஆர்வத்துடன் வீடு செல்ல காத்திருந்தாள்.

யக்ஞா ஆட்டோவில் வந்து பிள்ளைகளை அழைத்து சென்றாள்.

வீட்டிற்கு வந்து சேர்ந்ததும் சாண்டி தனது சித்தியை தொலைபேசியில் அழைக்குமாறு அம்மாவை கேட்டான். அவன், சித்தியின் செல்லப்பிள்ளை. அவர்களிடம் பள்ளியில் நடந்த கேலி கிண்டல்கள் பற்றி அழுது கொண்டு சொன்னான்.

ஆனந்தவள்ளி சித்தி யக்ஞாவின் ஒரே சகோதரி. அவர் திருமணமே செய்து கொள்ளாமல் தன் வாழ்க்கையை கல்விப்பணிக்காக அர்ப்பணித்து விட்ட, அரசு பள்ளி வேதியியல் ஆசிரியை. ஆரல்வாய்மொழி என்ற ஊரில் வசிக்கிறார்.

ஆனந்தவள்ளி, சாண்டியை பேச விட்டுவிட்டு, அவன் சற்று தணிந்ததும், "கண்ணா நீ உன் பெயரை மாதிக்கோயேன். செல்வி செலீனா னு மாத்திக்கிட்டா ல. நீயும் மாத்திக்கோ அவ்வளவு தானே " என்றார்.

அவனுக்கு மிகவும் ஆறுதலாக இருந்தது. "எனக்கு நல்ல தமிழ் பெயர் வேணும், சித்தி" என்றான். அவனும் செல்வியும் கருத்தில் நேரெதிர் சிந்தனைகள் கொண்டவர்கள்.

செலீனா அவளது அத்தையின் செல்லம். வெளிநாடு சென்று அத்தை மகளைப்போல் வாழவே அவளுக்கு விருப்பம்.

தொலைப்பேசியை செலினா வாங்கிக்கொண்டு அவள் வகுப்பில் உருவாக்கிய மொக்கை ஜோக் ஐ பகிர்ந்து கொண்டாள். " *கெமிஸ்ட்ரி* பத்தி உங்க கிட்ட சொல்லட்டா எப்படி!" என்றாள்.

சாண்டிக்கும் மனம் அமைதியடைந்திருந்தது. "சித்தி நிறைய விடுகதைகள்

சொல்லிக்கொடுத்திருக்காங்க. இத வைச்சு என்னை கிண்டல் செஞ்ச பசங்கள சமாளிச்சிடுவேன்" என்று அம்மாவைக் கட்டிக்கொண்டான்.

ஆனந்தவள்ளி மிகவும் கலகலப்பான, இனிமையானவர். விடுகதைகள், நகைச்சுவை துணுக்குகள் எல்லாவற்றிலும் அவரைப் போல யாரும் இல்லை. அம்மாவிடம் தொலைப்பேசியை கொடுத்துவிட்டு செல்கிறாள் செலீனா. யக்ஞாவும் வள்ளியும் பிள்ளைகள் உடைமாற்றும் வரை கொஞ்சம் அரட்டை அடிக்கிறார்கள்.

"செலீனா உனக்கு கடிதம் வந்திருக்கு பார்." என்றாள் யக்ஞா. கடிதம் திறந்திருந்தது. அதைப்பார்த்து சற்று கோவம் கொண்டாள் செலீனா.

"அம்மா எங்க *லெட்டர்* ஐ திறக்கக்கூடாது னு எவ்வளவு தரவ சொல்லுயிருக்கேன்." என்றாள்.

யக்ஞா அவள் சொல்வதை சற்றும் மனதிற்கு எடுத்துக்கொள்ளாமல், பக்கத்துக்கு வீட்டில் இருந்த முதிய தம்பதிகளுக்கு இரவு உணவுக்கு சப்பாத்தி செய்ய மாவு பிசைந்து கொண்டு,

"நீங்க ரெண்டு பெரும் அப்படி என்ன எழுதிக்கறீங்க? தலையும் புரியல காலும் புரியல !" என்றாள்.

செலீனா சற்று சமாதானம் ஆனாள். நல்ல வேளை எங்கள் ரகசியம் அம்மாவுக்கு தெரியவில்லை என்று நினைத்தாள். தனது உயிர் தோழி, துவீபாவும் செலீனாவும் ஒவ்வொரு விடுமுறையிலும் ஒவ்வொரு மாதத்திற்க்கான ரகசிய மொழியை நிர்ணயித்துக்கொள்வார்கள். ஒவ்வொரு மதமும் அந்த மொழியில் கடிதங்கள் எழுதிக்கொள்வார்கள். இந்த மதத்தின் ரகசிய மொழி மிகவும் எளிமையானது. கண்ணாடி...

கடிதம் தலைகீழாக எழுதப்பட்டிருந்தது. ஒவ்வொரு வார்த்தையும் தலைகீழாக இருந்தது.

கடிதத்தில் அவர்கள் பகிர்ந்தது வெறும் அற்ப விஷயங்களே. செடியில் பூக்கள் பூத்ததா, எந்த பாடத்தில் எவ்வளவு மதிப்பெண்கள், புதிதாய் நண்பர்கள் வாய்த்தார்களா என்பது போல. ஆனால் இருவரும் இது ராணுவ ரகசியம் என்ற அளவுக்கு ஒளித்து மறைத்து வைத்துக்கொள்வார்கள்.

இது அவர்கள் இவருடைய ரகசியம். அவர்கள் பெயர்களைப்போல. சீன மற்றும் டினா.

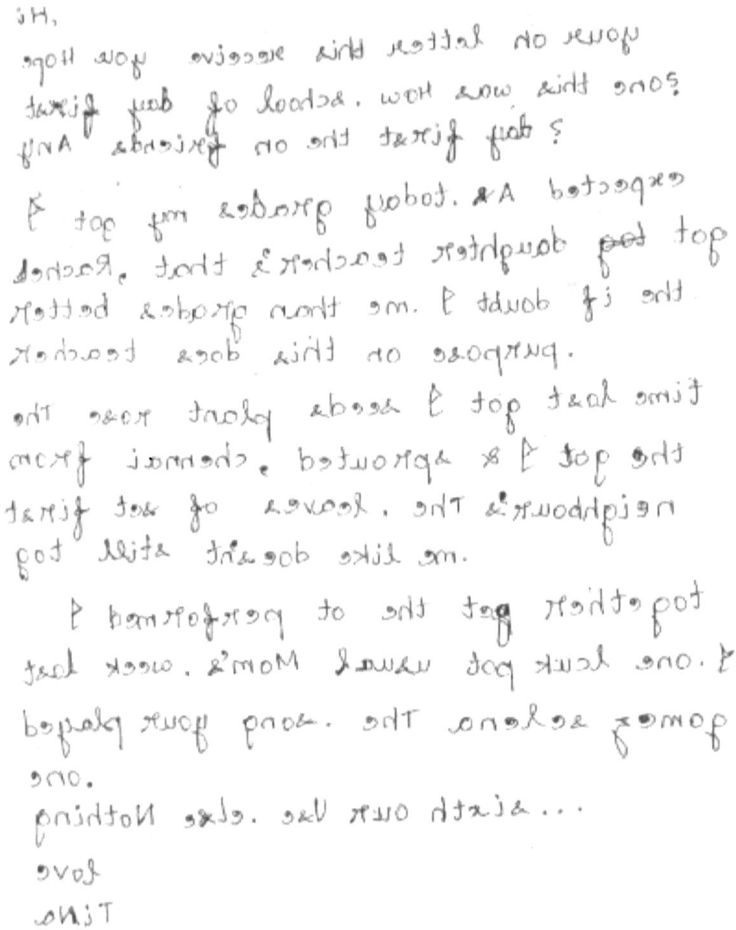
Hi,
Hope you receive this letter on your
first day of school. How was this one?
Any friends on the first day?
I got my grades today. As expected
Rachel, that teacher's daughter got top
better grades than me. I doubt if the
teacher does this on purpose.
The rose plant seeds I got last time
from chennai, sprouted & I got the
first set of leaves. The neighbours
dog still doesn't like me.
I performed at the get together
last week. Mom's usual pot luck one. I
played your song. The selena gomez
one.
Nothing else. Use our sixth...
Love
Tina

Enter Caption

3

நடராஜரும் ரகசியமும்

திருநிறைச்செல்வி பள்ளிப்பருவத்திலிருந்து சேர்த்து வைத்து பொக்கிஷமாக கருதிய கடிதங்களை எடுத்தாள். தன் திறமைகள் மீதி சந்தேகம் வரும்போதெல்லாம் அதை எடுத்து பார்த்து, தானே ஒரு துப்பறியும் நிபுணர் என்று ஊக்கப்படுத்திக்கொள்வாள். அவள் துவீபவுடன் ரகசிய மொழிகள், அவற்றை எப்படி புரிந்துகொள்வது என்பதைப் பற்றி ஒரு புத்தகத்தை வெளியிட்டிருந்தாள்.

ஆனால் திருக்குறள் அவ்வளவு எளிதாக இருக்கவில்லை. முதலாவது, அவள் முறையாக தமிழ் கற்றிருக்கவில்லை. அவள் ஒரு வருடம் தன்னைத்தானே அர்ப்பணித்து இந்த பணியில் ஈடுபட்டாள்.

அவள் இரண்டு மாதங்களுக்கு மேல் தமிழ் மொழியை சரளமாக எழுதி படிக்க நேரம் எடுத்துக்கொண்டாள். பரிமேல் அழகர் உரை, சாலமன் பாப்பையா உரை, கலைஞர் கருணாநிதி உரை என்று திருக்குறளுக்கு எழுதப்பட்ட பல உரைகளைப் படித்து குறிப்புகள் எழுதி வைத்திருந்தாள். ஒவ்வொரு அதிகாரத்தைப் பற்றியும் 50 பக்கங்களுக்கு குறிப்புகள் எழுதி வைத்திருந்தாள்.

இந்த பணியை தொடங்கிய பின் தான் சாலமன் பாப்பையா வெறும் பட்டிமன்ற நடுவர் மட்டுமல்ல ஒரு தமிழ் பேராசிரியர் என்று அவளுக்கு தெரிந்தது. ஆனந்தன் பொங்கல் சிறப்பு நிகழ்ச்சிகளை தொலைக்காட்சியில் தவறாமல் பார்ப்பார். அவர் எழுதிய திருக்குறள் உரை எல்லாவற்றையும் விட எளிமையாக புரியும் வகையில் அமைந்திருந்தது.

தனது ஆராய்ச்சிக்கூட வேலைகளில் அவளால் கவனம் செலுத்தவே முடியவில்லை. அவள் வெறும் ஏழு அதிகாரங்களைப்பற்றியே புரிந்து கொண்டிருந்தாள். முழு நூலும் அவள் நினைத்தவாறு இருக்குமா என்று உறுதிசெய்யும் அளவுக்கு அவளே இன்னும் நம்பவில்லை. திருக்குறளில் இவள் நாடும் விஷயங்கள் இருக்கக்கூடும் என்று சற்றும் நம்பிக்கை இல்லாமலே இருந்தாள். ஆனால் அவள் தரப்பில் செய்ய வேண்டிய தேடல்களை

நேர்த்தியாக செய்து வந்தாள்.

அவளது ஆராய்ச்சி பிரிவு தலைவர் அவள் பெயரை கூப்பிட்டதை கேட்டு, திருக்குறள் ஆராய்ச்சி குறிப்புகளை அவசர அவசரமாக மறைத்-தாள். திருநிறைச்செல்வி மறுபடியும் தனது விரிவுரைக்கான தேதியை மறந்-ததிருந்தாள். ஒவ்வொரு வாரமும் புதிதாக வெளிவந்திருந்த ஆராய்ச்சி பிரசுரங்களைப் படித்து அவற்றைப்பற்றி ஆராய்ச்சிக்கூடத்தில் அனைவர் முன்னிலையில் விளக்கமாக பேசுவதை அங்கு வழக்கமாக வைத்திருந்தார்-கள். இந்த வாரம் அவள் பேச வேண்டியிருந்தது. அதுவும் கடந்த வாரம் வேறொருவரை பேசுமாறு கேட்டுக்கொண்டிருந்தாள். இந்த வாரம் யாரைக் கேட்பது என்று பதற்றத்துடன் இருந்தாள். தனது நெருங்கிய தோழி மீனாவை கேட்கலாமா என்று யோசித்துக்கொண்டிருந்தாள்.

பிரபஞ்சம் அவளது குழப்பத்தை உணர்ந்து கொண்டது போலும், வள்-ளுவர் அவளுக்கு உதவுவது போலவும் லென்கா அவளிடம் ஓடி வந்து இந்த வாரம் அவளைப் பேச அனுமதிக்குமாறு கேட்டுக்கொண்டாள். அவள் ஆராய்ச்சிக்கூடத்தில் புதிதாக சேர்ந்திருந்த மூத்த விஞ்ஞானி ஒருவருடன் *டேட்டிங்* செல்லவிருப்பதாக கூறினாள்.

செல்விக்கு மிகுந்த ஆறுதலாக இருந்தது. சந்தோஷமாகவும் இருந்தது. அவள் தைரியமாக தனது ஆராய்ச்சி தலைவரிடம், இந்த வாரம் லென்கா-விற்கு வாய்ப்பளிக்க விரும்புவதாகவும், அடுத்த வாரம் தான் பேசுவதாகவும் தெரிவித்து விட்டு பெருமூச்சு விட்டாள்.

அன்று லென்கா பேசிய ஒரு வார்த்தை கூட அவள் மனதில் பதிய-வில்லை. அவளுக்கு ஒரு காபி இடைவேளை மிகவும் அவசியமாக இருந்-தது. அங்கு *கான்டீனில்* கிடைக்கும் *மெஷின்* காபி *பில்டர்* காபி அளவு சுவையானது இல்லை ஆனாலும் அவள் மூளைக்குள் நடந்து கொண்டிருந்த சடுகுடுவை அடக்க இது அதிமருந்தாக இருந்தது. காபி கோப்பையுடன் மறு-படியும் நடராஜர் சிலையிடம் சென்றாள். இது அவளுக்கு அன்றாட வழக்-கமாகியிருந்தது. அவளுக்கு தினம்தோறும் நடராஜரை, சிதம்பரத்தின் ப்ரத்-யக்ஷ தெய்வத்தை, ஆகாய தலத்தின் அதிபதியை தரிசிக்கவேண்டும் என்ற இனம்புரியாத ஈர்ப்பு ஏற்பட்டிருந்தது.

சைவர்கள் பஞ்ச பூதங்களான நிலம், நீர், நெருப்பு, காற்று, ஆகாயம் ஒவ்வொன்றுக்கும் ஒரு கோயில் அமைத்திருந்தனர். செலீனா இவற்றைப்பற்றி தேடி அறிந்து கொண்ட போது அவளுக்கு மெய்சிலிர்க்கும் விஷயமாக இருந்தது, பல ஆயிரம் வருடங்களுக்கு முன்னரே ஒரே நிலைக்கோட்டில், 79 *டிகிரியில்*, செயற்கை கோள், *ஜி பி எஸ்* போன்ற தொழில்நுட்பக்கருவி-கள் எல்லாம் இல்லாத காலத்தில் இதை எப்படி செய்து முடித்தார்கள் என்-பதே வியப்பாக இருந்தது. இவற்றுள் ஆகாய தலத்திற்கு தனி சிறப்பு இருந்-தது. *செர்ன்* நடராஜர் சிலையை அங்கு வைத்திருந்ததற்கு என்ன கரணம் வேண்டுமென்றாலும் கூறிக்கொள்ளட்டும். ஆனால் அவளைப்பொறுத்தவரை

அந்த சிலை, அவளுக்கு, தன் முன்னோர்களுடன் ஆகாயத்தின் வாயிலாக உரையாட ஒரு சாளரமாக, ஒரு கருவியாக பயன்பட்டது.

அவளுக்கு ஏதோ துப்பு கிடைத்தது போல் தனது மேஜைக்கு சென்றாள். அவளது ரகசிய மொழி கடிதங்களில் எண்களைப் பயன்படுத்தி ஏதாவது எழுதியிருந்தார்களா என்று தேடத் தொடங்கினாள். அவள் தேடும் போது அவளது சித்தியின் குரலில் ' எண்ணும் எழுத்தும் கண் என தகும்' என்று கேட்டது.

4

குழல் இனிது யாழ் இனிது - இசை ஓவியம்

ஜெனீவா, பிப்ரவரி 2022.

செல்விக்கு இன்று விடுமுறை நாள். அவள் துவீபா வீட்டிற்கு செல்லலாம் என்று நினைத்திருந்தாள் ஆனால் அவளது கணவர் வந்திருந்ததனால், செல்வி குழந்தையை பார்த்துக்கொள்ளும் வேலையை செய்ய வேண்டிவருமோ என்று எண்ணி போகாமல் விட்டுவிட்டாள்.

வேறு வழியில்லாமல் லென்கா, மீனா மற்றும் லென்காவின் புதிய நண்பர், ஆகியவர்களோடு மதிய உணவுக்கு செல்ல வேண்டியதாகிவிட்டது.

மீனா அஹீர் யாதவ், பாட்னாவைச் சேர்ந்தவள். செல்வி அவளது தந்தையின் பணியிடமாற்றங்களில் ஒரு முறை இரண்டு வருடங்கள் பீகார், பாட்னாவில் வசித்திருந்தாள். பீகாரைப் பற்றி கொஞ்சம் தெரிந்திருந்ததால், செலீனாவுக்கு மீனாவிடம் சட்டென்று பழக முடிந்தது. இதனால் மீனா இங்கு அவளது உற்றத்தோழியாக இருந்தாள். அவர்கள் இருவரும் அன்று ஜெனீவாவில் அருங்கட்சியகத்துக்கு செல்ல திட்டமிட்டிருந்தனர். ஒரு வாரம் மேஜை நாற்காலிவிட்டு எழமுடியாத அளவுக்கு வேலை பளு இருந்தது. இந்த துறையின் இயல்பே இது தான். எப்பொழுது வேலை அதிகரிக்கும் என்று குறிப்பிட்டு சொல்ல முடியாது. கொஞ்சம் நடந்து எல்லா மூட்டுகளையும் முறுக்கி விட நினைத்தனர்.

மீனா நிறைய நிராகரிப்புகளை கடந்து வந்திருந்தாள். அவள் ஊர் பீகார் என்றதும் பலர் அவளிடம், 'உன் தந்தை மாட்டுப்பண்ணை வைத்திருக்கிறாரா' என்று கேலி செய்ததாக அவள் செல்வியிடம் பகிர்ந்து கொண்டிருந்தாள். மீனா, கலாச்சாரம், தொன்மை என்று பல வரலாற்று விஷயங்களில் ஆர்வம் கொண்டிருந்தாள்.

அவள் தன் தாய்நாட்டின் பெருமையை மீண்டும் நிலைநாட்ட வேண்டும்

என்ற வெறியுடன் இருந்தாள். குப்தர்களின், சந்திரா குப்தா மௌர்யாவின் தலைநகரமான பாடலிபுத்ரா தான் இன்றைய பாட்னா. அன்றைய *ஆக்ஸ்போர்ட்* பல்கலைக்கழகமாக விளங்கிய நாலந்தா பல்கலைக்கழகம் பிஹாரில் தான் அமைந்திருந்தது. இன்று இந்த மாநிலத்தின் நிலை எண்ணி அவள் மிகுந்த கோவம் மற்றும் வருத்தத்துடன் இருந்தாள். அவள் அரசியலில் வெளியே தெரியாத பல சூழ்ச்சிக் கோட்பாடுகள் இருந்திருக்க வேண்டும் என்று நம்பினாள்.

மீனா, மக்களின் இந்த நவீனமயமாக்குதல் என்ற பெயரில் நடக்கும் சதிகளைப்பற்றி புலம்பத் தொடங்கினாள். "அவரவர் நாட்டில், தம் காலுக்கு கீழ் பல விலைமதிப்பற்ற சரித்திரங்களையும், பொருட்களையும், கனிமவளங்களையும் வைத்துக்கொண்டு, அவற்றைப்பற்றி கொஞ்சம் கூட பெருமை கொள்ளாமல் இருக்கும் அளவுக்கு மேற்கத்திய கலாச்சாரத்தின் மோகத்தில் எல்லோரும் மாறிக்கொண்டிருப்பது, நவீன ஆடைகள், பழக்கங்கள், உணவு, மொழிகள், என்று எல்லாவற்றையும் மாற்றிக்கொள்கிறார்கள்" என்றாள். "கல்யாணங்கள் கூட நவீனமயமாக்குதலில் மாறி வருகிறது. நம் பண்பாடு என்ற ஒன்று இல்லாமல் போய்விடும் போல இருக்கிறது" என்று பொரிந்து தள்ளினாள்.

அருங்காட்சியகத்தில் நுழைந்ததுமே இருவர் மீனா மற்றும் செல்வியின் கண்ணில் பட்டனர். கொஞ்சிக்கொண்டு முத்தமிட்டுக்கொண்டு இருந்தனர். அருங்கட்சியகத்தில் நுழைந்ததும் 'அரும்'காட்சி என்று செல்வி நினைத்தாள். மீனாவிடம் கண்ணைக்கட்டிவிட்டு, அவர்களைக் கண்டுகொள்ளாமல் அடுத்த அறைக்கு சென்று விட்டனர்.

செல்வி, மீனா அளவுக்கு தாய் நாட்டைப் பற்றியெல்லாம் யோசித்ததில்லை. அவள் தனது மொழி கலாச்சாரம் என்றெல்லாம் கூட பற்று இல்லாமல் வளர்ந்தவள். அங்கு காட்சிக்கு வைத்திருந்த எல்லா கலைப்பொருட்களையும் மிகுந்த ஆச்சரியத்துடன் பார்த்துக்கொண்டே வந்தாள். மீனா ஒவ்வொரு பொருளுக்கும் கீழே இருந்த குறிப்புகளை உன்னிப்பாக வாசித்துக்கொண்டிருந்தாள். செல்வியிடம், " இங்கு இருப்பதெல்லாம் இந்நாட்டு கொள்ளைக்கூட்டம், நம் நாட்டு மன்னர்களிடமிருந்து திருடியவை. ஆனால் '*கிபிட்ட் பை அன் இந்தியன் கிங்* ' இந்திய அரசரால் அன்பளிப்பாக கொடுக்கப்பட்டது என்று வாய்கூசாமல் பொய் சொல்லியிருக்கிறார்கள்" என்று கூறினாள்.

மீனா அளவுக்கு செல்வி ஆர்வம் காட்டவில்லை. இருவரும் தனித்தனியாக பார்த்து முடித்துவிட்டு 4 மணியளவில் நுழைவாயிலில் சந்தித்துக்கொள்ளலாம் என்று முடிவு செய்தார்கள். செல்விக்கு வரலாற்றில் கொஞ்சமும் ஆர்வம் இருக்கவில்லை. அவள் தொழில்நுட்பம், நவீனம் என்று இன்றைய உலகத்தில் வாழ ஆசைப்பட்டாள். அருங்காட்சியகத்துக்கு வெளியே கூட்டமாக சிலர் நிர்ப்பதைக் கண்டாள். சில ஓவியக்கலைஞர்கள்

அங்கு வந்தவர்களின் ஓவியங்களை உடனடியாக வரைந்து கொண்டிருந்தனர். இவற்றை சிலர் நினைவுப்பரிசுகளாக வாங்கிச்சென்றுகொண்டிருந்தனர், பலர் வேடிக்கை பார்க்க நின்று கொண்டிருந்தனர்.

ஒரு பிரெஞ்சு ஓவியர் புதுமையாக ஏதோ செய்து கொண்டிருந்தார். அவரைச்சுற்றி கூட்டம் சற்று குறைவாகவே இருந்தது. செல்வி அருகில் சென்று பார்த்தாள். அவர் ஒருவரிடம் அவருக்கு பிடித்த படலைக் கேட்டறிந்தார். பிறகு ஒரு பீங்கான் ஓட்டில் பல வர்ணங்களை உபயோகித்து ஒரு நவீன ஓவியத்தை உருவாக்கினார். இது மிகவும் வித்யாசமாக இருந்தது. செல்வி தனக்கும் ஒன்று செய்து தருமாறு கேட்டாள். அவளது அத்தையின் மூலம் ஓவியங்களின் மீது ஒரு ஈர்ப்பு செல்விக்கு இருந்தது. அந்த ஓவியர் செல்வியின் மனம்கவர்ந்த பாடலை சொல்லக் சொன்னார். அவள், செலீனா கோமேஸ் பாடிய *ரிவைவல்* என்ற பாடலை சொன்னாள். மனதில் எதையோ யோசித்துக்கொண்டு, ஓவியத்தை ஒரு நொடி மறந்து விட்டாள். நான் எதையோ உயிர்த்து எழுச் செய்யும் முயற்சியில் உள்ளேன், என் ஆதர்ச பாடகி உயிர்த்தெழுதல் என்ற தலைப்பில் பாடல் வெளியிட்டுள்ளார்!

ஓவியர் இவள் கூறிய பாடலை அவரது அலைபேசியில் தேடி இருமுறை கேட்டு அதன் இசை ஸ்வரங்களை வேகமாக ஒரு துண்டு காகிதத்தில் எழுதிக்கொண்டார். பிறகு அந்த ஸ்வரங்களுக்கு ஏற்ற வண்ணங்களை குறித்துக்கொண்டு ஒரு நவீன ஓவியத்தை உருவாக்கினார். ஓவியம் அசாத்தியமாக இருந்தது. வண்ணங்களுக்கும் இசைக்கும் இப்படி சம்பந்தப்படுதுத்த முடியும் என்பது அவளை வியப்பில் ஆழ்த்தியது.

ஒரு அட்டகாசமான நாளுக்குப் பிறகு, மீனாவும் செல்வியும் அவரவர் அறைகளுக்கு சென்றனர். வழியில் இரவு உணவு வாங்கி வந்திருந்ததை சாப்பிடக்கூட தெம்பிருக்கவில்லை. காலை உணவாக சாப்பிட்டுக்கொள்ளலாம் என்று வைத்துவிட்டாள். ஓவியத்தை பத்திரமாக மேஜையில் வைத்துவிட்டு உடைமாற்றிவிட்டு, மெத்தையில் புரண்டு புரண்டு படுத்தாள். ஓவியத்தைப் பார்த்துக்கொண்டே இருந்தாள். கண்கள் எப்பொழுது அசந்தன என்றே தெரியவில்லை. ஆழ்ந்த உறக்கத்தில் போய்விட்டாள்.

அவளுக்கு ஒரு வினோதமான கனவு வந்தது. ஓவியத்தின் வண்ணங்கள் *ரிவைவல்* பாடலுக்கு ஆடத்தொடங்கின. *கலைடாஸ்கோபை* போல ஓவியத்தின் வடிவங்கள் மாறிக்கொண்டிருந்தன. அவை திடீரென வானவில் போல அமைந்தன. பிறகு வானவில்லின் வண்ணங்கள் ஒவ்வொன்றாக அணிவகுத்துச் சென்று நேர்க்கோடுகளாக மாறின. அந்த கோடுகள் ஏதோ இதற்கு முன் கண்ட வடிவங்களை நினைவு படுத்தின. அவை தனிமங்களின் *ஸ்பெக்ட்ரம்* என்று புரிந்து கொண்டாள். அந்த கோடுகளை அந்த ஓவியர் புரிந்து கொள்ள முயற்சி செய்து கொண்டிருந்தார். திடீரென ஆனந்தவள்ளி சித்தி வீணை இசைக்க தொடங்கினார். அந்த பாடல் சோகமாக இருந்தது.

ஆனால் அந்த மெட்டு செல்வியின் மனதில் பதிந்தது. குழந்தை ஆகாஷ் அந்த மெட்டை அவனது மழலை மொழியில் முணுமுணுத்தான். திடீரென குழந்தை ஆகாஷ் ஒரு மேடையில் பக்கவாதியங்களுடன் கர்நாடக சங்கீத கச்சேரி செய்து கொண்டிருந்தான். துவீபா அவன் பாடும் மழலைக் கச்சே-ரியை மெய்மறந்து ரசித்துக்கொண்டிருந்தாள்.

செல்வி சட்டென்று திடுக்கிட்டு எழுந்தாள். நேரம் சரியாக காலை 4:32 மணி. அவளுக்கு ஆச்சரியமாக இருந்தது. அவள் திருக்குறள் ஆராய்ச்சி தொடங்கியதிலிருந்து டெஸ்லா எண்களை பார்த்துக்கொண்டே இருந்தாள். அதிலும் 432 இசைக்கும் முக்கியமான எண். 432 அலைவரிசையில் தான் இந்திய இசைக்கருவிகளை சுருதி சேர்த்து வைப்பார்கள். அதனால் அவை நோய்களை குணப்படுத்திடும் அளவுக்கு மனதிற்கு ஆறுதல் தரும் என்று செல்வி படித்து அறிந்திருந்தாள். 4 + 3+ 2 = 9. இதுவே எல்லா எண்-களையும் கட்டுப்படுத்தும் தெய்வீக எண். அவளது பாட்டி வீட்டில் இருந்த போது பக்கத்து வீட்டில் வசித்த அக்காக்களுடன் இதைப்பற்றி கேட்டறிந்ததும் நினைவுக்கு வந்தது.

விஞ்ஞானி நிகோலா டெஸ்லா உயிர்களின் பெருக்கல் விதியை கவனித்து அதில் ஒரு ஒழுங்கு இருப்பதை எடுத்துக்கூறினார். எண்கள் 1, இரட்டித்து 2 ஆகின்றது, 2, 4 ஆகின்றது. இவ்வாறு , 8, 16, 32 என்று இரட்டித்-துக்கொண்டு வருகிறது. இவற்றுள் இரண்டு இலக்க எண்களை கூட்டி ஓர் இலக்க எண்களாக்கினால், 1,2,4,8, 7(1+6), 5(3+2) ,1(6+4), 2(1+2+8), 4(2+5+6), என்று 1,2,4,8,7,5 என்ற வரிசையே மீண்டும் மீண்டும் தொட-ரும் என்று கவனித்தார். இந்த இரட்டிப்பு வரிசையில், 0 முதல் 9 வரை உள்ள எண்களில் இடம்பெறாத எண்கள் 3,6, மற்றும் 9.

3,6 ஆகிய எண்கள் தமக்குள் இரட்டிப்பு விதியில் இணைகின்றன. ஆனால் 9, எந்த விதிக்குள்ளும் அடங்காது தனித்து இயங்கும். 9 தெய்வீக எண்-ணாக முக்கியத்துவம் பெறுகிறது. அதை இரட்டிப்பு விதிக்குள் கொண்டு வர 9 இன் பெருக்கல் தொகைகளையே கவனிக்க வேண்டும். 9 இன் பெருக்கல் தொகைகள், 9,18,27,36,45,54,63,72,81,90 என்ற எண்களை கூட்டி ஓர் இலக்க எண்களாக மாற்றினால் அவை எல்லாமே 9 என்ற கூட்டுத்தொ-கையே தரும். 1+8=9, 2+7=9… என்று அமைகிறது.

3,6,9 ஆகிய எண்களே டெஸ்லா எண்கள்.

செல்வி, அவள் கண்ட கனவில் ஒரு விவரம் கூட விட்டுப்போய்விடக்கூடாது என்று எல்லாவற்றையும் குறித்துக்கொள்கிறாள். அவள் கேட்ட மெட்டைக்-கூட முணுமுணுத்து பதிவு செய்து கொள்கிறாள்.

இந்த கனவு, எண்களைக்கண்டு அவற்றுள் இருக்கும் உள்ளர்த்தம் என்றெல்-லாம் இவ்வளவு வருடங்களாக அவள் எந்த வேலை செய்யும்போதும் கவனம் செலுத்தியதில்லை. இவை அவள் பயின்ற லார்ட் மெக்காலே வின் கல்வி திட்டத்தின் எல்லைக்கு அப்பாற்பட்டவை. அவள் இது நாள் வரை பழகிய

கல்வி திட்டத்தின்படி எல்லா விஷயங்களுக்கும் ஆதாரங்கள், சாட்சிகள் ஆகியவற்றின் அடிப்படையிலே நிறுவுவது என்று பழகியிருந்தாள். அதனால் அவள் எல்லாவற்றையும் குறித்துக்கொண்டாள். இதுவரை அவள் கண்டறிந்-தவையே வெறும் தற்செயலாக நடந்தவை என்பதை தாண்டியே இருந்தன. எனினும் அதிகாரம் 19 வரை ஆராய்ந்து விட்டு அதற்கு பிறகும் இந்த மாய ஒத்திசைவுகள் தொடர்ந்தால் பார்த்துக்கொள்ளலாம் என்று முடிவெடுத்தாள். 19 அதிகாரங்களை ஆராய்ந்த பின்னர், பாட்டி வீட்டில் சந்தித்த தூத்துக்குடி ஜெயராமானுடன் இணைந்து பயணிக்கலாம் என்று முடிவெடுத்தாள்.

5

ஒரு வருடத்திற்கு முன்பு - வெளி

15 வருட ஆசை, கனவு இன்று நிறைவேறியது. அவள் ஆவலாக எதிர்பார்த்து காத்திருந்த செய்தி வந்தது. அவளது நியமன கடிதம், அதுவும் அவள் ஆசைப்பட்ட நிறுவனத்தில். அவளுக்கு நினைவு தெரிந்த நாள் முதல் அவள் விஞ்ஞானி ஆக வேண்டும் என்ற ஒற்றைக்கனவுடன் இருந்தாள். அவள் 5 வயதில் மாறுவேடப்போட்டியில் கூட அப்படி தான் தன்னை அடையாளப்படுத்திக் கொண்டிருந்தாள்.

தனது கோடை விடுமுறைகளைக் கூட ஆராய்ச்சிக்கூடங்களில், தன்னை தயார்படுத்திக்கொள்ளும் முயற்சியில் தான் இருந்தாள். அண்ணா பல்கலைக்கழகத்தில் இளங்கலை கணினி பொறியியல் பட்டப்படிப்பை மேற்கொண்டாள். ஆனால் அவளுக்கு அணு, துகள் ஆகியவற்றின் ஆராய்ச்சியில் தான் அதிக ஈர்ப்பு இருந்தது. அண்ணா பல்கலைக்கழகமும், சென்னை பல்கலைக்கழகமும் ஒரே வளாகத்தில் அமைந்திருந்தன. அவற்றின் எதிரே ஐ ஐ டி யும் அமைந்திருந்தது. இப்படிப்பட்ட ஒரு வாய்ப்பு, கற்கும் ஆர்வம் உள்ள எவருக்கும் கனவாக இருக்கும். மூன்று கல்விக்கூடங்களில் பயிலும் மாணவர்களும், ஆசிரியர்களும் எளிதில் அறிமுகப்படுத்திக்கொண்டு தம் ஆராய்ச்சிகளை இணைத்துக்கொள்ளும் வாய்ப்பு இருந்தது.

அண்ணா பல்கலைக்கழகத்தில் நுழைய, 10 லட்சம் மாணவர்களுடன் போட்டியிட்டு தேர்வில் இருப்பதிலேயே அதிக மதிப்பெண்கள் எடுத்தவர்களாக இருக்க வேண்டும். அதனால் அண்ணா பல்கலைக்கழக மாணவர்களுக்கு சிறிய கர்வமும் இருந்தது. சென்னை பல்கலைக்கழக வளாகம் உயர்கல்வி, முதுகலை மற்றும் ஆராய்ச்சிக்கூடங்கள் மட்டும் அண்ணா பல்கலைக்கழக வளாகத்தில் அமைந்திருந்தது. செல்வியை பொறுத்தவரை இது ஒரு அருமையானான வாய்ப்பாகவே இருந்தது.

செல்வியின் பொறியியல் நண்பர்கள் தம்மை மேல்தட்டு மாணவர்களாக காட்-

டிக்கொள்ளவே ஆசைப்பட்டனர். செல்வி எல்லாரிடமும் சட்டென்று பழகும் அளவுக்கு இல்லாவிட்டாலும், கற்றுக்கொள்ளும் ஆர்வம் அதிகமாக இருந்த-தால் அவள் எல்லோருடனும் ஆர்வமாக பல விஷயங்களை கேட்டு தெரிந்து கொண்டாள். அவளது நண்பர்கள் சென்னை பல்கலைக்கழக மாணவர்களை ஏளனமாக பார்த்தனர். அவர்களைப் பொறுத்தவரை. கிராமங்களில் இளங்-கலை முடித்துவிட்டு, முதுகலை பட்டப்படிப்பு மேற்கொள்ள இங்கு வரும் மாணவர்களை தமக்கு கீழ் என்று எண்ணினர்.

செல்வி இந்தியாவின் பல மாநிலங்களில் பிடித்திருந்தாள் அதனால் அவளுக்கு அப்படி எந்த எண்ணமும் தோன்றவில்லை. அவள் எல்லோ-ரையும் மரியாதையுடன் நடத்துவது மட்டுமில்லாமல், தனக்கு என்ன கற்றுக்-கொள்ள முடியும் என்றே யோசித்தாள்.

செல்வி, நேரம் கிடைக்கும் போதெல்லாம் சென்னை பல்கலைக்கழகத்தின், அணு இயற்பியல், படிகவியல் மற்றும் உயிர் இயற்பியல் மற்றும் இயற்பியல் தத்துவம் ஆகிய துறைகளிலேயே அதிக நேரம் செலவிட்டாள். அங்கு ஆராய்ச்சி மாணவர்கள் ஒருவரை ஒருவர் அக்கா, அண்ணா என்று அழைப்பதை அவளும் பின்பற்றி நிறைய உறவுகளை சம்பாதித்தது வைத்தி-ருந்தாள்.

அங்கு இருந்த வானியல் சங்கத்திலும் அவள் சேர்ந்து கொண்டாள். கோடை விடுமுறைகளில் இந்தியாவின் பல ஆராய்ச்சிக்கூடங்களில் சென்று '*சம்மர் ரிசெர்ச் பெல்லோவ்ஷிப்*' பெற்று ஆராய்ச்சி மாணவியாக பங்கு பெற்-றாள். அவளுக்கு *செர்ன்* இல் அனுமதி கிடைத்தது யாருக்கும் ஆச்சரியமா-கவே இருக்கவில்லை.

பல வருடங்கள் அயல் நாட்டில் சென்று படிக்க வேண்டும் என்ற கனவை வளர்த்து வந்திருந்தாலும், *செர்ன்* இல் இருந்த நடராஜர் சிலை செல்வியை மிகவும் பாதித்தது. நடராஜரைப் பற்றியும் இந்த சிலையின் ஆன்மீக முக்-கியதத்துவத்தையும் பற்றி தனக்கு எதுவும் தெரியாததை நினைத்து மிகவும் சங்கடப்பட்டாள். சிவபெருமான் நடராஜராக நடமாடியது, அண்டங்களுக்கும் நடராஜர் என்ற உருவகத்துக்கும் உள்ள இணைப்பு இவற்றைப்பற்றியெல்லாம் அவளுக்கு தெரியாததை நினைத்து வருந்தினாள். இதெல்லாம் வலைத்த-ளங்களில் படித்து வியந்தாள். அங்கு இருந்த அயல் நாட்டு மாணவர்கள் செல்வி நடராஜரின் ஊரை சேர்ந்தவள் என்று பெருமையாக அவளைப் பார்க்கும் போது அவளுக்கே வெட்கமாக இருந்தது. அவளுக்கு அந்த இடத்-தில், அவளுக்கு பிரபஞ்சம் ஏதோ பெரிய பொறுப்பை அவளை நம்பிக் கொடுத்தது போல் தோன்றியது.

அவளது பெற்றோர் இருவரும் கடவுள் நம்பிக்கையில்லாதவர்கள். ஆனால் கடவுள் மறுப்பாளர்கள் என்றும் சொல்லிவிட முடியாது. யக்-ஞாவைப் பொறுத்தவரை 'மக்கள் தொண்டே மகேசன் தொண்டு' என்ற கொள்கை வைத்திருந்தார். வாசலில் பிச்சை எடுப்பவருக்கு கொடுக்கலாம்,

இல்லையென்றால் அர்ச்சகர் தட்டில் கூட போடலாம். உண்டியலில் போட நிறைய பேர் இருக்கிறார்களே என்று சொல்லுவார். செல்வியின் தந்தை பகுதி நேர எழுத்தாளர். அரசு வரிகள் பற்றியும், முதலீடுகள், சுங்கத்துறை இவற்றைப்பற்றியெல்லாம் புத்தகங்கள் வெளியிடுவார். சில நாட்கள், அருகில் இருக்கும் *ஐ ஏ எஸ் கோச்சிங் சென்டர்* இல் வகுப்புகள் எடுப்பதும் பொழுது போக்காய் வைத்திருந்தார்.

செல்வி இன்று அவளது சித்திக்கு அழைத்து பேச நினைத்தாள். இதுநாள் வரையில் ஆனந்தவள்ளி சித்தியை செல்வி அவ்வளவாக மதித்ததில்லை. அவளைப் பொறுத்தவரை சித்தி கருணை, பாசம் மிகுந்தவர். ஆனால் வாழ்க்கையில் பெரிய இலக்குகள் இல்லாமல் வெறும் பள்ளியில் ஆசிரியை பணி புரியும் அளவுக்கு மட்டுமே தனது கல்வித்தகுதியை வளர்த்துக்கொண்ட ஒரு கிராமத்து அரசு பள்ளி ஆசிரியை. எப்பொழுதும் தமிழ் பெருமையை பேசிக்கொண்டிருக்கும் ஆசிரியை என்று ஏளனமாக நினைத்திருந்தாள். கல்வியில் சிறந்து விளங்குபவர்களே ஆராய்ச்சிக்கூடங்களுக்கு வராவிட்டால், மாணவர்களை எப்படி ஊக்குவிப்பார்கள்? மாணவர்கள், எங்களை மருத்துவக்கல்லூரி, பொறியியல் கல்லூரி நுழைவுத்தேர்வுகளுக்கு தயார் செய்யும் ஆசிரியர்கள், தாமே ஏன் அங்கு படிக்கும் அளவுக்கு தம்மை தயார் செய்து கொள்ளவில்லை என்றெல்லாம் நினைப்பார்களே என்று யோசித்து, சித்தி மீது சற்று அதிருப்தி இருந்தது.

செல்வி, உள்ளுணர்வு, அடிவயிற்றில் தோன்றும் குறுகுறுப்பு போன்றவற்றை உணர்ந்ததோ நம்பியதோ இல்லை. ஆனால் இன்று அவள் அதை அனுபவித்தாள். வள்ளி சித்தியிடம் பேச வேண்டும் என்று தோன்றியது.

"செல்வி தங்கம்... சொல்லு டா... *செர்ன்* போய்ட்டியா? " என்று ஆசையாக விசாரித்தார் ஆனந்தவள்ளி.

செல்வி பதில் சொல்வதற்குள், அவள் மனதைப் படித்தது போல். "நடராஜர் சிலை பார்த்து மிரண்டுட்டியா ?" என்றார்.

செல்வி அதிர்ந்து போனாள். சித்திக்கு எப்படி தெரிந்தது என்று வியந்தாள். அவளை சித்திக்கு அழைக்க தூண்டிய அதே உள்ளுணர்வு சித்தி சாதாரணமான ஆள் இல்லை என்றும் சொல்லியது. அவள் இனம்புரியாத உணர்ச்சி மிகுதியில் இருந்தாள்.

அனந்தவள்ளி அந்த மௌனத்தை புரிந்து கொண்டு, " நீ எங்களை வந்து சந்திக்கும் தருணம் வந்துடுச்சு. நேரம் கிடைக்கும் போது ஆரலுக்கு வா டா. சரியான சமயம்... நேரம் கூடி வந்துவிட்டது... "

ஆனந்தவள்ளியின் வார்த்தைகள் செல்வியை கலங்க வைத்தன. அன்று சிதம்பரம் பற்றியும், நடராஜர் பற்றியும், மாணிக்கவாசகர், நாட்டியம், பிரபஞ்சம் என்று நிறைய சித்திதாந்த விஷயங்கள் பற்றி வலைத்தளங்களில் தேடினாள். தமிழ் எழுதவும், படிக்கவும் உடனடியாக கற்றுக்கொள்ள வேண்டும் என்று முடிவெடுத்தாள். சித்தியை மனதில் நினைத்து சத்தியம் செய்தாள்.

சிதம்பரத்தின் ரகசியம் அவளுக்காக காத்திருப்பது போல் தோன்றியது. ஒரு காணொளியில் கேட்ட வரியை மனதுக்குள் மறுபடியும் மறுபடியும் நினைவுகூர்ந்தாள் . "சிதம்பர ரகசியம், வெளியில் உள்ளது." அப்படியென்றால் பூமிக்கு வெளியே உள்ளது என்று அர்த்தமா? அதனால் தான் ஆகாயத்தை பார்க்க சொல்கிறார்களா? என்றெல்லாம் யோசித்துக்கொண்டிருந்தாள்.

ஆழ்ந்த சிந்தனையில் மூழ்கியிருக்கும் போது அவள் அலைப்பேசி அலறியது.

"அம்மா...!? என்ன ஆச்சு ?" தனது எண்ண அலைகளை குழப்பிய அம்மவிடம் எரிச்சலுடன் பேசினாள்.

யக்ஞா கவலையுடன், " செலீனா குட்டி, என்ன டா? எங்களையெல்லாம் நினைச்சு கவலைப்பட ஆரம்பிச்சிட்டியா?" என்று கேட்டாள். மேலோட்டமாக விசாரித்திருந்தாலும், தாய் பாசத்தால் யக்ஞாவுக்கு செல்வி ஏதோ கவலையாக இருக்கிறாள் என்று தோன்றியது.

செல்வி தனது மனதில் ஒட்டிக்கொண்டிருந்த வாக்கியத்தை சொல்லி இதற்கு ஏதாவது உள்ளர்த்தம் இருக்கிறதா என்று கேட்டாள். " சிதம்பர ரகசியம் வேறொன்றும் இல்லை, அது வெளியில் உள்ளது".

யக்ஞா, மொழியியல் வல்லுநர் போல் பல மொழிகளின் ஆழ்ந்த அர்த்தங்களை எளிமையாக புரிந்து கொள்ளும் ஆற்றல் பெற்றவர். தமிழ் மொழியின் ஆழமான அர்த்தங்கள் பற்றி பல முறை கூறியுள்ளார்.

யக்ஞா, செல்வியிடம் கேட்டார், " கேள்வி என்ற சொன்னவுடன் உனக்கு என்ன தோன்றுகிறது?", செல்வி உடனடியாக,

" இது கூட தெரியாதுனு நெனச்சியா? கேள்வின்னா கேள்வி கேக்குறதுக்கு பயன்படுத்துற சொல். அது தானே?" என்றாள்.

"சரி தான். ஆனால் கேட்கும் திறனுக்கும் கேள்வின்னு தான் சொல்வாங்க. கேட்டு தெரிஞ்சுக்கக்கூடிய அறிவு அப்படின்னு விரிவா சொல்லலாம். அதாவது ஒரு கேள்வி கேட்டு, அதற்கு வரும் பதிலை செவி வழியாக கேட்டு புரிந்து கொள்ளறது. கொஞ்சம் கவனிச்சு பாரு. கேட்டு என்ற சொல்லும், காதால கேக்குறதுக்கும், கேள்வி கேக்குறதுக்கும் பயன்படுத்துறோம் பாரு" என்றார்.

"அதே போல வெளி என்றால் வெளியே என்றும் அர்த்தம் கொள்ளலாம், அண்டசராசரம்(*ஸ்பேஸ்*), வெளி என்பது எல்லா பொருள்களுக்கும் நடுவே இருக்கும் இடைவெளியிலும் இருக்கிறது."*ஸ்பேஸ் பிடிவீன்* " அதாவது வெளி என்பது ஒரு உருவமற்ற மேடை. அங்கு தான் எல்லா வாழ்க்கை நாடகங்களும் அரங்கேறுகின்றன. "

யக்ஞா சொன்னது செல்வியை உணர்ச்சிவசப்பட செய்தது. இணைப்பைத் துண்டித்து விட்டு, அழத்தொடங்கிவிட்டாள்.

தனது ஆராய்ச்சியில், புவிஈர்ப்பு விசை மற்றும் *க்ளுஆன்* துகள்களை

சேர்த்து ஒரு நிரல், கணினியில் எழுதி முடித்திருந்தாள். துகள்கள், ஈர்ப்பு விசையின் பாதிப்பிலும், பாதிப்பின்றியும் எவ்வாறு நடந்து கொள்ளும் என்பதை கற்பனை செய்து எழுதிய நிரல் அது. அவள் கற்ற வரை துகள்கள் ஈர்ப்பு விசை என்ற துணியில் உருண்டு கொண்டு இருக்கக்கூடும் என்றது போன்ற ஒரு புரிதலே. வெளி என்பது வெற்றிடம் அல்ல, அது சில பல தனிமங்கள் மிதந்து கொண்டிருக்கும் ஒரு இடம். இதில் இரண்டு துகள்கள் ஒன்றை ஒன்று பாதிக்க அவற்றின் இடையே உள்ள இடைவெளியின் தூரமும், இயல்பும் தான் கணக்கில் கொள்ள வேண்டும். இந்த விளக்கத்தை புரிந்து கொள்ள செல்விக்கு 5 வருடங்களின் படிப்பு தேவைப்பட்டிருந்தது.
அறிவியல் பூர்வமாக இவ்வளவு நீட்டி முழக்கி தலையை சுத்தி மூக்கைத்தொட்ட விளக்கத்தை அம்மா " உருவமற்ற மேடை-*பார்ம்லெஸ் ஸ்டேஜ்*" என்று எவ்வளவு எளிமையாக சொல்லிவிட்டார் என்று புல்லரித்து புளகாங்கிதம் அடைந்தாள் செல்வி.
தனது தாய் மொழி, தாய், தாய் வீடு, தாய் நாடு இவற்றைப்பற்றி அவள் அக்கறை செலுத்தாததை நினைத்து மிகவும் வருத்தப்பட்டாள்.
6 மாதங்களுக்கு ஒரு முறை இந்தியா செல்ல அவள் அனுமதி பெற்றிருந்தாள். இன்னும் ஒரு மாத நேரம் இருந்தது. சித்தியிடம் கேட்டு தெரிந்து கொள்ள நிறைய விஷயங்களை குறித்துக்கொண்டு வந்தாள். இந்த பயணம் வீட்டை நினைத்து ஏங்கியதால் அல்ல. இது தாய் மொழியின், தாய் நாட்டின் மேல் அவளுக்கு ஏற்பட்ட ஏக்கம், அதன் தாக்கம்.

6

எண்ணும் எழுத்தும்

இரண்டாம் உலகப்போருக்குப் பின் ஐரோப்பிய அறிவியல் ஆராய்ச்சி பெரிதும் பாதிக்கப்பட்டிருந்தது. பிரெஞ்சு, டச்சு மற்றும் இத்தாலிய விஞ்ஞானிகளில் சிலர் ஐநா சபையில் தீர்மானம் ஒன்றை பிறப்பித்து, சர்வேதேச ஆராய்ச்சிக் கூடம் ஒன்றை ஐரோப்பிய நாடுகளில் ஒரு நாட்டில் அமைக்க முடிவெடுத்தனர். இந்த ஆராய்ச்சிக்கூடம் உலக நாடுகளுக்கு பொதுவானதாகவும், இதில் போர் கருவிகளுக்கான தொழில்நுட்பமோ அழிவுக்கு காரணமாக இருக்கக்கூடிய எந்த ஆராய்ச்சியும் நடைபெறாது என்று ஐரோப்பிய நாடுகள் ஒப்புதலோடு *செர்ன்* தொடங்கப்பட்டது. சுவிற்சர்லாந்தில், ஜெனீவாவில் அமைந்துள்ள *செர்ன்*, சமீபமாக, பொதுமக்கள் பார்வைக்கும் திறக்கப்பட்டு உள்ளது. '*க்ளோப் ஆப் சயின்ஸ் இன்னோவேஷன்*', '*ஐடியா ஸ்கொயர்*' போன்ற இடங்கள் பார்வையாளர்களை ஈர்க்கும் அளவுக்கு பிரம்மாண்ட கட்டடங்களாக அமைக்கப்பட்டுள்ளன. பள்ளி மாணவர்கள், தனி நபர்கள், குடும்பங்கள் என்று பல தரப்பட்ட பார்வையாளர்கள் வலைத்தளம் மூலம் பதிவுசெய்து நேரில் சென்று பார்வையிடலாம். இவை இந்த வருடம் காலியாக இருந்தன. *கோவிட்* தொற்று இல்லாவிட்டால் இவை கூட்டம் கூட்டமாக பொதுமக்களோடு நிரம்பி வழிந்திருக்கும். சமதளத்தில் இவ்வாறான ஆரவாரம் இருந்த போதும், *செர்னின்* உண்மையான ஆராய்ச்சிக்கூடம் இந்த பார்வைத்தளங்களுக்கு அடியில் அமைந்திருந்தது. பல மீட்டர்களுக்கு கீழே அமைந்துள்ளது.

மீனா செல்வியிடம் இருப்பதிலேயே ஆழமான தளத்துக்கு போய் வரலாமா என்று கேட்டாள். செல்விக்கு ஆழம், உயரம், இரெண்டுக்குமே பயம் இருந்தது. -56 மீட்டர் ஆழத்தில் புதிய ஆராய்ச்சி மையம் அமைத்துக்கொண்டிருந்தார்கள். கட்டுமான வேலைகள் முடிந்து விட்டன. அங்கு சோதனைகள் துவங்குவதற்கு முன் நாம் போய் பார்த்துவிட்டு வரலாம், என்று மீனா செல்வியை சம்மதிக்க வைத்துக்கொண்டிருந்தாள்.

அந்தப் பகுதி ஒரு இடம் வரை சிமெண்ட் தளமாகவும் அதற்குப்பின் மரப்பலைகளாலும் பிறகு வெறும் கம்பிகள், ஏணிகள் போன்ற தளங்களுடனும் இருந்தது. ஒவ்வொரு மீட்டர் இறங்கும் போதும் அவள் இதயத்துடிப்பு அதிகரித்துக்கொண்டு இருந்தது. தன்னைப்போல் 32 பேர் ஒருவருக்கு மேல் ஒருவர் நின்றால் என்ன ஆழத்துக்கு செல்வோமோ அவ்வளவு ஆழமான தளத்துக்கு சென்றார்கள் மீனாவும், செல்வியும். மூச்சடைத்து தலைசுற்றுவதுபோல் தோன்றுவதால் உடனடியாக தனது பணியகத்துக்கு செல்ல வேண்டும் என்று மீனாவிடம் பதற்றத்துடன் கூறினாள் செல்வி.
கீழே சென்றதில் செல்விக்கு மயக்கம் வந்தது. பல நாட்கள் திருக்குறள் ஆராய்ச்சிக்காக இரவு கண் விழித்ததால் அவளுக்கு அஜீரணமும் இருந்தது. ஆராய்ச்சியில் அதிக கவனம் செலுத்தியதால், *பிசா, பர்கர், சாண்ட் விச்* என்று அவளுக்கு அவ்வளவாக பிடிக்காத துரித உணவுகளை சாப்பிட்டது அதுவும் சரியான நேரங்களில் இல்லாமல் பசி மீறிப்போனதற்கு பிறகு சாப்பிட்டது என்று எல்லா காரணங்களும் ஒன்றாய் சேர்ந்து அவளுக்கு வாந்தி வந்து 7 முறை வாந்தி எடுத்தாள். மீனா பயந்தே விட்டாள். செல்வியை அவளது அறைக்கு கைத்தாங்கலாக அழைத்துச் சென்று அவளை நன்கு உறங்கச் சொன்னாள். இரவு உணவுக்கு அவளது பிரியமான தோசை வாங்கி வைப்பதாக சொல்லிவிட்டு சென்றாள்.

செல்வி மறுபடியும் கனவில் மூழ்கினாள். "எண்ணும் எழுத்தும் கண் எனத்தகும்" என்ற அவ்வையாரின் வரிகள் பின்னணியில் ஒலிக்க, தனது உருவம் சிரித்த முகத்தோடு கண்டாள். 32 செல்விகள் ஒருவர் மேல் ஒருவர் அடுக்கப்பட்டு இருந்தனர். அவர்கள் இப்பொழுது கீழே குதித்து, இன்னும் அதிகமாகி, வரிசையில் நிற்கத்தொடங்கினர். அவர்கள் அட்டவணை வடிவில் நிற்கத்தொடங்கினர். ஒவ்வொருவரும் கையில் பெயர் பலகைபோல் ஒன்றை வைத்துக்கொண்டிருந்தனர். அதில் எண்கள் குறிக்கப்பட்டிருந்தது. ஒவ்வொன்றிலும் எண். 1 முதல் 132 வரை எண்கள் எழுதப்பட்டிருந்தன. இந்த எண்களும் ஒரே வரிசையில் இருக்கவில்லை. அட்டவணைக்கு மேல் தனியாக ஒரு செல்வி நின்று கொண்டிருந்தாள். அவள் கையில் எண் பலகை இருக்கவில்லை. ஆனால் அவளைச்சுற்றி மூன்று வளையங்கள் சுழன்று கொண்டிருந்தன. அவள் கையில் ஒரு கேடயம் இருந்தது. அதில் மூன்று வட்டங்கள் இருந்தன. இரண்டு வட்டங்கள் கீழேயும், ஒன்று மேலேயும் அமைந்திருந்தன. கீழே இருந்த இரண்டு வட்டங்களும் சற்று பெரிதாகவும், மேலே இருந்தது சிறியதாகவும் இருந்தது.

இந்த செல்வியிலிருந்து எல்லா செல்விகளும் தெரிகின்றவாறு காட்சி விரிந்தது. எண்கள் ஒரே ஒழுங்கில் அமைந்திருக்கவில்லை. எண்கள் 119-132 அட்டவணைக்கு கீழே வேறு சிறிய தொகுப்பாய் அமைந்திருந்தன. திடீரென்று ஒரு பொன்னிற தாமரைப்பூ தென்பட்டது. அதன் இதழ்கள் மெல்ல விரிய, ஒரு வட்டம், அதில் எண் 1 பொறிக்கப்பட்டிருந்தது. கேடயம்

ஒன்றும், அதில் மூன்று அம்புகளும் கண்டாள். அந்த கேடயத்தில் மூன்று வட்டங்களும், அவற்றுள் கீழே இருந்த ரெண்டு வட்டங்களில் கீழ்நோக்கிய அம்புக்குறிகளும், மேலே இருந்த வட்டத்தில் மேல்நோக்கிய அம்புக்குறியும் இருந்தன.

திடீரென "*சூப்பர்ஹிரோ தோரின்*" சுத்தியல் இவற்றை வந்து அடிக்க எல்லாம் சிதறி கலைந்தன. தலையை பிளக்கும் வலியுடன் எழுந்தாள். அடித்தது சுத்தியல் இல்லை கதவு தட்டிய சத்தம் என்று உணர்ந்தாள்.

மீனா, தோசையும், ஊத்தப்பமும் வாங்கி வந்திருந்தாள். ஒரு வழியாக மனிதர்கள் சாப்பிடும் உணவு கிடைத்தது போல் உணர்ந்தாள் செல்வி. நிறைய நாள் பசியாக இருந்தது போல் சாப்பிட்டாள். இன்னும் ஏதாவது சாப்பிடணும் போல தோன்றியது. மீனாவிடம் தயிர் இருக்கிறதா என்று கேட்டாள். அவளிடம் *கிரீக் யோகுர்ட்* இருந்தது. அதுவும் *ஸ்ட்ராபெர்ரி பிளேவரில்*. பெருமூச்சுடன் கொண்டுவரச்சொன்னாள். தயிர் சாபபிட்டால் வயிற்றுக்கு சற்று குளிர்ச்சியாக இருக்கும் என்று நினைத்தாள்.

எவ்வளவு நேரம் கடந்திருந்தது என்றே செல்விக்கு தெரியவில்லை. சாப்பாடு வாங்கி வந்திருக்கலாமே என்று மீனாவிடம் கேட்க, செல்வி முந்தய நாள் மதியம் தூங்கத்தொடங்கி அடுத்தநாள் காலையில் எழுந்திருந்தாள் என்று தெரிந்தது. அது மதிய உணவு கிடைக்கும் நேரத்துக்கு முன் என்பதால் சாப்பாடு கிடைக்கவில்லை என்று மீனா சொன்னாள். மீனாவின் அக்கறை, நட்பு இவற்றை நினைத்து நெகிழ்ந்து போனாள். தனது சுயநலமான கேள்வியை நினைத்து வெட்கப்பட்டாள்.

தனது கனவைப்பற்றி குறிப்பு எழுதத் தொடங்கினாள். தண்ணீரை குடித்துக்கொண்டே கனவில் கண்ட அட்டவணையை வரையத்தொடங்கினாள். மீனா, செல்வியின் உயிர் தோழி. அதனால் மீனாவிடம் தனது திருக்குறள் ஆராய்ச்சி பற்றி பகிர்ந்து கொண்டிருந்தாள், செல்வி. மீனாவுக்கு வரலாற்றை பற்றியிருந்த தனி ஆர்வமும் அவளிடம் தைரியமாக பகிரலாம் என்று தோன்றியதற்கு காரணம்.

மீனா தனியே வளையங்கள் சுழல நின்றிருந்த உருவத்தை பார்த்து, இது ஒருவேளை *நியூட்ரான்* ஆக இருக்கக்கூடுமோ என்று கேட்டாள். செல்விக்கு தண்ணீர் புரை ஏறியது. நீரை துப்பும் அளவுக்கு தொண்டையில் சிக்கிக்கொண்டது.

மீனா அவளது புரிதலை விளக்கத்தொடங்கினாள். அந்த உருவத்தின் கையில் கேடயம் இருந்தது. அதில் மூன்று வட்டங்கள். அவை *நியூட்ரானின்* மூன்று *குவார்க்* துகள்களை குறிக்கக்கூடும் என்றாள்.

செல்வி வரைந்த அட்டவணையைப் பார்த்து, "இது தனிமங்களின் அட்டவணை ல" என்றாள். செல்விக்கு அது கனவிலேயே புரிந்திருந்தது. ஆனால் மீனாவுக்கு அதே தோன்றியது செல்விக்கு ஆறுதலாக இருந்தது.

"118 கு பிறகும் எண்கள் அதே அட்டவணையின் தனிப்பிரிவாய் இருக்கிறது என்றால் அடுத்த தனிமங்கள் *எப் ப்ளாக்கில்* நிரப்பப்படுமோ!" என்று கேட்டதும் செல்வி கண்கலங்கி மீனாவை தழுவிக்கொண்டாள்.
"நீ தான் என் உயிர் தோழியடி." என்று கூறினாள்.

வள்ளி சித்தி கொடுத்த புத்தகத்தை எடுத்து பார்த்து, அப்பொழுது இங்கே தான் இது வருகிறதா! என்று தனக்குத்தானே பேசிக்கொண்டு, முதலாவது அதிகாரத்தை பார்த்தாள்.

ஆனந்தவள்ளி சித்தியின் வார்த்தைகளை மறுபடியும் ஒரு முறை தனக்குத்தானே சொல்லிக்கொண்டாள். "எண்ணும் எழுத்தும் கண் எனத்தகும்". அம்மா சொன்ன விஷயத்தை நினைவு கூர்ந்தாள். ஒவ்வொரு சொல்லுக்கும் அர்த்தங்கள் பல இருக்கும். எண் என்ற சொல், 1,2,3 போல எண்களை குறிக்கலாம் அல்லது யோசிப்பது என்ற அர்த்தமும் எடுத்துக்கொள்ளலாம். கண் எனத்தகும் - கண்ணைப்போல் போற்றப்படவேண்டியவை. அல்லது அவைதான் நமக்கு கண்கள், அவற்றின் மூலம் சிலவிஷயங்களை கண்டு அறிய முடியும். நம் முன்னோர்கள் பல சூட்சமங்களை எண்களிலும், எழுத்திலும் மறைத்து வைத்திருக்கிறார்கள் என்றும் எடுத்துக்கொள்ளலாம். முதலில் எண்களை கண்டு அவற்றைப்பற்றி எண்ணிப்பார்த்தது, எழுத்துக்களை அதர்க்கேற்றவாறு ஒழுங்குபடுத்தி, உண்மைகளை கண்டறியலாம் என்று இந்த வரியை புரிந்து கொள்ளலாம்.

இப்பொழுது திருக்குறளின் எண்கள், எண்ணிக்கை அதற்குப்பின் இருக்கக்கூடிய அர்த்தங்கள் இவற்றை ஓரளவு புரிந்து கொண்டாள். இனி எழுத்தை உன்னிப்பாக கவனிக்க வேண்டும் என்று முடிவு செய்தாள். அவளுக்கு திடீரென அவள் பாட்டி கொடுத்த ஒன்று நினைவுக்கு வந்தது. ஒரு மஞ்சள் துணியில் முடிந்து வைத்திருந்த ஒரு காசு போன்ற வட்டமான பொருள். அதிலும், இதே கேடயமும் மூன்று வட்டங்களும் இருந்தன.

ஏதோ ஞானோதயம் வந்தது போல் தோன்றியது. இந்த ஆராய்ச்சியில் முழு ஈடுபாடோடு செயல்பட வேண்டும் என்ற உத்வேகமும் வந்தது. 19 அதிகாரங்களுக்கு பிறகு பார்த்துக்கொள்ளலாம் என்று நினைத்திருந்ததை மாற்றிக்கொண்டாள்.

தனியாக நின்றுகொண்டிருந்த செல்வி, அவளைச்சுற்றி சுழன்று கொண்டிருந்த வளையங்கள், இவற்றை *நியூட்ரான்* உடன் ஒப்பிட்டது இதெல்லாம் அவளுக்கே ஆச்சரியமாக இருந்தது. அந்நாளில் நடந்தவற்றை நினைத்தால். அன்று 6-7 ஜனவரி. 7 என்ற எண் மிகவும் முக்கியமாகப் பட்டது. அவள் நேற்று 7வது அதிகாரத்தை முடித்திருந்தாள். குரள்களிலும், 1+3+3=7, ஒவ்வொரு குரளிலும், 7 வார்த்தைகள், அவ்வளவு ஒத்திசைவுகள்... அவள் நேற்று 7 முறை வாந்தி எடுத்தாள். இது எல்லாமே, ஏதோ பிரபஞ்சமே அவள் மூலம் இவை நடக்கவேண்டியவை என்ற அளவுக்கு, தன்னை தானே ஊக்கப்படுத்திக்கொண்டாள். அவள் குறிப்பு எழுதி வைக்கும் சிறிய

குறிப்பு புத்தகமும் இன்னும் சில வாங்கி வைக்க வேண்டும் என்று அவளது அலைப்பேசியில் குறித்துக்கொண்டாள்.

7

ஆரல்வாய்மொழி

செல்வி, யக்ஞாவை ஆரல்வாய்மொழிக்கு வரச்சொல்லியிருந்தாள். பொதிகை மலைகளின் எழில் முழுவதும் அனுபவிக்க ஆரல்வாய்மொழி-யைப்போல் ஒரு கிராமம் பார்க்கவே முடியாது. பொதிகை மலைத்தொடர், இயற்கை அழகில் ஈடு இணையற்ற தொடர். இமாலய மலைகள் அளவுக்கு உயரம் இல்லாவிட்டாலும், அங்கு வாழும் தென்தமிழ் மக்களுக்கு பொதிகை மலைத்தொடர் இமயம் அளவுக்கு முக்கியத்துவம் வாய்ந்தவை. அகத்தியரின் பூமி என்ற காரணத்தால் பொதிகை ஒருவரின் ஆன்மீக வளர்ச்சிக்கு பெரிதும் வழிவகுக்கும் என்றும் நம்பிக்கை கொண்டிருந்தனர். சித்தர்கள் இன்னும் அந்த மலையின் காடுகளில் வாழ்ந்து வருகின்றனர் என்று நம்பப்படுகிறது.

ஆனந்தன் தற்பொழுது புதுடில்லியில் பணி புரிந்து கொண்டிருந்தார். யக்ஞா, புதுடில்லியிலிருந்து, சாண்டியுடன் திருவானந்தபுரத்துக்கு விமான-வழியாக வந்தார். செல்வியும் ஸ்விட்ஸர்லாந்திலிருந்து நேராக திருவனந்-தபுரம் வந்துவிட்டாள். அங்கிருந்து மூவரும் அனந்தபுரி *எக்ஸ்பிரஸ்* ரயில் பிடித்து ஆரல்வாய்மொழி, மலையாளிகள் சொல்லும்படி சொன்னால் அரம்-போலி செல்லும் ரயிலில் சேர்ந்து பயணம் தொடங்கினர்..

சாண்டி வளர்ந்துவிட்டான் என்று செல்விக்கு தோன்றியது. "எப்படி டா சாண்டி, இவ்வளவு பொறுமையா, அமைதியா மாறிட்ட !" என்று கேட்டாள் செல்வி.

" என் பெயர் சேந்தன். நான் அரசு ஆவணங்கள்ல கூட மாத்திட்டேன். " என்று சாண்டி அவனது புதிய உடைந்த குரலில் சொன்னான். செல்விக்கு குபீர் என்று சிரிப்பும், சந்தோஷமும் வந்தது. அக்கா அக்கானு தன்னை சுற்றி சுற்றி வந்த சின்ன பையன் என்று நினைத்தாள். அதே சமயம், அவள் தன் தம்பியுடன் எவ்வளவு நாள்கள் சரியாக பேசாமல் இருந்திருக்கிறாள் என்று நினைத்து சற்று குற்ற உணர்ச்சியும் இருந்தது. அவள் பத்தாம் வகுப்-புக்கு பிறகு சென்னையில் பாட்டி வீட்டில் இருந்தாள். அதற்கு பிறகு இளங்-கலை படிப்பின் போதும் கோடை விடுமுறைகளைக்கூட வீணடிக்காமல் படித்-

துக்கொண்டே இருந்தாள்.

சாண்டி தனது அர்த்தமற்ற பெயரை எவ்வளவு வெறுத்தான் அதை மாற்ற எவ்வளவு தீவிரமாக இருந்தான் என்றும் அவளுக்கு தெரியாமல் இல்லை. செல்விக்கு இதை நினைத்தும் குற்ற உணர்ச்சி இருந்தது. சாண்டி, அவன் மௌனத்தில் செல்வியை ஓராயிரம் கெட்டவார்த்தைகளால் திட்டுவது போல செல்விக்கு தோன்றியது.

சாண்டி ஒரு முறை அவளிடம் சொன்னான். சாண்ட் என்றல் மணல். "மண்ணில் கூட ஏதோடும் ஒட்டுதல் இல்லாத வகை மண் அது. அந்தளவுக்கு என் குணத்துக்கு கொஞ்சம் கூட பொருத்தம் இல்லாத பெயர் அது."

" சித்தி தான் எனக்கு சேந்தன்னு பேர் வெச்சாங்க." என்றான் சாண்டி.

செல்விக்கு தமிழ் மீது ஒரு ஈர்ப்பு வந்திருந்தாலும், சாண்டி, மன்னிக்கவும், சேந்தன் அளவுக்கு அவளுக்கு தமிழ் பற்று இல்லை... இல்லை , வெரி இருக்கவில்லை.

அவள் ஒரு விஞ்ஞானி அதனால் அவளுக்கு எல்லா விஷயங்களையும் அறிவியல் பூர்வமாக நிறுவினால் தான் ஒப்புக்கொள்வாள். கதைகள் காவியங்கள் இவையெல்லாம் வெறும் புனைவு என்றும், ஒரு இலக்கிய கற்பனை என்றும் நினைக்கும் ஒரு சராசரி இந்த காலத்து பெண், செல்வி. ராமாயணம் அவளுக்கு பிடிக்காத கதை. ஒரு கர்ப்பிணி மனைவியை ஊரார் பேச்சைக்கேட்டு வெளியே அனுப்பியவனை கடவுள் இல்லை மனிதனாகக்கூட ஏற்றுக் கொள்ள முடியாது என்று நிறைய பேருடன் வாக்குவாதம் செய்து வம்பில் மாட்டிக்கொள்வாள். கோவில்களுக்கு போகும் போதும் பல ஆயிரம் கேள்விகள் கேட்டு பாட்டியை, அம்மாவை எல்லோரையும் பாடாய் படுத்தி எடுப்பாள். தமிழ் கலாச்சாரத்திலும் பல குழப்பங்கள் இருந்தது. தீ மிதிப்பது, சாணி மொழுகுவது, மஞ்சள் பூசிக்கொள்வது, ஜல்லிக்கட்டு, மஞ்சள் நீராட்டு விழா என்று பூப்படைவது என்ற சாதாரண விஷயத்தை ஊருக்கே சொல்வது என்று பல கோவங்கள் இருந்தது.

சேந்தன் அவளுக்கு நேரெதிர். 2016 இல் நடந்த ஜல்லிக்கட்டு போராட்டம் அவன் மனதை பெரிதளவில் தாக்கியது. அன்றிலிருந்து #முன்னோர்கள் முட்டாள்கள் அல்ல, என்று கிடைக்கும் வாய்ப்பிலெல்லாம் செல்வியுடன் வழக்காடுவது வழக்கமாகி விட்டது.

செலீனாவுக்கும் சேந்தனுக்கும் இருந்த பனிப்போரை நெகிழ்த்த,"செலினா குட்டி, அத்தை கூப்ட்டிருந்தாங்க. துவீபாவுக்கு பையன் பொறந்திருக்கானாமே!" என்று யக்ஞா சொன்னாள்.

"எனக்கு தெரியாமல் இருக்குமா!" என்று எரிச்சலுடன் பதிலளித்தாள் செலீனா. "அவள் என்னுடைய ஆன்ம தோழி, எல்லாருக்கும் முன்னால் எனக்கு தான் கூப்பிடுவாள் னு தெரியாதா ?"

குழந்தையைப் பற்றி பேச்சு வந்த உடனே, துவீபா, *வாட்ஸாப்பில் மேசேஜ்* அனுப்பினாள். "குழந்தைக்கு என்ன பெயர் வைக்கட்டும்? சீக்கிரம்

சொல்லு... *ஹாச்பிடலில்* இருந்து *டிஸ்சார்ஜ்* ஆவதற்கு முன் பதிவு செய்யணும்" என்றாள்.
செலீனா ஒரு கணம் கூட யோசிக்காமல், "ஆகாஷ்" என்று *மெசேஜ்* செய்தாள்.
துவீபாஉடனடியாக, "புரிகிறது... சிதம்பர ரகசியம் "வெளியில்"!!!" என்றாள்.

ஆரல்வாய்மொழி வந்தடைந்தனர். செலீனாவுக்கு ஆரல் எப்படி இருந்ததென்றே மறந்து போயிருந்தது. இப்பொழுது நிறைய காற்றாலைகள் நிரம்பிய வினோதமான ஊரக காட்சியளித்தது. ஒரு பக்கம் பசுமை, கண்ணுக்கு குளிர்ச்சியான இயற்கை அழகு. இன்னொரு பக்கம் காற்றாலைகள். நவீனமயமாக்குதலின் தாக்கம். இதற்கு சந்தோஷப்படுவதா அதிர்ச்சி அடைவதா என்று குழம்பினாள் செலினா.

இவ்வளவு காற்று அடித்தாலும், புழுக்கமாகத்தான் இருந்தது. ஒரு வேளை ஸ்விட்ஸ்ர்லாண்திலிருந்து நேரடியாக இங்கு வந்ததால் இருக்கும் என்று நினைத்தாள்.
ஆனந்தவள்ளி ரயில் நிலையத்தில் காத்துக்கொண்டிருந்தாள். "சேந்தா..." என்று அவனைக்கண்டு தனி உற்சாகத்துடன் அழைத்தார். தழுவிக்கொண்டார்.
"செல்வி , செலீனா, வா டா ... "என்று சற்று கம்மியான உர்ச்சகத்துடன் வரவேர்த்தார்.

யக்ஞா இரண்டு பெரிய பெட்டிகளுடன் வந்திருந்தார். செலீனாவுக்கு இதுவும் எரிச்சலூட்டியது. ஒரு பெட்டியில் தனது மற்றும் சேந்தனின் உடைகள். இன்னொன்றில் எல்லோருக்கும் கொடுக்க டில்லியிலிருந்து பல பொருட்கள். திரும்ப ஊர் செல்லும் போது அது அப்பளம், வத்தல், வடகம், செக்கில் ஆட்டிய எண்ணெய், முறுக்கு, கருப்பட்டி, நாட்டுமருந்துகள் என்று பல பொருட்களால் நிரம்பிவிடும். அதனால் ஊரிலிருந்து டில்லி செல்லுன்போது எப்போதும் ரயிலில் தான் பிரயாணம் செய்வார்.
"சித்தி, *கார்* ஐ மாத்திட்டீன்களா?!" என்று சேந்தன் கேட்டான்.
‘‘இல்லை டா செல்லம்! அதே மாருதி *ஸ்விப்ட் டிசையர்* தான்." என்றார் ஆனந்தவள்ளி.

பாட்டி வீட்டுக்கு ஒரு வழியாக வந்து சேர்ந்தனர். பாட்டி, செலீனாவை எப்பொழுதும் போல் வெறித்து பார்த்துக்கொண்டிருந்தார். யக்ஞா இருவரரையும் கண் ஜாடையால், பாட்டியிடம் ஆசீர்வாதம் பெற்றுக்கொள்ள சொன்னார். இரண்டு பேரும் ஒன்னும் புரியாமல் முழிக்க, யக்ஞா, "திருநிறைச்செல்வி, வா டா, பாட்டி கிட்ட ஆசீர்வாதம் வாங்கிக்கோ..." யக்ஞா சொல்வதற்குள் சேந்தன் பாட்டி காலில் விழுந்து கும்பிட்டுவிட்டான். செலீனாவும் வட இந்தியர்கள் போல பாட்டி கலைத்தொட்டு தலையில் கையை வைத்துக்கொண்டாள்.

பாலா பாட்டி, ஓய்வுபெற்ற தமிழ் பேராசிரியை. செலீனா எழுந்தபோது, பாலா பாட்டி திரும்பி நடந்து கொண்டே, "பல் வரிசையில பாதி... புள்ள வயித்துலேர்ந்து வந்துடுச்சு... கெட்டு போகல... கண்ணு, காது மூக்கில்ல, கை, காலு , நாக்கில்ல ..."
செல்விக்கு ஒன்றும் விளங்கவில்லை. சேந்தனும் முழித்துக்கொண்டு வள்ளி சித்தியை பார்த்தான்.
ஆனந்தவள்ளி இந்த விடுகதையை விளக்கினார்.
பல் வரிசையில் பாதி - 32 பற்கள் இருக்கு, அதில் பாதி -16
புள்ள வெளிய வந்திருச்சு - பெற்று
கெட்டுப் போகல - அப்படின்னா நல்லா இருக்கு - நல்லா
கண்ணு, காது மூக்கில்லை
கை, காலு நாக்கில்லை - கையும், காலும் ரெண்டு இருக்கு, நாக்கு ஒண்ணுதான் - இரு

சேந்தன் இந்த வாக்கியத்தை ஒன்று சேர்த்து சொன்னான். "பதினாறு பெற்று நல்லா இரு"

முதல் முறையாக, சுவற்றில் இதுவரை கிறுக்கல்கள் போல் தோன்றியவை எழுத்துக்களாகி அர்த்தம் தந்தன. ஆறு மாதங்கள் *செர்ன்* இல் இருந்து தமிழ் எழுதி படிக்க பழகிக்கொண்டாள்.
திருவள்ளுவரின் வித்யாசமான ஓவியம் ஒன்று சித்தி வரைந்து வைத்திருந்தார். வழக்கமான தியான நிலையில் இருக்கும் வள்ளுவரில்லாமல், ஒரு விஞ்ஞானிபோல் வரைந்திருந்தார். அந்த ஓவியத்தின் கீழ், "கோளில் பொறியில் குணமிலவே எண்குனத்தான் தாளை வணங்கா தலை" என்ற குரள் எழுதியிருந்தார்.

வள்ளி சித்தியைப் பத்தி அவளுக்கு தெரியாத பல விஷயங்கள் இருக்கும் என்று தோன்றியது . திருக்குறள், வள்ளுவர், பாட்டி எல்லோரும் மர்மங்களாகவே இருந்தார்கள்.

பாட்டி வீடு பழைய காலத்து ஓட்டு வீடு. நடுவில் முற்றம் அமைந்த, எல்லா அறைகளும் அதைதச்சுற்றி அமமைந்திருந்த அழகான வீடு. காற்றும் வெளிச்சமும், வீட்டின் எல்லா மூலை முடுக்குகளிலும் வருமாறு அமைக்கப்பட்டிருந்தது. அந்த வீடு அவள் வாழ்ந்த நவீன வீடுகள், ஸ்விட்ஸ்ர்லாண்டில் இருந்த வெள்ளை அறைகள் போல இல்லாமல், இளம் பச்சை நிற சுவர்கள், பாதி சுவர் வெளிர் பச்சை நிறத்திலும், கீழ் பகுதி அடர்பச்சை நிறத்திலும் இருந்தது. கீழ் பகுதி அழுக்கு படியாமல் இருக்க, *வாட்டர் ப்ரூப்* வண்ணம் பூசப்பட்டிருந்தது.

தேக்கு மர ஜன்னல்கள், கதவுகள் என்று வித்தியாசமாக இருந்தது. இன்னும் நல்ல நிலையில் இருந்த பழங்காலத்து *ஸ்விட்சுகள்*, என்று பழமையாக இருந்தாலும், நன்கு பராமரிக்கப்பட்ட வீடாக இருந்தது. வாசலில் மூன்று படிகள் ஏறி வீட்டுக்குள் வருமாறு அமைந்திருந்தது. படிகளின் இருபக்கமும்

சிறிய திண்ணைகள் இருந்தன. திண்ணையின் ஒரு மூலையில், மண் குமித்து வைத்து, அதன் மேல் ஒரு பெரிய பானையில், வழிப்போக்கர்களுக்காக தண்ணீர் நிரப்பி வைக்கப்பட்டிருந்தது. வாசலில், ஓட்டிலிருந்து ஒரு சிறிய குடுவையில் நெல், சிறுதானியங்கள் எல்லாம் நிரப்பி வைக்கப்பட்டிருந்தது. பறவைகளுக்கு உணவு. வாசலில், தெருநாய்களுக்கு இரண்டு தொட்டிகள் அமைக்கப்பட்டிருந்தன, ஒன்றில் நீரும் இன்னொன்றில், அன்றைய உணவில் ஒரு பங்கும் தினமும் வைக்கப்பட்டது. வீட்டின் வடக்குப்புறத்தில் ஒரு ஊஞ்சல் இருந்தது. எல்லா திசைகளிலும் வாசல்கள் இருந்தன. தலைவாசலைத் தவிர மற்ற வாசல்களில் பாதியாக முடக்கூடிய கதவுகள் இருந்தன. அதாவது கீழே இருக்கும் பாதியை மூடினால், விலங்குகள் உள்ளே வர முடியாது, குழந்தைகள் தவழ்ந்து போய்விட முடியாது என்றெல்லாம் அம்மா சொன்னது நினைவுக்கு வந்தது.

கொல்லைப்புறத்தில் ஒரு அம்மிக்கல், ஆட்டங்கல், ஒரு வெந்நீர் அண்டா, நிறைய மரங்கள் என்று அழகான, இயற்கை தோட்டமும் இருந்தது. இந்த தோட்டம் அழகாக, நேர்த்தியாக ஒரே சீராக இல்லாமல், காட்டுத்தனமாக ரம்யமாக இருந்தது. வாழைமரம், தென்னைமரங்கள், மாமரம், வேப்பமரம், மருதாணி, செம்பருத்தி, மல்லிப்பூ வகைகள், மந்தாரை, துளசி, கொய்யா, புடலங்காய், பாவக்காய், கோவக்காய் என்று பலவகை செடிகள் இருந்தன. ஒரு கிணறும் இருந்தது. குளியலறையும், கழிப்பிடங்களை, கொல்லை புறத்தில் தான் இருந்தன. சித்தி இன்னும் கூட 'கழிப்பிடத்துக்கு போயிட்டு வரேன்' னு சொல்லாமல், கொல்லைக்கு போயிட்டு வரேன் என்று தான் சொல்வார்.

வீட்டில் மரத்தால் ஆன *சோபா*க்கள் தான் இருந்தன. படுக்கை அறைகள் மேல் தளத்தில் அமைந்திருந்தன. மெத்தைகள் ஜமுக்காளம் தின் மேல் போடப்பட்டிருந்தன, ஆனால் இரண்டும் சேர்த்து சுருட்டி வைக்கப்பட்டிருந்தது. படுக்கையை விரித்தே வைத்தால், நாம் படுத்து எழும் போது நம் உடல் பாகங்களின் அளவுகளை துர்தேவதைகள் குறித்து கொள்ளும், பிறகு இருட்டில் நம்மை பயமுறுத்தும் என்று சிறு வயதில் பாட்டி பயமுறுத்தியது நினைவுக்கு வந்தது. கட்டில், பாட்டியின் அறையில் மட்டுமே இருந்தது. அதுவும் அவருக்கு உடல் நலம் குன்றியதற்கு பின் தான் கட்டில் வாங்க வேண்டி வந்தது என்று சொன்னார் வள்ளி சித்தி.

மொட்டை மாடியில் வடகம் ஒரு மூலையில் காய்ந்து கொண்டிருந்தது. அதன் அருகில், மிளகாய், மல்லி விதைகள் ஆகியவை காய்ந்துகொண்டிருந்தன. அம்மாவுக்காக சாம்பார் போடி அரைக்க இதெல்லாம் ஏற்பாடு ஆகிறது என்று புரிந்து கொண்டாள் செலீனா. மாடிப்படிகள் மரத்தால் அமைந்திருந்தன. தெற்கு வாசலில் ஒரு சாய்வு நாற்காலி இருந்தது. காலையில் பில்டர் காபி குடித்தபடி செய்தித்தாள் வாசிக்க தாத்தா பயன்படுத்தும் நாற்காலி அது. பாட்டிக்கும் ஒரு அசையும் நாற்காலி இருந்தது. பாட்டி

தனது ஆடும் நாற்காலியின் அமர்ந்து காலையில் பண் இசை, தேவாரம், இதெல்லாம் ஒலிநாடாவில் போட்டு கேட்பார்.

தரை பழைய காலத்து *'ரெட் ஆக்சாய்டு'*. கருப்பு நிறத்தில் பளபளவென நன்கு பராமரிக்கப்பட்டிருந்தது. அடுப்பறை நவீனத்துக்கும் பழமைக்கும் நடந்த திருமணமாக இருந்தது. மேடை, *மாடுலர் கிச்சேன்* போன்ற அமைப்பு, ஆனால் பாத்திரங்கள் பழமையான, ஆனால் நன்கு பராமரிக்கப்பட்டவையாக இருந்தது. தூக்கு வாளி, பீங்கான் பரணிகள், பித்தளை சம்படங்கள், என்று எல்லாம் பளிச்சென்று பராமரிக்கப்பட்டு ஒழுங்காய் அடுக்கி வைக்கப்பட்டிருந்தன இருந்தன. காய் கறிகள், அரிவாள் மணையில் நறுக்கிக்கொண்டிருந்தார் வள்ளி சித்தி.

"சமையல் முடிஞ்சிடுச்சு கண்ணா! கிளிமூக்கு மாங்கா வெட்டி உப்பு மிளகாய் போட்டு வெக்கறேன்."என்று சொன்னார் சித்தி.

"பசியெல்லாம் இல்ல சித்தி. இந்த வீட்டுக்கு நான் வந்து ரொம்ப நாள் ஆச்சு. அது தான் சுத்தி பார்த்துக்கிட்டு இருந்தேன்" என்றாள் செலீனா.

அடுப்பறையின் ஓடுகளின் நடுவே சில கண்ணாடிகள் பொருத்தப்பட்டிருந்த. அதனால் பகலில் நல்ல வெளிச்சமாக இருந்தது.

"என்னோட அறைக்கு போகலை ல! துணியெல்லாம் மடிக்காம அப்படியே போட்டு வெச்சிருந்தேன். முடிஞ்சிடுச்சு டா. வா அங்க போய் பேசலாம்" என்றார் சித்தி.

சித்தியின் அறை மிகவும் அழகாக இருந்தது. அவரது வீணை ஒரு மூலையில் இருந்தது. இன்னொரு பக்கம், அவரது மேஜை. அழகாக அடுக்கி வைக்கப்பட்டிருந்த மேஜை. அருகில் அறிவியலின் இருப்பதிலேயே புதிய புத்தகங்கள். ரஷியன், ஜாப்பனீஸ், ஜேர்மன் புத்தகங்களும் ஒரு பெரிய அடுக்கில் இருந்தன. இன்னொரு மூலையில் சித்தியின் ஓவியத்துக்கான சமாச்சாரங்கள், இருந்தன. சித்தி அவரது புடவைகளை மிகவும் நேர்த்தியாக பராமரித்து வைத்திருந்தார். நகைகள் அணியாமல் புன்னகையை நம்பும், வாயில் புடவைகள் காட்டும் கிராமத்து கார் கூந்தல் அழகி வள்ளி சித்தி. நீளமான தலை முடியை முதுகின் பாதையிலிருந்து பின்னி வைத்திருந்தார். சிரிக்கும் போது இரண்டு கன்னங்களிலும் குழி விழும். அவரது தாடையிலும் ஒரு சிறிய பள்ளம் இருந்தது. அழகுக்கு அழகு சேர்க்கும் வகையில் கன்னத்தில் ஒரு மச்சமும் இருந்தது.

செலீனா கவனித்த இன்னொரு வித்தியாசம், இந்த வீட்டில் பூஜை அரை என்று ஒன்றும் இருக்கவில்லை. அரிசி மூட்டைகள், பருப்பு, மற்ற மளிகை சாமான்கள் ஒரு அறையில் இருந்தன. அதில் ஒரு பரண் இருந்தது. அதில் உபயோகப்படுத்தாத பொருட்கள் வைக்கப்பட்டிருந்தன. முற்றத்தில் துளசி செடி இருந்தது சுவர்களில் அங்கங்கே ஒரு பொந்து இருந்தது அதில் விளக்கேற்ற இடம் இருந்தது. ஒரு சுவர் முழுவதும் முன்னோர்களின் படங்கள் கருப்பு வெள்ளையில் இருந்தது. இன்னொரு சுவற்றில் குடும்ப படங்கள்

பல வண்ணங்களில் இருந்தது. தாத்தாவின் சாய்வு நாற்காலி அருகில் ஒரு சின்ன மேஜையும் அதில் தாத்தாவின் *டைரி, பிளானர்* எல்லாம் இருந்தது.

எல்லோரும் குளித்துவிட்டு சாப்பிட உட்கார்ந்தனர். இங்கே தரையில் உட்கார்ந்து தான் சாப்பிட வேண்டும். ஒரு பாய் ஒன்று விரித்து, தலை-வாழையிலை போட்டு சாப்பாடு பரிமாறப்பட்டது. வல்லாரை கீரை கூட்டு, வாழைத்தண்டு பொரியல், சின்ன வெங்காயம் மட்டும் போட்ட சாம்பார் (சித்தி சொல்வது போல் சொன்னால் - உள்ளி தீயல்), அப்பளம், அரிசி அப்பளம், கப்பை அப்பளம், என்று வெகு நாட்கள் கழித்து பாட்டி வீட்டு பாரம்பரிய உணவு. கப்பை அப்பளம் செல்விக்கு மிகவும் பிடித்த ஒன்று. வெல்லம், தேங்காய்ப்பாலால் செய்த பாலடை பாயசம். அவர்கள் பக்கத்து வீட்டில் இருந்த பயிரா அத்தை அனுப்பியிருந்தார்கள்.

ஆறு மாதங்களில் அவள் அயல்நாட்டைப்பற்றி புரிந்து கொண்டு விட்-டாள். அது திரையரங்கில் சாப்பிடும் பாப்கார்ன் ஐ போல. திரையரங்கில் வெளிநாடுகளைப்பார்க்கும் போது அவை அழகாக வாசமாக இருக்கும் என்று தோன்றும். ஆனால் பாதி தின்ற பிறகு ருசியே இல்லாதது போல் மாறும் திரையரங்கு பாப்கார்ன் போல வெளிநாடு மாறிவிடும் என்று உணர்ந்-துவிட்டாள். திரையரங்கில் இருந்த வாசனை *சென்ட்* ஆல் மணம்வீசியது என்றும், அங்கு இருக்கும் உணவு அந்த பாப்கார்ன் ஐ போல சுவையே இல்லாதது என்றும். அங்கு இருக்கும் தெருக்கள் சுத்தமாக இருப்பதன் கரணம், மீறினால் போடப்படும் அபராதத்தொகையால் வந்த ஒழுங்கு என்றும் புரிந்தது. ஐந்து நட்சத்திர விடுதிகள் அவற்றின் அனுபவத்துக்காக எப்படி காசு வாங்குகிறார்களோ அதே போல் இந்த நாடுகளும் மக்களிடம் வரி, அபராதம் என்று வாங்கி அவர்கள் நாட்டை தூய்மையாக வைக்கிறார்கள் என்று உணர்ந்துவிட்டாள்.

கைக்குத்தல் சிவப்பரிசிச்சோறு பரிமாறப்பட்டது. 'வெறும் சோறே இவ்வ-ளவு சுவையாக இருக்கே' என்று செலீனா ரசித்து ருசித்து சாப்பிட்டாள். ஒவ்வொன்றாக பிசைந்து சாப்பிட்டாள். தூங்கிக்கொண்டிருந்த அத்தனை சுவைக்கும் *செல்*களும் விழித்தெழுந்து நன்றி சொன்னது போல் உணர்ந்தாள். *கோமா* நிலையில் இருந்த, வெறும் *சூப்*, ரொட்டி என்று சாப்பிட்ட நாக்கு இன்று அவளை சட்டென்று விழுங்காதே நன்றாக சுவைக்கிறேன் என்று சொன்னது போல் மெதுவாக சாப்பிட்டாள். வாயைத் திறந்தால் காக்காய் கொத்திவிடும் அளவுக்கு சாப்பிட்டாள். சாப்பிட்டு எழுந்து கை கழுவி ஊஞ்-சலில் உட்கார்ந்தாள்.

சித்தி,"பாயசமும் வடையும் இருக்கு, கழுத்துவரைக்கும் இருக்கும் சாப்பாடை வடையால் அமுக்கி, பாயசதைவெச்சு முழுங்கிடு" என்றார். அதையும் சாப்-பிட்டாள்.

நல்ல சாப்பாடு, ஊஞ்சல், மென்மையான காத்து எல்லாம் செலீனாவை தாலாட்டின. இது போல் சொர்கம் இல்லை என்று உணர்ந்து படுத்து தூங்-

கிவிட்டாள். அரைமயக்கத்தில் அவளது இளம் வயது நினைவுகள் வந்து போயின.

தூங்கியெழும் தருவாயில், இன்னும் முழுதாக விழிக்காத தருவாயில், பாலா பாட்டி சிரித்த முகத்துடன் யாரோ ஒருவருடன் பேசிக்கொண்டிருப்பதை கண்டாள். அரை தூக்கத்தில், இது கனவா, நிஜமா என்று கூட தெரியாது பார்த்தாள்.

வந்தவர், இரு பெரிய கோப்புகளை கொண்டுவந்திருந்தார். " அம்மா உண்மை வெளியே வரணும். எப்பாடு பட்டாவது அதுக்கு நான் உழைப்பேன்." என்று சொன்னார்.

செலீனா ஒரு வழியாக எழுந்த போது எல்லோரும் *சோபா*வில் உட்கார்ந்து காபி குடித்துக்கொண்டிருந்தார்கள். அம்மா, சேந்தன், சித்தி, பாட்டி. தாத்தாவும் வந்துவிட்டார். அப்பாவும் வந்திருந்தார். காபியின் வாசம் தான் அவளை எழுப்பியிருக்கவேண்டும். இல்லாவிட்டால் அவள் கும்பகர்ணனை மிஞ்சியிருப்பாள். தாத்தாவையும், அப்பாவையும் பார்த்தால் பள்ளியில் அல்லது கல்லூரியில் சேர்ந்து படித்த *சீனியர் ஜூனியர்* போல் பேசிக்கொண்டிருந்தனர்.

தாத்தா *ஐ ஏ எஸ் கோச்சிங் சென்டர்* ஒன்று நடத்தி வருகிறார். அதுவும் திருநெல்வேலியில். வாரம் ஒரு முறை தான் ஆரலுக்கு வருவார். அப்பா *ஐ ஆர் எஸ் ஆபீசராக* இருந்ததால் இருவருக்கும் நிறைய விஷயங்கள் பேசுவதற்கு இருந்தன. தாத்தாவிடமும், அப்பாவிடமும் கொஞ்சிவிட்டு, சித்தியிடம் சென்றாள்.

"நாளைக்கு ஒரு இடத்துக்கு போலாம் என்ன?" என்றார் சித்தி.

செலீனாவும், பாட்டி, சேந்தன் இருவரையும் கொஞ்ச விட்டுவிட்டு எங்காவது போகலாம் என்று நினைத்து குதூகலம் ஆனாள்.

8

நாணயம்

குவாலியர்.

பல ஆண்டுகளுக்கு முன்...

செலீனாவும் அவள் குடும்பமும் குவாலியரில் இருந்தனர். பள்ளியிலிருந்து செல்லும் சுற்றுலா செலீனாவுக்கு மிகவும் எரிச்சலாக இருந்தது. அவர்கள் பள்ளி நேரத்தில் போய்விட்டு அதேநாள் வந்து ஒரு நாள் வீணடிப்பது போல் அவளுக்கு தோன்றியது. அவர்கள் குவாலியரில் கோட்டைக்கு சென்றனர். நிறைய தூரம் நடந்து நடந்து ஓய்ந்து விட்டாள். கொளுத்தும் வெயிலில் வாடிப்போனாள். யக்ஞா நிறைய நொறுக்கு தீனி வகைகள் கொடுத்துவிட்டிருந்தார். ஆனால் இந்த சூட்டில் செலீனாவுக்கு தயிர் சாதம் சாப்பிட ஆசையாக இருந்தது. ஒரு மணி நேரத்துக்குள் 1 லிட்டர் தண்ணீர் குடித்துவிட்டாள். சாண்டிக்கும், செலீனாவுக்கும் இடையே 5 வருடங்கள் வித்தியாசம் இருந்தது. இந்த பயணங்களின் ஒரே பயன், சாண்டி இவற்றுக்கு வர மாட்டான். இல்லையென்றால் எல்லா இடங்களிலும் அவனை அடைகாக்க வேண்டியதாக இருக்கும். இந்த பயணங்கள் வகுப்புவாரியாக இருப்பதால் செலீனா தப்பித்தாள். அவளது பை மட்டும்தான் தூக்கவேண்டியிருந்தது.

ஆசிரியை மிகவும் பெருமையுடனும் ஆர்வத்துடனும், 1857 இல் நடந்த சிப்பாய் கலகம் பற்றியம், ஜான்சி ராணியைப் பற்றியும், குவாலியர் கோட்டை இந்த வரலாற்று நிகழ்வுகளில் எப்படிப்பட்ட பங்கு வகித்தது என்றும் சொல்லிக்கொண்டிருந்தார். செலீனா பெரும்பாலும் வட இந்தியாவிலேயே வளர்ந்தாள். அவளைப்பொறுத்தவரை, வடக்கே இருந்த அரசர்கள் மிகப்பெரிய சாம்ராஜ்யங்களை அமைத்தனர். அவர்களே சிறந்தவர்கள் என்பதே. இவ்வளவு பிரம்மாண்ட கோட்டைகளை கட்டிய அந்த அரசர்களின் காலத்தில் இந்த கோட்டைகளில் எப்படி கூட்டம் இருந்திருக்கும், அந்த போர் வீரர்கள் எப்படி இருந்திருப்பார்கள் என்றெல்லாம் அவள் யோசித்துப் பார்த்தாள்.

அங்கு இருந்த பீரங்கி, துப்பாக்கி இவற்றை பார்த்தாலே அந்த போர் வீரர்கள் எப்படிப்பட்ட பயிற்சியில் ஈடுபட்டிருப்பர் என்றும், இந்த கோட்டையை சுத்தம் செய்ய எவ்வளவு ஆட்கள் தேவைப்படுவர், அவர்கள் தினமும் கூட்டிப்பெருக்கி, மொழுகி சுத்தம் செய்திருப்பார்களா! என்றெல்லாம் யோசித்தாள். அரசர்கள், அரச குடும்பத்தினர் என்ன சாப்பிட்டார்கள், தினமும் பொன்னும், பட்டும் உடுத்தி இருந்திருப்பார்களா! உறங்கும் போது, அம்மா அணிவது போல், ராணி, *நயிட்டி* போட்டார்களா, சேலை உடுத்தினார்களா, இல்லை சுடிதார் போட்டார்களா என்றெல்லாம் யோசித்து, அங்கு இருந்த ஓவியங்களில் இருந்த அரச குடும்பத்தினரை, இந்த உடைகளில் கற்பனை செய்து பார்த்து தனக்குள் சிரித்துக்கொண்டிருந்தாள்.

அவள் இந்த மாநிலங்களின் தற்போதைய நிலையை நினைத்தும் வியந்தாள். ராஜஸ்தான் என்று ராஜாக்களின் இடம் என்ற பெயரில் இருக்கும் பிரம்மாண்ட கோட்டைகள் கொண்டா இன்னொரு மாநிலத்தில் பாலைவனம் இருக்கிறதே. இந்த மன்னர்கள் பாலைவனத்தை ஒட்டி ஏன் தங்கள் சாம்ராஜ்யத்தை அமைத்தனர். இல்லையென்றால், அவர்களது அளவுகடந்த, இயற்கைக்கு புறம்பான வளர்ச்சிப் பணிகளால் நல்ல பூமி பாலைவனம் ஆகிவிட்டதா என்றெல்லாம் யோசித்துக்கொண்டிருந்தாள். இவையெல்லாம் ஆசிரியை இடம் கேட்கலாமா என்று யோசித்து, பின்பு தன்னை தானே தடுத்துக்கொண்டு, இப்போ தெரிந்து என்ன பயன்? வரலாறு ஒரு முடிந்த கதை. இனி வரும் காலம் நம் பேர் சொல்லும் அளவுக்கு ஏதாவது விஞ்ஞான வளர்ச்சிக்கு நான் என்னை தயார் படுத்திக்கொள்ள வேண்டும் என்று நினைத்துக்கொண்டாள்.

அவள் சில காதல் ஜோடிகளைக் அந்த பெரிய மதில் சுவர்களுக்கு பின்னால் கண்டாள். அவளது தோழிகள் எல்லாரும் நமிட்டு சிரிப்புடன் ஓரக்கண்ணால் கொஞ்சும் ஜோடிகளைப் பார்த்துக் கொண்டிருந்தனர். அவர்களில் ஒரு ஜோடியில் ஒருவன், சுவரில் போஜ் - பபிதா என்று ஹிந்தியில் எழுதி, அதைச்சுற்றி ஒரு இதயமும் அம்புக்குறியும் வரைந்தான். மனதிற்குள் நினைத்தாள். நவீன கல்வெட்டுகள். நம் ரத்தத்தில் ஊறிய விஷயம் போல இருக்கு.

‘எங்கு போனாலும் நம்ம பேரை பொறிச்சிட்டு வந்துடணும்னு!’ என்று தனக்கு தானே முணுமுணுத்துக்கொண்டு இருந்தாள்.

அவளுடைய சக மாணவன் ரஜத் ராதோர் அவளை அழைத்தான். செலீனாவுக்கு மிக நெருங்கிய நண்பனாக இருந்தான். அவளுக்கு திடீரென கொஞ்சம் பதற்றமாக இருந்தது. மனது படபடவென அடித்துக்கொண்டு இருந்ததது. அவன் முதுகுக்கு பின்னல் ஏதோ மறைத்து வைத்திருந்தது போல் தோன்றியது. அவன் அசடு வழிந்து கொண்டு பேசுவது போலும் தோன்றியது. செலீனாவுக்கும் அவனை பிடிக்கும், இப்படி ஒரு நாள் வந்தால் நன்றாக இருக்கும் என்று எதிர் பார்த்துக்கொண்டு இருந்தாள். ஆனால்

அவள் மனதில் இருப்பதை வெளிப்படுத்திவிடக்கூடாது என்று கொஞ்சம் அதிக நட்பாய் பழகுவது போல் நடந்து கொண்டு இருந்தாள்.

தன் வெட்கத்தை மறைத்துக்கொண்டு, அக்கா செலீனா போல், " சொல்லு ரஜத்!" என்றாள்.

அவன் ஒரு 3-டீ அட்டையை கொடுத்தான். திறந்தால் அதற்குள்ளிருந்து ஒரு ஒற்றை ரோஜா எழுந்து வந்தது. அவள் கணங்கள் கலங்குவதை கஷ்டப்பட்டு கட்டுப்படுத்தினாள்.

அதில், "சம்யுக்தா, *ஐ லவ் யூ* " என்று எழுதியிருந்தது.

அவள் கண்ணீர் தடம்புறண்டு ஓடியது.

ரஜத் அவளுடைய நெருங்கிய நண்பன். அவனுக்கு இது புரிந்து விட்டது. அவனது ஆண்மைக்கு இது தீனியாய் இருந்தது. வகுப்பின் முதல் மாணவி, ஆசிரியர்களின் செல்ல மாணவி, எல்லா போட்டிகளிலும் ஜெயிக்கும், பள்ளியின் நட்சத்திரம், என்னை விரும்பிகிறாளா! என்று அவன் சற்று கர்வமடைந்தான்.

ஆனால் அவன் செலீனாவை விரும்பவில்லை. அவள் ஒரு சராசரி தமிழ் நிறத்தில் இருந்த அழகுபடுத்திக்கொள்ள எந்த முயற்சியும் எடுத்துக்கொள்ளாத இரட்டை ஜடை பின்னும் சாதாரண பெண். அவனுக்கு தேவதை போல இருந்த சம்யுக்தா மீது தான் ஈர்ப்பு இருந்தது.

அவன் சட்டென்று, "உனக்குன்னு நெனச்சியா? உன் மூஞ்சிய கண்ணாடில பாத்திருக்கிய உனக்கெல்லாம் யாரவது இதெல்லாம் குடுப்பாங்களா ?!" என்று கேட்டு விட்டான்.

அந்த அட்டையை விட அவன் வார்த்தைகள் அவளைக் குத்திக்கிழித்தன. சுதாரித்துக்கொண்டு, "முட்டாள், நானா உன்னைய... என் சகோதரன் போல இருக்கும் உனக்கு நல்லது நடக்க வேண்டுமேனு தான் கண் கலங்கினேன். சம்யுக்தா தான் என் அண்ணி... போதுமா..." என்று கண்ணடித்து சமாளித்தாள்.

அவளுக்கு கழிப்பறை செல்லவேண்டும் என்று தோன்றியது. ஆனால் பள்ளிக்கு செல்வது வரை அடக்கிக்கொள்ளலாம் என்று முடிவெடுத்தாள். 1 லிட்டர் தண்ணீரை ஒரேடியாக குடித்தது தாகத்தை தணிக்காமல் நேரடியாக வேறெங்கோ சென்று விட்டது போல இருக்கு என்று தன்னை நொந்து கொண்டாள்.

பள்ளிக்கு சென்ற உடன் கழிப்பறைக்கு சென்றாள். யாரையும் பார்த்து பேசவோ, கண்ணாடியில் முகம் பார்க்க கூட அவளுக்கு மனம் இருக்கவில்லை. "கண்ணாடியில் முகம் பார்த்திருக்கிய" என்று ரஜத் கேட்டது அவள் மனதை தைத்தது. அவளுக்கு சீக்கிரம் வீட்டுக்கு போய் அழவேண்டும் என்று தோன்றியது. பள்ளியில் அவள் ஒரு நட்சத்திர மாணவி. யாரும் தன்னை கொச்சையாக நினைத்துவிடக்கூடாது என்று ஒரு பெருமிதம் இருந்தது.

வகுப்பில் எல்லோரும் பள்ளியிலிருந்து கிளம்ப வரிசையில் நின்றனர். சில தோழிகள் அவளுக்கு ரொம்பவும் அருகில் வந்து நின்றனர். எல்லோரும் யக்ஞா வரும் வரை காத்திருந்தனர். செலீனாவுக்கு ஒன்றும் புரியவில்லை. யக்ஞா காரில் வந்தார். செலீனா காருக்குள் ஏறும் வரைக்கும் சுனிதா அவள் பின்னல் நின்று கொண்டிருந்தாள். பிறகு, அம்மாவிடம் ரகசியமாக ஏதோ சொல்லிவிட்டு சென்று விட்டாள். செலீனாவுக்கு பதற்றம் அதிகரித்தது. ரஜத் பற்றி ஏதாவது இவர்கள் சொல்லிவிட்டார்களா என்று நினைத்தாள்.

செலீனா என்கிற திருநிறைசெல்வி பூப்படைந்து விட்டாள்.

அவர்களுடைய பக்கத்து வீட்டில் ஒரு சாமியார் வந்திருந்தார். அவர்கள் வீட்டில் சுந்தரகாண்டம் படித்து அவர் எல்லோருக்கும் பொருள் விளக்கவிருந்தார். குவாலியரில் நிறைய பேர் ராமாயணத்தின் சுந்தரகாண்டம் பகுதியைப் பற்றி சொற்ப்பொழிவு அவரவர் வீடுகளில் ஏற்பாடு செய்வது வழக்கமாக இருந்தது. யக்ஞாவை அவர்கள் அழைத்திருந்தனர். யக்ஞாவும் ஆனந்தனும் தங்கள் வீட்டில் சாமி கும்பிடுவது போன்றதெல்லாம் செய்யாவிட்டாலும், யாரவது கூப்பிட்டால் மறுக்காமல் செல்வார்கள். அவர்கள் கடவுள் மறுப்பாளர்களோ வெறுப்பாளர்களோ இல்லை ஆனால், 'பல்லுயிர் ஓம்பும்' தமிழர்கள். யக்ஞாவுக்கு போகும் இடம் எல்லாம் நட்புறவுகளை வளர்க்கும் ஆர்வம் இருந்தது.

யக்ஞா பள்ளியில் தெரிந்து கோண்ட விஷயத்தில் மூழ்கியிருந்ததில், இந்த விஷயம் அவளுக்கு மறந்தே போய் விட்டது. அவளுக்கு இனம்புரியாத ஒரு பதற்றம் இருந்தது. தனக்கு வயதாகிவிட்டது போல் தோன்றியது. தனது அழகைப் பற்றியும், இளமையைப் பற்றியும் கர்வம் கொண்டிருந்தாள். எப்பொழுதும் துள்ளலோடு, கலகலப்பாக இருக்கும் யக்ஞா திடீரென ஆனந்தனை முதல் முறை சந்தித்த நாளில் பட்ட வெட்கம் அவள் கன்னங்களில் பூத்தது. பிரசவம் நடந்த நாள், செலீனாவின் காது குத்து, மொட்டை என்று எல்லாம் அவர்கள் மாடிப்படி ஏறும் போது நினைவுக்கு வந்து சென்றது.

பக்கத்து வீட்டு நீத்தி பார்ப்பதற்குள் வீட்டுக்குள் சென்று விட வேண்டும் என்று நினைத்தாள். உள்ளே சென்றவுடன், சாண்டியை வரவேற்பறையில் இருக்கச்சொல்லிவிட்டு, செலீனாவை அறைக்குள் அழைத்துச்சென்றாள்.

"வயிறு வலித்ததா?", என்று கேட்டு, திரும்பச்சொல்லி, அவள் குட்டைப்பாவாடையை சோதித்தாள்.

செலீனாவுக்கு புரிந்து விட்டது. அவள் தோழிகள் சிலர் இதைப்பற்றி சொல்லியிருந்தனர்.

"அம்மா எனக்கு ஒண்ணுமே தெரியல.. ஏதாவது ஆயிருக்க?" என்று கேட்டாள்.

எவ்வளவு மனவுளைச்சலுடன் அவள் கழிப்பறைக்கு சென்றாள் என்று நினைத்துப்பார்த்தாள். பள்ளிநேரம் முடியும் போது தான் அவர்கள் வந்து சேர்ந்தார்கள் அதனால் அவசரமாக சென்று வந்தாள். வெயிலிலிருந்து

உள்ளே வந்ததால் கண்கள் கூசியதால், அவள் எதுவுமே கவனித்திருக்கவில்லை. அதுவும் இதைப்பற்றி செலீனா சற்றும் எதிர்பார்த்திருக்கவே இல்லை. சாண்டிவேற அவளுக்காக காத்திருந்தான். செலீனா நிலைக்கண்ணாடியில் சீருடையில் இருந்த கரையைப் பார்த்தாள்.

யக்ஞா, செலீனாவை குளிக்கச்சொன்னாள். தனது அறைக்கு சென்று *நாப்கின்னை* தனது துப்பட்டாவில் ஒளித்து எடுத்துவந்தாள். சாண்டி எதுவும் அறியாது தொலைக்காட்சியை பார்த்துக்கொண்டிருந்தான். செல்விக்கு, *நாப்கின்* எப்படி பயன்படுத்துவது எப்படி என்று கற்றுக்கொடுத்துவிட்டு, இந்த சமயங்களில் எப்படிப்பட்ட சுகாதாரம் பின்பற்ற வேண்டும் என்பதெல்லாம் கற்றுக்கொடுத்தாள்.

சாமியார் இருக்கும் வரை நீத்தியிடம் சொல்லவேண்டாம் என்று நினைத்தாள், யக்ஞா. சுந்தரகாண்டம் உபந்நியாசம் முடிந்து பஜனைகள் ஆரம்பித்தது. நீத்தி யக்ஞாவை அழைக்க வந்தார். இன்னும் கொஞ்ச நேரத்தில் முடிந்துவிடும் என்றார். கொஞ்சம் பேப்பர் கப்புகள் தேவை, நினைத்ததை விட அதிகமான கூட்டம் வந்துவிட்டது என்றார். யக்ஞா, உளுந்தங்களி கிண்ட தொடங்கியிருந்தார். ஐந்தே நிமிடத்தில் வருகிறேன் என்று சொல்லி சமாளித்தார்.

யக்ஞா அங்கு சென்றதும், அந்த பெரியவர், அவரை அழைத்து, ஒரு காசு கொடுத்தார். எல்லோருக்கும் ஐந்து ருபாய் நாணயங்கள் கொடுத்துக்கொண்டிருந்தார் அவர். செல்வியிடம் அவளது 22வது பிறந்தநாள் அன்று இதைக்கொடுக்குமாறு சொன்னார். அதற்கு முன் வேண்டாம் என்றார். இன்னைக்கு தானே.. என்று தனக்கு எல்லாம் தெரிந்திருந்ததை உணர்த்தினார். கண்களை மூடி அந்த காசை நெத்தியில் வைத்து ஏதோ ஜபம் செய்து, கொடுத்தார்.
யக்ஞா அந்த நாணயத்தை பார்த்தார். அது ஐந்து ரூபாய் நாணயம் இல்லை ஏதோ செப்புத்தகடு போல் இருந்தது. அதில் ஏதோ வட்டங்கள் பொறிக்கப்பட்டது போல் இருந்தது.

நீத்தி வந்தவர்களையெல்லாம் அனுப்பியதற்கு பின், சாமியார் கொடுத்ததில் மஞ்சள் குங்குமம் வைத்து, மஞ்சள் துணியில் முடிந்து பத்திரமாக வைக்குமாறு சொன்னார். இதை வீட்டில் பணம் வைக்கும் இடத்தில் வைத்தால் லட்சுமி மகிழ்வாள் என்றும் சொன்னார்.

நல்ல வேளை அன்று வெள்ளிக்கிழமை, அடுத்த இரண்டு நாட்கள் விடுமுறை தான் என்று பெருமூச்சு விட்டாள், யக்ஞா. எல்லா சொந்தங்களுக்கும் யக்ஞா அழைத்து சொல்லிக்கொண்டிருந்தாள். செலீனாவுக்கு, ஏதோ தனக்கு குழந்தை பிறந்தது போல் வெக்கமாக இருந்தது.

சாண்டிக்கு ஒன்றும் புரியவில்லை. "அம்மா, அக்கா பெரிய பொண்ணாகிட்டான்னு *போன்* ல எல்லார்கிட்டயும் சொன்னீங்க, அவ அதே மாதிரி

தானே இருக்கா!" என்று கேட்டான்.

யக்ஞா அந்த கேள்வியை அப்படியே விட்டுவிட்டு, செலீனாவிடம் அவளது பள்ளி சுற்றுலா பற்றி கேட்டாள். அவள் பேச ஆரம்பித்தவுடன், சாண்டி, " அம்மா, இன்னிக்கு நான் *சாலட்* முழுசா சாப்டுட்டேன்," என்றான், மறுபடியும், "அம்மா, அந்த ஷைலேஷ் என்னோட *பென்சில்* ஐ ஒடைச்சுட்டான்", என்றான். வழக்கத்துக்கு மாறாக திடீரென்று அக்காவிடம் விசாரிக்கும் அம்மாவின் கவனத்தை தன் பக்கம் இழுக்க முயற்சி செய்து கொண்டிருந்தான் சாண்டி.

ஆனந்தன் அலுவலகத்திலிருந்து சற்று சீக்கிரம் கிளம்பி, வரும்போது, செலீனாவுக்கு பிடித்த இனிப்புகள், நிறைய வாங்கி வந்தார். செலீனாவின் தலையைக் கோதி, கொஞ்சிவிட்டு, அடுப்பறைக்கு சென்றார்.

யக்ஞாவை கட்டிக்கொண்டு, அவளுக்கு பிடித்த *நட்டிஸ் சாக்லேட்* ஐ ரகசியமாக கொடுத்தார். மெல்ல காதில், "அழகி...திங்கள் கிழமை இவங்கள பள்ளிக்கு அனுப்பிட்டு, படத்துக்கு போலாமா... நான் அன்னிக்கு அலுவலகத்துக்கு வரலைன்னு சொல்லிட்டேன்!" என்றார். வழக்கமாக எல்லா பெண்களுக்கும் தனது கணவன் தன்னை விட்டு தன் மகளிடம் அதிக பாசம் வைக்கும் போது வரும் ஒரு சிறிய போட்டி... இப்படிப்பட்ட நுண்ணுணர்வுகளை ஆனந்தன் புரிந்து கொண்டது யக்ஞாவுக்கு ஆச்சரியமாகவும், பெருமையாகவும், வெட்கமாகவும் இருந்தது. ஒரு பக்கம், மகள் மீது பாசம் இருந்தாலும், ஆனந்தன் மீது இருந்த காதல், அவர் தன்னை கொஞ்ச வேண்டும் என்ற அற்ப ஆசை இதெல்லாம் சொல்லாமலே புரிந்து கொண்ட ஆனந்தனை நினைத்து அவளுக்கு பெருமையாக இருந்தது. யக்ஞாவின் கண்ணில் கண்ணீர் வழிந்தோடியது. ஆனந்த கண்ணீர்... ஆனந்தனால்...

யக்ஞா இன்னொரு முறை இவனுடன் காதல் வயப்பட்டாள். அவருக்கு என் மனம் எப்படி புரிந்தது, என்று ஆச்சரியமும், காதலும் ததும்ப கட்டித்தழுவினாள். ஆனந்தனின் மார்பில் சாய்ந்து, *நட்டிஸ்* ஒன்று அவருக்கு ஊட்டினாள்.

எல்லோரும் தொலைக்காட்சியின் முன் உட்கார்ந்து அன்று அங்கேயே சேர்ந்து சாப்பிடலாம் என்று அதில் ஒளிபரப்பான *பிலிம்பேர் அவார்டுகளைப்* பார்த்தனர். பாலிவுட் நடிகர்கள் ஷா ருக் கான், சயிப் அலி கான் இருவரும் தொகுத்து வழங்கிக்கொண்டிருந்தனர். நடிகர் மாதவனை எழுப்பி, உனது *சர்நேம்* என்ன என்று கேட்டனர். அங்கு இருந்த அனைவரும் சிரித்து ஆரவாரப்படுத்தினர். மாதவன் அவர்களுக்கு சளைக்காமல் பதில் சொன்னார். ஆனால், ஆனந்தன் எரிச்சலடைந்தார். தொலைக்காட்சியை அணைத்துவிட்டார்.

" அப்பா, என் வகுப்பிலும் எல்லாரும் கேக்குறாங்க... நமக்கு என் '*சர்நேம்*' இல்ல?" என்று கேட்டான் சாண்டி.

"*சர்நேம்* என்பது பெரும்பாலும் ஜாதியை குறிக்கும் பெயர் கண்ணா" என்றார்

ஆனந்தன்.
"அப்படின்னா?" என்றான் சாண்டி
ஆனந்தன், ஆறு வயது குழந்தைக்கு இதை எப்படி சொல்வது என்று யோசித்தார். இந்த குழந்தை கேட்பதற்காக கேட்கிறானா , இல்லை புரிந்து கேட்கிறானா என்று யோசித்தார்.
அதற்குள் யக்ஞா "ஒருவர் செய்யும் தொழிலை பொறுத்து அவங்களுக்கு ஒரு பெயர் இருக்கும். உதாரணத்துக்கு, போர் வீரர்கள் அவங்க பெயருக்கு பின்னாடி ராஜ்புட், சிங்க், வர்மா னு வெச்சுப்பாங்க." சற்று நிறுத்திவிட்டு, ரத்தோர் கூட வெச்சுப்பாங்க." என்றார்.

செலீனாவுக்கு சற்றே தேள் கொட்டியது போல் இருந்தது. ஆனால் எதுவும் காட்டிக்கொள்ளாமல் இருந்தாள்.

சாண்டி உடனே, "ஆனால் என் நண்பன் நீல் வர்மாவின் அப்பா இனிப்பு கடை வெச்சிருக்காரே!" என்றான்.

ஆனந்தன் ஆரம்பித்தார்,"சரியாக சொன்ன கண்ணா. ஒரு காலத்தில் அவரவர் செய்யும் தொழிலுக்கு ஏத்த மாதிரி பெயர் வெச்சுக்கிட்டாங்க. அந்த காலம் ஒரு நேர்மையான சமூகம் இருந்த காலம். எல்லோரும் சேர்ந்து ஒரு அமைப்பு வெச்சிருந்தாங்க. குழந்தைக்கு 7 வயசு ஆனா உடனே, குருகுலம் னு ஒரு *போர்டிங் ஸ்கூலுக்கு* அனுப்புவாங்க. அனுப்பும் போது இந்த குழந்தைக்கும் எனக்கும் இனி எந்த சம்பந்தமும் இல்லைனு எழுதி குடுத்துடுவாங்க. அங்கு குழந்தைங்க அவங்களுக்கு எது நல்லா வருதோ அத சரியா காத்துக்கிட்டாங்க. ஒரு இரண்டு வருஷத்துக்குள்ள அவங்க, அவங்களுக்கு பிடிச்சதையும், அவங்களுக்கு இயல்பா எது நல்லா செய்ய வருதோ அதையும் இன்னும் சரியாய் செய்ய காத்துக்கிட்டாங்க. அங்க அவர்களுக்கெல்லாம், வேற பெயர் வெச்சாங்க. அது அவங்க எந்த வேலைய நல்லா செஞ்சாங்களோ அத சார்ந்து இருந்தது. அவங்க அந்த குருகுலத்துல 12 வயசு ஆன உடனே, பெற்றோர் திரும்பி குருகுலத்துக்கு வந்து அவங்க என்ன தொழில் செய்யறாங்களோ அதுல எந்த குழந்தைக்கு ஆர்வம் இருக்கோ, அந்த குழந்தையை தத்து எடுத்துக்கிட்டாங்க. ஒரு போர் வீரர், நல்ல சண்டைப்பயிற்சி பண்ணற குழந்தையை எடுத்துக்கிட்டார், ஓவியம், மரவேலைப்பாடு, நாட்டியம், பாட்டு என்று கலைகள் ல சிறந்து விளங்கினவங்க அந்தந்த பெற்றோர்களோட போனாங்க. நல்லா பேசி பொருள்களை விற்கவும், காசுகள சரியா கணக்கு பாக்கவும் தெரிஞ்சவங்கள வியாபாரிகள் தத்து எடுத்தாங்க. சமையலில் இருக்கும் ருசி பற்றியும், பக்குவம் பற்றியும் நல்லா புரிஞ்சவங்கள சமையல் கலைஞர்கள் தத்தெடுத்தாங்க. ஒரு ஆசிரியர், நல்ல சொல்லிக்கொடுக்க தெரிஞ்ச குழந்தையை எடுத்துக்கிட்டார். அந்த குழந்தை அவங்களோட, அவங்களுக்கு பொறந்த குழந்தையா இருக்கவேண்டிய அவசியம் இல்லை. அது தான் முக்கியமா கவனிக்க வேண்டிய விஷயம். இப்படி இருந்ததால், எல்லா தொழில்களுக்கும் மரியாதை இருந்-

துது. எல்லாரும் எல்லாருக்கும் வேணும் னு நெனச்சங்க. "
"இப்போவும் நமக்கு எல்லா வேலைகளுக்கும் ஓரொரு ஆள் இருக்காங்கல?" என்றான் சாண்டி .

"ஆமாம், ஆனா சில வேலைகள் செய்றவங்கள உயர்ந்தவங்கன்னும், சில வேலை செய்றவங்கள தாழ்ந்தவங்கன்னும் இப்போ இருக்குற சமுதாயம் பிரிச்சு வெச்சிருக்கு" என்று ஆனந்தன் சொன்னதும், சாண்டி ஒன்றும் புரியாமல், தலையை சொரிந்தான்.

"அம்மா ஆபீஸ் போகறதில்ல. ஆனா அவங்க செய்யுற வேலைய என்னால நெனச்சு கூட பாக்க முடியாது. அவங்க வீட்டுல இருக்கறதுனால அவங்க வேலை கீழென்னு நெனைக்க கூடாது ல. பெண்கள் நெனச்சா எது வேண்ணாலும் செய்ய முடியும். ஆனா நம்மளால, அவங்க அளவுக்கு பாசமா, பொறுமையா, அழகா எல்லா வேலையும் செய்ய முடியாது. நம்மளால வலி தாங்க முடியாது, கண்ணா, அம்மா செய்யுறதெல்லாம் எவளோ பெரிய விஷயம் தெரியுமா! நான் உங்ககிட்டல்லாம் சாப்டீங்களானு கேக்கக்கூட மாட்டேன். அம்மா உங்க மூஞ்சிய பாத்து உங்களுக்கு பசியா, கோவமா, சோகமா னு சரியா கண்டு பிடிச்சிடுவா... பெண்கள்லாம் ஆண்கள் பண்ணறத பண்ணவே வேண்டாம். அவங்க பண்ணறத எங்களால பண்ண முடியவே முடியாது. அவங்க ஆம்பளைங்க பண்ணறதையும் பண்ண முடியும்... " என்று ஆனந்தன் சொன்னார்.

செலீனாவுக்கு இது பெரிய விஷயமாக பட்டது. அவள் அம்மா வீட்டில் இருப்பதை பற்றி கொஞ்சம் அவமானமாக நினைத்தாள். நன்கு படித்துவிட்டு, வேலைக்கு செல்லாமல் சோம்பேறித்தனமாக பொழுதை போக்கக்கூடாது என்று செலீனா நினைத்தாள். ஆனால் அப்பா அம்மாவை எவ்வளவு மரியாதையாக நடத்துகிறார். அம்மாவை எப்படி காதலிக்கிறார் என்றெல்லாம் பார்த்து, இருந்தா இப்படி ஒரு *போயபிரிஎண்ட்* தான் வேணும் என்று யோசித்தாள். அப்பா அம்மாவை வேலைக்கு போகவும் சொல்லவில்லை, வீட்டில் இரு என்றும் சொல்லவில்லை. அம்மாவுக்கு எதுவும் செய்ய முழு சுதந்திரம் இருந்தது. அப்பா *ஆபிசி*லிருந்து வந்து எல்லாருடனும் பொழுதை கழித்துவிட்டு, இரவு உணவுக்குப் பின், அம்மாவுக்கு பாத்திரங்கள் தேய்த்துக் கொடுத்துவிட்டு, இருவரும் சேர்ந்து ஒரு நடை நடந்துவிட்டு வருவார்கள். வந்து, அம்மாவுக்கு, கால் பிடித்துவிட்டு, கதைபேசிக்கொண்டே இருவரும் தூங்கப்போவார்கள். இதில் இருந்த காதலை செலீனா இதுவரை கவனித்ததே இல்லை.

"எல்லாருக்கும் அவங்க வேலைக்கு ஏத்த மாதிரி *சர்நேம்* இருந்துது. ஆனா, சில வருஷங்களுக்கு அப்புறம் குழந்தைங்கள குடுக்கமாட்டேன்னு சொல்லிட்டாங்க. அவங்களே அவங்க பண்ணற வேலைய குழந்தைக்கு சொல்லிகுடுக்கலாம்னு நெனச்சாங்க." என்று தொடர்ந்தார் ஆனந்தன்.

யக்ஞா, சாப்பாடு கொண்டு வந்தார். பரிமாறிக்கொண்டே ஆனந்தன் தொடர்ந்தார், "மெல்ல மெல்ல அவங்க செய்யற தொழில் பெயர்கள் அவங்க ஜாதி னு மாறிடுச்சு. அதை விட மோசமா ஒன்னு நடந்தது. ஒரு வேலைய விட இன்னொன்னு ஒசந்ததுன்னு ஒரு புது வியாதி." என்றார்.

ஆனந்தன் சாண்டியை, "நம்ம *பிலேடிங் செக்யூரிட்டி* மாமாவோட வேலை முக்கியமனு தோணுதா?!" என்று கேட்டார்.

சாண்டி , " ஆமாம் அவர் தான் நம்மெல்லாரும் தூங்கும் போது நம்மள பாத்துக்கறார்." என்றான்.

ஆனந்தன்," அப்போ கழிப்பறைகளை சுத்தம் செய்யுறவங்க?" என்று கேட்டார்.

சாண்டி ஒரு நொடி யோசித்தான். அவர்களை *செக்யூரிட்டி* மாமா ஓரமாக நிற்கும் படி சொல்வார். அப்பா கார் எடுக்கும் போது அவங்கள *செக்யூரிட்டி* மாமா கடிந்து கொண்டு நகருன்னு பேசுவதை சாண்டி பார்த்திருக்கான்.

ஆனந்தன்," அவங்களும் முக்கியம். அந்த குருகுலத்துக்கு குழந்தைங்களை அனுப்ப மறுத்தாங்க இல்லையா. அப்போ ஆரம்பிச்சிது இந்த வேற்றுமை." என்றார்.

"நாம் எல்லாம் தமிழ்நாட்டு மக்கள்." என்று பெருமையாய் சொன்னார் ஆனந்தன்.

சாண்டி உடனே," அப்பா நம்ம மத்திய பிரதேசத்துல இருக்கோம்." என்றான்.

ஆனந்தன் தொடர்ந்தார்,"உண்மைதான். இந்திய முழுவதும் நம் நாடு தான், அவ்வளவு ஏன் யாதும் ஊரே யாவரும் கேளிர்னு சொன்னவங்க தான்... ஆனா, நம்ம வேர்கள மறக்க முடியாது, மறக்கவும் கூடாது. நம்ம தமிழ்நாட்டுல, அறிஞர் அண்ணா னு ஒரு தலைவர் இருந்தார்."

"அதுனால தான் தமிழ்நாட்டுல எல்லா இடத்துலயும் அண்ணா னு எழுதியிருக்கா?" என்று செலீனா கேட்டாள்.

ஆனந்தன்," அதேதான்! அவர் தான் நாம் மாநிலத்துக்கு தமிழ்நாடு னு பேர் வெச்சவர். வேற எந்த மாநிலத்துக்கும் 'நாடு' னு பேர் இல்ல பாத்தியா! அண்ணா மேம்பாலம், அண்ணா பல்கலைக்கழகம் னு எல்லாம் அண்ணா அதாவது, சி. என். அண்ணாதுரை என்கிற இந்த மாபெரும் தலைவரோட பேர்ல தான் இருக்கு. அவர் பெயரும் அண்ணா அவர் இயற்கையாவே எல்லாருக்கும் அண்ணாவாகிட்டார். இவரைப்பத்தி இப்போ எதுக்கு சொல்லறேன்னா, இவர் தான் *சர்நேம்* எல்லாம் ஜாதிய குறிக்கற பெயர்களா இருக்கறதால நம்ம எல்லாரும் இனி அவற்றை விட்டுவிடலாம் னு சொன்னார். தமிழ்நாடே அதுக்கு ஒத்துழைச்சுது. நம்ம தாத்தாக்களும் பாட்டிகளும் இதுக்கு சம்மதிச்சாங்க. 1960 லேர்ந்து நாம *சர்நேம்* வேண்டாம் னு விட்டுட்டோம். *சர்நேம்* இல்லாம இருக்கற நாம தான் முற்போக்கு சிந்தனைகள் இருக்கறவங்க. *சர்நேம்* இல்லாம இருக்கறத நாம பெருமையா நெனச்சுக்கணும்." என்று தமிழ் திமிருடன் சொன்னார்.

சாண்டி ரொம்ப சந்தோஷப்பட்டான். செல்வியும் தான். அவர்கள் தமிழர்களாக பெருமையை முதல் முறை உணர்ந்தார்கள்.
செலீனா ஆசிரியர்களின் செல்ல மாணவி அதனால் அவளிடம் யாரும் எதுவும் கேட்டதில்லை. *சர்நேம்* என்ற விஷயத்தில் இவ்வளவு உள்ளர்த்தம் இருக்கும் என்று இன்று தான் அவளுக்கு தெரிந்தது. அவளுக்கு சாண்டியை நினைத்தும் பெருமையா இருந்தது. இந்த வயசுலேயே இவ்வளவு தெளிவா யோசிக்கறானே என்று.
ரேணுகா அக்கா, ஆனந்தனுடைய அக்கா அழைத்தார். அமெரிக்காவில் இருப்பதால் அவருக்கு உடனடியாக சொல்லியிருக்கவில்லை. செலீனாவைப்பற்றி யக்ஞா சொன்னார். பக்கத்து வீட்டு சாமியார் குடுத்த காஸைப்பற்றியும் சொன்னார்.
ரேணுகா அக்கா, " அம்மா கிட்ட சொன்னியா" என்று கேட்டார்.
ராஜம், ஆனந்தனின் தாயார் ஒரு நாணயவியல் நிபுணர். அவர் அதை பொழுதுபோக்காக ஆரம்பித்து, இப்பொழுது ஒரு முக்கியமான தனிநபர் தொகுப்பாக அதை அரசுக்கு சமர்ப்பித்து வீட்டிலேயே தனி இடம் ஒதுக்கி பராமரித்து வருகிறார்.
யக்ஞா, "முதலல்ல அவங்க கிட்ட தான் சொன்னேன்" என்றார்.
ரேணுகா ஒரு மகப்பேறு மருத்துவர். கல்வெட்டியல் மற்றும் ஓலைச்சுவடிகளை படிக்க *டிப்ளமோ* படித்தவர்.
"அதில் ஏதாவது செதுக்கி இருந்ததா ?" என்று ஆர்வத்துடன் கேட்டார்.
"எனக்கு சரியாய் சொல்லத்தெரியால கா. அது செப்புத்தகடு மாதிரியும் இருக்கு ஆனா கனமாவும் இருக்கு. ரொம்ப பழசு னு தெரியுது." என்றார் யக்ஞா.
அதனை படம்பிடித்து ரேணுகாவுக்கு அனுப்பி வைத்தார்.
ரேணுகா, "அதை அப்படியே துணியில் சுத்தி வை. *பாலிஷ்* எல்லாம் போட முயற்சி செய்யதே. மஞ்சள் குங்குமம் லாம் வெச்சுடாதே." என்றார்.
ரேணுகாவின் கணவர், சென்னை பல்கலைக்கழகத்தின் புவியியல் துறையில் பேராசிரியராக பணிபுரிந்து கொண்டிருந்தார். *நாசா* வில் தற்பொழுது பொருள் அறிவியல் துறை நிபுணரக பணிபுரிகிறார்.
துவீபா, " செலீனா கிட்ட குடுங்க..." என்று கத்தினாள்.
யக்ஞா, அலைப்பேசியை செலீனாவிடம் கொடுத்துவிட்டு, இனி இந்த அலைப்பேசி தானே அணைந்து போகும் வரை இவர்கள் பேசுவார்கள் என்று தனக்கு தானே சொல்லிக்கொண்டு அடுப்பறைக்கு சென்றார்.
செலீனா எல்லாவற்றையும் பகிர்ந்தாள்... எல்லாவற்றையும்...
போனை வைத்துவிட்டு அழுதாள்.
போன் முணுமுணுத்தது. துவீபா *யூ ட்யூப்* இணைப்பு ஒன்றை அனுப்பினாள். "*ஹூ சேஸ்* ", செலீனா கோமேஸ் இன் பாடல் அது.
செல்வி/செலீனா மூன்று நாட்கள் அந்த பாடலை ஓயாமல் கேட்டாள்,

பாடிக்கொண்டும் இருந்தாள். அவள் ஒவ்வொருமுறை ல, ந ந ந என்று பாடும் போதும், அதிலிருந்து ஏ ஆர் ரஹ்மான் விசிறியன யக்ஞா, சந்திப்-போமா, ஒரு முறை சந்திப்போமா என்ற பாடல் போலவே இருக்கு என்று சொல்லிக்கொண்டு அதை பாடி செல்வியை சீண்டிக்கொண்டிருந்தார்.

9

ஜல்லிக்கட்டு போராட்டம்

சென்னை, 2017

"எல்லா *ரோடும்* மூடிட்டாங்கம்மா! மெரினா *பீச்சுல* ஏதோ போராட்டமாம்... செல்வி பாப்பா, இன்னிக்கு *ட்யூஷன்* போறது கஷ்டம். வீட்டுக்கு வண்டிய திருப்பிடவா?' என்றார் *டிரைவர்* தாத்தா.

செல்வி 11 ஆம் வகுப்பில் படித்துக்கொண்டிருந்தார். *ஐ ஐ டி* நுழைவுத்தேர்வுக்கும், மருத்துவக்கல்வி நுழைவுத்தேர்வுக்கும் பள்ளி நேரத்துக்கு பிறகு வகுப்புகளுக்கு சென்று கொண்டிருந்தாள்.

அவள் தனது தாத்தா பாட்டி, அப்பாவின் பெற்றோர் வீட்டில் தங்கி படித்துக்கொண்டிருந்தாள். ஆனந்தனுக்கு மாற்றல் ஆகிக்கொண்டிருந்ததால், அவள் சென்னையில் இருந்து படிப்பது சரியாக இருக்கும் என்று ஆனந்தன் நினைத்தார். சென்னை இந்தியாவின் அறிவுசார் தலைநகநகரம் என்றும், செல்வி, *ஐ ஐ டி* அல்லது அண்ணா பல்கலைக்கழகத்தில் படித்தால் அவளுக்கு சரியாக இருக்கும் என்று ஆனந்தன் நினைத்தார். என்னதான் தைரியமான பெண்ணாய் செல்வியை வளர்த்திருந்தாலும், சென்னை, டில்லியை விட கண்டிப்பாக பாதுகாப்பான நகரம், அதுவும் இந்த விடலை பருவத்தில், என்று சராசரி அப்பாவாக மாறினார் ஆனந்தன்.

ஆனந்தனுக்கு இது சற்றே கடினமான முடிவாக இருந்தது. யக்ஞா முதுகலை பட்டப்படிப்பு படிக்கும் போது செல்வி பிறந்தாள். யக்ஞா தனது படிப்பில் மிகவும் ஆர்வம் காட்டியதால், செல்வி, அத்தையிடம் வளர்ந்தாள். ரேணுகா, அவரது கணவருடன் சென்னையில் இருந்ததார் அவர்கள் வீட்டில் தங்கி படிப்பை முடித்தார் யக்ஞா. இரண்டு ஆண்டுகள் ஆனந்தன் தனியாக வெளியூரில் இருந்தார். செல்வி ரேணுகாவின் கணவரையும் அப்பா என்று அழைத்தாள். அது ஆனந்தனை மிகவும் பாதித்த ஒன்று. ஆனால், பெண்ணின் பாதுகாப்பு, எல்லா இடங்களுக்கும் எளிதில் போய் வரும் வசதி, கல்வித்தரம் இதெல்லாம் மனதில் கொண்டு செல்வி சென்னையில் படிக்கட்டும் என்று முடிவெடுத்தார்.

செல்வி படிப்பில் இயற்கையிலேயே நல்ல ஆர்வம் கொண்டவள். ரேணுகா அத்தையின் குடும்பம் அமெரிக்காவுக்கு சென்ற பின், ஒரு முறை விடுமுறைக்கு அங்கு சென்று, அத்தையை போல மருத்துவர் ஆகலாம் என்று தோன்றியது. துவீபா, கணினி பொறியியல் படித்தார். அதிலும் ஆர்வமாக இருந்தது. ரேணுகா அத்தையின் கணவர், ஷா *அங்கிள்*, அவளுக்கு மிகப்பெரிய தாக்கத்தை ஏற்படுத்தியிருந்தார். அவள் பழகிய ஆண்களில், மிகவும் பாசமான, பாசத்தை வெளிப்படையாக காட்டி, செல்விக்கு, துவீபா அளவுக்கு முக்கியத்துவம் கொடுத்த ஷா *பாப்பா*. அவளது இயற்பியல் மற்றும் வேதியியல் துறைகளின் ஆர்வத்துக்கு முக்கியமான காரணமாக இருந்தார். அவர் வட இந்தியர், ரேணுகா அத்தையின் வீட்டிற்கு அருகே வசித்த குடும்பம். காதலித்து, இருவீட்டார் சம்மதத்துடன் அத்தையை திருமணம் செய்து கொண்டார். அவர் தற்போது *நாசா* வில் பொருளியல் துறையில் நிபுணராக இருந்தார். ஷா *பாப்பா* அவளை தனது ஆராய்ச்சிக்கூடத்துக்கும் அழைத்துச் சென்றார். அங்கு கண்ட சில விஷயங்களெல்லாம் அவளுக்கு துகள் இயற்பியலில் தான் ஆர்வம் இருந்தது என்று புரிந்தது. ஷா *பாப்பா, செர்னைப்* பற்றி செல்விக்கு சொன்னார். அன்றிலிருந்து அவளது ஒரே குறிக்கோளாக *செர்ன்* ஆராய்ச்சிக்கூடத்தில் சேர்வது என்று ஆனது. அதற்கு அவள் கணினி பொறியியல் படித்தால் சரியாக இருக்கும் என்று யோசித்து, முழு ஈடுபாடுடன் செயல்பட்டாள்.

டில்லியில், சாண்டி, மெரினாவில் நடந்த ஜல்லிக்கட்டு போராட்டங்களை தொலைக்காட்சியில் பார்த்துக்கொண்டிருந்தான். ஆறாம் வகுப்பு படித்துக்கொண்டிருந்த அவன் நிறைய கேலி கிண்டல்களுக்கு ஆளாகியிருந்தான். தமிழ் திமிரை நிலைநாட்ட எந்த வாய்ப்பு கிடைத்தாலும் அதை முழுமூச்சுடன் பின்தொடர்ந்து கற்றுக்கொள்வான். அவனை 'காலு' நிறத்தைவைத்து, ' கருப்பா' என்று கிண்டல் செய்வர். ஜல்லிக்கட்டு போராட்டங்கள் போதும் அவர்கள், நீங்களெல்லாம் வெறும் மாடு மேய்க்க தான் லாயக்கு என்றெல்லாம் சொல்வர். இந்த கேலிகள் அவனை, தமிழ் வெறியனாக்கிவிட்டன. அவனுக்கு அவனது பெயர் பெரிய கோவம் தந்தது.

சாண்டி *ராப்* இசை கற்றுக்கொண்டான். *பீட் பாக்ஸிங்* செய்ய கற்றுக்கொண்டான். பல பாடல்களும் இசையமைக்கத் தொடங்கினான். ஆனந்தவள்ளியின் அவதாரம் என்று யக்ஞா நினைத்தாள். சாண்டி சித்தியின் பரிந்துறையின் படி சேந்தன் என்று பெயர் மாற்றிக்கொண்டான். சேந்தன் இந்தியாவின் தலைநகரத்தில் தமிழ் வெறியனாக வளர்ந்தான். செல்வி தமிழ்நாட்டின் தலைநகராதில், ஜல்லிக்கட்டு, காட்டுமிராண்டித்தனம் என்ற எண்ணத்துடன் இந்தியாவையே விட்டு வெளியேறிவிட வேண்டும் என்ற எண்ணத்தோடு வளர்ந்தாள். அவளுக்கு தனது வகுப்புகள் பாதிப்படைவதும், இந்தியாவின் அறிவுசார் தலைநகனமான சென்னையில் இப்படிப்பட்ட ஆதிமனிதன் செய்து வந்த பழக்கங்களுக்காக போராட்டங்கள் நடப்பது பிடிக்க-

வில்லை. அவள் ஒரு விலங்குகளின் போராளி போல் தன்னைத் தானே நினைத்துக்கொண்டாள்.

செல்வி தனது சக மாணவர்களை விட தேர்வுக்கு தயாராகத்தான் இருந்தாள். எல்லோருடனும் நன்கு பழக முயற்சி செய்தாள் ஆனாலும், அவர்களைப்போல் தமிழ் திரைப்படங்களை அவ்வளவாக பார்க்காததால் அவளுக்கு பல விஷயங்கள் புரியாமல் முழித்தாள். அவளது பேச்சுத்தமிழ் சரளமாக இருந்தாலும், அவளது அம்மா பேசும் வார்த்தைகள் தான் அவளுக்கு தெரிந்திருந்தது. சென்னையில் பேசும், '*சான்ஸே இல்ல* ' என்பதை அவள் முதலில் வாய்ப்பே இல்லை என்று அர்த்தம் கொண்டாள்.
கேன்டீன்ல இன்னிக்கு தோசை *சான்சே இல்ல* என்றான் ஒருவன்... செல்வி, என்ன ஆச்சு. நல்ல இருக்கலையா என்று கேட்டாள். இது போல பல வார்த்தைகளுக்கு சக மாணவர்கள் அவளை கேலி செய்தார்கள்.

கோடை விடுமுறைக்கு செல்வி அமெரிக்காவுக்கும், சேந்தன் ஆரல்வாய்மொழிக்கும் சென்றார்கள். சேந்தன் சிலம்பம், குத்துவரிசை, களரி என்று தற்காப்பு கலைகள் கற்றான். அவனைப் பொறுத்தவரை, ஆனந்தவள்ளி சித்தி உலகத்திலேயே மிகவும் புத்திசாலி. அவன் ஐந்து வயது வரை சித்தியிடம் வளர்ந்தான். ஆனந்தனுக்கு பிகாரிலிருந்து அஹமதாபாத்துக்கு மாற்றல் ஆனபோது, யக்ஞா பிரசவத்துக்கு பின் ஆறு மாதங்கள் மட்டும் ஆரல்வாய்மொழியில் இருந்துவிட்டு, செல்வியுடன் சென்றார். சேந்தன் திருக்குறளில் 100 குறள்கள் ஒப்பித்தான். செல்வி விடுமுறைக்கு வந்த போதெல்லாம், அவனைக்காட்டி, பாட்டி அவளையும் திருக்குறள் கற்கச்சொல்லி பாடாய் படுத்துவார். அதனாலேயே செல்வி இந்த பாட்டி வீட்டுக்கு போக தயங்குவாள். திருவள்ளுவர் மீதும் திருக்குறள் மீதும் கோவமாக இருந்தாள்.

டில்லியில், சேந்தன் ஹிந்தி மற்றும் சமஸ்க்ருதம் கற்கவேண்டியிருந்தது. சமஸ்க்ருத இலக்கணம் சற்று கடினமாக இருந்ததால், *டியூஷன்* வகுப்புக்கு சென்று கொண்டிருந்தான். அந்த ஆசிரியரின் பயில்விக்கும் முறைகள் மிகவும் எளிமையாக இருந்தன. 10 நாட்களில் முதலில் சமஸ்க்ருதத்தில் பேச கற்றுக்கொடுத்தார். அவர் மிகவும் பொறுமையாகவும், அன்பாகவும் கற்றுக்கொடுத்ததால், சேந்தனுக்கு சமஸ்க்ருதம் மிகவும் பிடித்து போனது. இலக்கண வகுப்புக்கு குழந்தைகள் ஆர்வமாய் வருவதற்கு, ஒவ்வொரு வகுப்புக்கும் முன்பு ஒரு கதை சொல்வதை வழக்கமாக வைத்துக்கொண்டிருந்தார். "*அஷ்டாத்யாயீ*" என்ற இலக்கண நூலைப்பற்றியும் அதை எழுதிய பாணினியின் கதையையும் சொன்னார். பாணினி கல்வி கற்பதில் சற்றே ஆர்வமில்லாத மாணவனாக இருந்ததாகவும், அவர் மூர்க்கன் அதாவது முட்டாள் என்றும் சொன்னார். அவரது குரு, எல்லோரையும் புத்தகங்கள் இயற்றி வருமாறு பணித்தார். அப்பொழுது விரக்தியில், பாணினி காட்டை நோக்கி பயணம் செய்யதார். அவர், தண்டகாரண்ய காடுகளை தாண்டி போய்விட்டு தவம் செய்தார், அப்பொழுது சிவபெருமான் அவர்முன் வந்து உடுக்-

கையை இசைத்து, அதன் ஓசைகளில் இருந்து மொழியின் எழுத்துகளை தோற்றுவித்ததாகவும், அதன் இலக்கண, புணற்சி விதிகள் பற்றி அறிய வைத்ததாகவும், அதையடுத்து, பாணினி இந்த புத்தகத்தை இயற்றி, சமர்ப்பித்து, அன்றிலிருந்து, இலக்கண தந்தையாக மதிக்கப்பட்டதாகவும் சொன்னார். சமஸ்க்ருத்தின் தனிச்சிறப்பு, '*த்விவசணம்*' என்றார். அதாவது, ஜோடியாய் இருக்கும் பொருட்களை குறிக்கும் வினைச்சொற்கள்.

அதற்கு பிறகு, சமஸ்க்ருதத்தின் அடுத்த சிறப்பம்சம், சுருங்கச் சொல்வது என்றார். ' *சூர்யா கோடி ஸமப்ரபா*' என்ற வாக்கியம், கோடி சூரியனைப் போல பிரகாசமான என்று பொருள்பட, இவ்வளவு சுருக்கமாக அமைத்திருக்கிறார்கள் என்று பெருமையாய் சொன்னார்.

"*ராமகிருஷ்ண விலோம காவியம்*" என்ற கவிதை, ஆரம்பத்திலிருந்து முடிவு .வரை ராமாயணமாகவும், கடைசியிலிருந்து படித்தால், கிருஷ்ணனின் கதையாகவும் அமைந்திருக்கும் அதிசய கவிதை என்று பல விஷயங்களை பத்தி பெருமையாக சொல்லி, சேந்தனுக்கு, ஒரு வேளை சமஸ்க்ருதம் தமிழை விட பழமையான, உயர்ந்த மொழி போலும் என்று நினைக்க வைத்தது .

அன்று வீட்டுக்கு சென்ற உடன் சித்திக்கு அழைக்க வேண்டும் என்று நினைத்தான். சித்தி எப்பொழுதும், 'யாம் அறிந்த மொழிகளிலே, தமிழ் மொழிபோல் இனிதானதெங்கும் காணோம்' என்பார். அம்மாவிடம் சுருங்கச்சொல்லும் சமஸ்க்ருதத்தைப் பற்றி பகிர்ந்து கொண்டான்.

யக்ஞா, பொறுமையாய் கேட்டுவிட்டு, "கவிதை தலைகீழாகப் படிப்பதை பத்தி மட்டும் சொல்லுறாங்க இல்லையா, நம்ம குடும்பத்துல, ஒரு முக்கியமான வேலை ஒன்னு ஆரம்பிச்சாங்க. ஒரு நூல் பல ஆயிரம் வருஷங்களா, நீதி நூலுனு நெனச்சிட்டு இருந்தது, ஒரு வேள அறிவியல் புத்தகமா இருக்குமோனு தேட ஆரம்பிச்சாங்க தெரியுமா?" என்றார்.

"சுருங்கச்சொல்லறத பத்தி தமிழ் மக்கள் கிட்ட பேச யாருக்குமோ தகுதியே இல்ல. நம்ம மொழில ஓர் எழுத்து, ஒரு மொழி னு இருக்கு" என்றார் .

சேந்தனுக்கு சந்தோஷமாக இருந்தது."அப்பாடா, அப்போ நம்ம மொழி தானே ஒசந்தது " என்றான்.

யக்ஞா, "ஒசந்தது, தாழ்ந்தது, எது முதல்ல வந்தது, இதெல்லாம் தேவையற்றது, கண்ணா. நம்ம மொழில எவ்வளவு விஷயம் இருக்குன்னு தெரிஞ்சு வெச்சுக்கறது நம்ம கடமை." என்றார்.

சேந்தனுக்கு, தனது மொழி சிறந்தது என்று மனதில் எப்பொழுதும் இருந்த கருத்து உறுதியானது.

யக்ஞா, "ஓர் எழுத்து ஒரு மொழி ஏதோ இலக்கியத்துல மட்டும் தான் னு நெனைக்காதே! நம்ம பேசுறதுல எவ்வளவு இருக்குன்னு பாரு, உன்னை எப்படி சுட்டிக்காட்டுவ?"

'நீ', என்றான் சேந்தன். அவனுக்கு அப்போது புரிந்தது. அவர்கள் இருவரும்,

ஓரெழுத்து ஒரு மொழிக்கு பல உதாரணங்கள் தேடி எடுத்தார்கள். பூ, போ, வா, மா, தீ என்றெல்லாம் சேந்தன் சொல்ல, 'கோ ன்னா அரசன், ஆ ன்ன, பசு' என்று இன்னும் பல இருவரும் பேசி சிரித்துக்கொண்டார்கள் ...

10

நடுவு நிலைமை

செர்ன், பிப்ரவரி 2022.

செர்ன் இல் மக்கள் வந்து பார்வையிட சில பகுதிகள் வரை அனுமதி இருந்தது. அங்கு நடக்கும் அறிவியல் கண்டுபிடிப்புகள் பற்றி குழந்தைகளுக்கும், ஆர்வலர்களுக்கும், விழிப்புணர்வு ஏற்படுத்தும் வகையில் நிகழ்ச்சிகள் நடைபெறுவது வழக்கமாக இருந்தது. எல்லா ஆராய்ச்சி நிறுவனங்களும், அவற்றுக்கு அரசு ஏன் நிதி ஒதுக்க வேண்டும் அல்லது முன்னிலைப்படுத்த வேண்டும் என்பதை வலியுறுத்த பல முன்னெடுப்புகள் செய்து வரும். இங்கும் பல நிகழ்ச்சிகள் ஏற்பாடாகும். கண்காட்சிகள், அறிவியல் நிகழ்ச்சிகள், மக்கள் தாமே வந்து செய்து பார்க்க சில அறிவியல் நிகழ்ச்சிகள். அதைப்போன்ற ஒன்றே இந்த சந்திப்புகள். இவ்வற்றின் மற்றொரு பயன் என்னவென்றால், வேலைப்பளு காரணமாக மன அழுத்தம் ஏற்படும் ஆராய்ச்சியாளர்கள், மக்களை, குழந்தைகளைப் பார்த்தது, அவர்களோடு தங்கள் கண்டுப்பிடிப்புகளைப் பற்றியும், அதன் முக்கியத்துவத்தைப் பற்றியும் விளக்கும் போது, அவர்களுடைய பரிமாணங்களும் மேலும் ஆழமாக மாற இவை பெரும் வாய்ப்பாக அமைகின்றன.

அன்று ஒரு சிறிய நிகழிச்சி ஏற்பாடாகியிருந்தது,‘ *ஓபன் டே*’. எவ்வளவு முயன்றாலும் அவளுக்கு தப்பிக்க வழியே இருக்கவில்லை. அவளது குழுவில், செல்வி எல்லோரை விடவும் எளிமையாக விடயங்களை புரியவைக்கும் திறமை பெற்றிருந்தாள். விசை புலன்கள் (*போர்ஸ் பீல்டு*) பற்றி மக்களுக்கு விவரிக்க அவளுக்கு பணிக்கப் பட்டிருந்தது.

தனது இளங்கலை பட்டப்படிப்பின் போதே பல ஆராய்ச்சி மாணவர்களுடன் பழகியது, அவளுக்கு சில அறிவியல் கோட்பாடுகளில் ஆழமான அறிவு பெற காரணமாக இருந்தது. செல்வி இயற்கையிலேயே அறிவியலில் ஆர்வம் காட்டியதால், அவளுக்கு யாருடனும் எளிதில் பேசி விடயங்களை அறிய முடிந்தது. அவளது அறிவியல் தேடல்களும், ஆராய்ச்சி சார்ந்தவைகளாக இருந்தது. வெறும் சம்பளத்துக்காக வேலை செய்யும் சராசரி பொறி-

யாளராக, நிரலறாக அவள் இருக்க விரும்பவில்லை. இளங்கலை படிப்பின் கடைசி ஆண்டின், '*கேம்பஸ் ப்ளஸ்ட்மெண்ட்*' இல் பல நிறுவனங்களில் வேலை கிடைத்தும், அவற்றை விட துகள் இயற்பியல் ஆராய்ச்சியில் ஆர்வம் காட்டியதால், *செர்ன்* இல் சேர்ந்தாள்.

ஒருமுறை படிகவியல், உயிர் வேதியியல் துறையில், ஆராய்ச்சி மாணவியாக இருந்த ஹானாஹ் அக்கா, அவளுக்கு, ஒரு வேதிப்பொருள், நீரின்றியும், நீர் நிறைந்த நிலையிலும், எவ்வாறு காட்சி அளிக்கும் என்று படம் போட்டு காட்டினார். சென்னை பல்ககலைக்கழகத்தில் அக்கா கற்றுக்கொடுத்தது ஒன்று அவளுக்கு நினைவுக்கு வந்தது. புரதங்கள், நீரில் இருப்பதாக ஊகித்தபடி கணினியில் கணக்கு போட்டு, பார்க்கும் பொது அவை தாம் நீரோடு இணைப்புகள் ஏற்படுத்திடும் அமினோ அமிலங்களை வெளிப்புறம் திருப்பி, மற்றவற்றை உள்ளே மடித்துக்கொள்ளும் அதிசய காட்சியை நினைவுபடுத்தி பார்த்தாள்.

மோலிகுலார் டைனாமிக்ஸ் சிமுலேஷன் என்ற இந்த விடயத்தை, எளிதில் புரிந்து கொள்ளும் விதமாக, தயார் செய்து வைத்திருந்தாள். காகிதங்களை பூமொட்டுக்கள் போல மடித்திருந்தாள். அவற்றை தண்ணீரில் போட்டவுடன், ஒவ்வொரு இதழாக விரிந்தது. நீரினை விசை புலனாகவும், காகித பூமொட்டுக்களை துகள்களாகவும், மொட்டுக்கள் நீரில் போட்டதும் விரிவதை துகள்கள் விசை புலன்களின் மாற்றத்தை எவ்வாறு பிரதிபலிக்கும் என்பதையும் விவரித்ததாள். இதை செய்தபின், விசை புலனின் சமன்பாடுகளை காட்டி விவரித்தாள். இப்படி காகிதம் மடிக்கும் முறையின் உதவியோடு, கடினமான இந்த விடயத்தை, குழந்தைகளின் விளையாட்டைப்போல் விவரித்தாள்.

இந்த பூக்கள் விரிவதை வைத்து, அணுவில், துகள்களினிடையே எப்படிப்பட்ட விசைகள் இருக்கும், அவை எப்படி செயல்படும் என்று எல்லோருக்கும் புரியும் விதத்தில் விவரித்தாள். இது மக்களுக்கு பிடிக்குமா! ஆராய்ச்சியாளர்களின் முயற்சிகளை குழந்தைத்தனம் என்று நினைத்து விடுவார்களோ! என்றெல்லாம் அவள் குழம்பியபடி விளக்கி முடித்ததும், வந்த அனைவரும் கரகோஷம் எழுப்பி ஆரவாரம் செய்தது அவளை வெட்கப்பட செய்தது. அவள் கன்னம் சிவந்தது. பதற்றம் மாறி, இப்பொழுதே எங்காவது காணாமல் போய் விடுவோமா என்று யோசித்தாள். பேசும் போது, விளக்கும் போது அவளுக்கு இருந்த தைரியம், புகழும் போது உருமாறிவிடும்.

காலையில் நடந்த எதிர்பாராத புகழ், பாராட்டு எல்லாம் செல்வியை பதற்றப்படுத்தியது. அவள் தனது குறள் ஆராய்ச்சியை பற்றி யோசித்து இந்த பரவச நிலையை தவ நிலையாக மாற்றினாள். அவளது தவ நிலையை பசி சோதித்தது. மதிய உணவுக்காக அவளது தோழிகள் மீனாவும் லென்காவும் காத்துக்கொண்டிருந்தார்கள். திடீரென்று பேசிக்கொள்வதை நிறுத்திவிட்டவர்களை சமாதானப்படுத்தலாமா வேண்டாமா என்று யோசித்துக்கொண்டிருந்-

தாள். செல்விக்கு மீனாவிடம் நாட்டம் அதிகம். ஆனால் வெளிப்படையாக காட்டிக்கொள்ள முடியாத சூழல். இருவருக்கும் நடுவே நடந்து சென்றாள். தனது ஆராய்ச்சி, *ஓபன் டே* நிகழ்ச்சிகளுக்கான வேலைகள் இவற்றில் மூழ்கியிருந்ததால், தோழிகளுக்கு நடுவே என்ன பிரச்சனை என்று கேட்டறிந்திருக்கவில்லை.

அவர்கள் உணவுக்கூடத்துக்கு சென்றதும், லென்காவின் *பாய்பிரென்ட்* மீனாவுக்கு கையசைத்தார். இவளும் விடலை பருவத்தில் இருப்பது போல் வழிந்து கொண்டு வெட்கப்பட்டாள். இதைக்கண்ட செல்வி கோபமடைந்தாள். அன்று அறைக்கு செல்லும் வரை மீனாவிடம் அவளும் பேசாமல் வேலையில் பரபரப்பாக இருப்பது போல் காட்டிக்கொண்டாள். ஒரு சக தோழியின் *பாய்பிரெண்டை* தனதாக்கிக் கொள்ள நினைத்தது செல்விக்கு சரியாகப் படவில்லை.

அறைக்கு சென்றதும், மீனாவிடம் இதைப்பற்றி கேட்டாள். மீனா தனது தரப்பு விளக்கத்தை கொடுத்தாள். அந்த நபர் கொல்கத்தாவை சேர்ந்தவர். லென்காவுடன் உண்மையாக பழக நினைத்த இவரை, அவள், தனக்காக செலவு செய்ய கிடைத்த அடிமையாக பார்த்தாள் என்று சொன்னாள், மீனா. அவர்களுடன் பல முறை மீனாவும் ஊர்சுற்ற சென்றிருந்தாள். அங்கு, தனது நாட்டை சேர்ந்த, பக்கத்து மாநிலத்தை சேர்ந்த ஒரு நல்ல மனிதரை ஒருவர் சூறையாடுவதை மீனாவால் பொறுக்க முடியவில்லை என்று சொன்னாள். மீனாவுக்கு பெங்காலி மொழி தெரிந்திருந்தது. அவரிடம் பழக ஆரம்பித்திருந்தாள். ஒவ்வொரு முறையும் அவர் லென்காவுக்காக செலவு செய்யவதையும், அதை லென்கா காதலாக பார்க்காமல் ஏமாளித்தனமாக பார்த்ததையும் மீனாவால் பொறுக்க முடியவில்லை என்றாள். ஒரு நாள் அவர் லென்கவை திருமணம் செய்து கொள்ள தயாராக இருப்பதாகவும், அதை வெளிப்படுத்த ஒரு மோதிரத்தை வாங்கி வந்து அவள் முன் மண்டியிட்டதையும் மீனா பார்த்திருந்தாள். அன்று லென்கா, அவர் மீது அப்படிப்பட்ட எண்ணமே இல்லை என்றும், அவள் ஒரு ஆண் நண்பருடன் பொழுது போக்க இவரை பயன்படுத்திக்கொண்டாள் என்றும் வெளிப்படையாக கூறியதையும், அதில் அந்த நபர் உடைந்து போனதையும் பார்த்ததாக சொன்னாள்.

ஒரு வாரம் மனதுடைந்து போனவர், மீனாவிடம் பேசவேண்டும் என்று கேட்டதாகவும், அவரது உண்மையான அன்பு மீனாவை அவர்பால் ஈர்த்தாகவும் சொன்னாள். ஒரு வாரம் வெறும் நண்பர்களாக பழகியவர்களுக்கு ஒருவரை ஒருவர் பிடித்து போனதாகவும் சொன்னாள். இப்பொழுது பாஸ்கர் போஸ் தனது காதலன் என்று அறிவித்தாள் மீனா.

இந்த காவிய, இல்லை களவாடிய காதல் கதையை கேட்டு செல்விக்கு தலை சுற்றியது. முன்தினம் இலங்கை ஜெயராஜ் அய்யாவின் திருக்குறள் வகுப்பில் நடுவு நிலைமை பற்றி கூறிய விளக்கத்தை நினைவு கூர்ந்தாள். நடுவு நிலைமை என்று பண்பை அவர் என்னவென்று சொன்னார் என்பதை

இந்த நிகழ்வில் பொருத்திப் பார்த்தாள்.

செல்வி தனது மனதில் இருந்த தராசில் இந்த தருணத்தை நிருத்திப் பார்த்தாள். மீனவா, லென்காவா யார் சரி! அவர் முதலில் லென்காவின் நண்பர். அவளோ பற்றற்ற உறவில் இருக்க ஆசைப்பட்டாள். அவள் மீனாவை தோழியென்று நம்பி எல்லா இடங்களுக்கும் உடனழைத்துச் சென்றாள். மீனா பல இடங்களுக்கு, லென்கா அழைக்காமலே சென்றாள் என்பது மீனா ஒப்புக்கொள்ள மறுத்தாலும் உண்மை. அவள் கருவிழிகள் லென்காவுடன் செல்லும் போது பாஸ்கருக்காக விரிந்ததை செல்வி கவனிக்காமல் இல்லை. என்ன சாக்கு சொன்னாலும், அவர் தனது தோழியின் நண்பர். லென்கவின் சித்திதாந்தம் என்னவாக இருந்தாலும், அவை அவளது நியாயங்கள். அதில் மூன்றாவது நபரான மீனாவுக்கு கருத்து சொல்ல எந்த உரிமையும் இல்லை. மீனா அவர்களுடன் சென்றிருக்கவே கூடாது. செல்வியின் நியாயத் தராசு லென்கவின் பக்கம் சாய்ந்தது. தனது ஆருயிர் தோழியின் தவறுகளை அவளால் அப்படியே ஏற்றுக்கொள்ளவும் முடியாமல், நியாயப்படுத்தவும் முடியாமல் திணறினாள்.

மீனா, பாஸ்கர் எப்படியாவது தன் பால் ஈர்க்கப்படுவார் என்று நம்பினாள். மீனாவைப் பொறுத்தவரை அவர்களுக்கு நடுவே ஒரு *ஐஓனிக் பாண்ட்*, உப்புக்கல்லின் அணுக்களுக்கு நடுவே இருக்கும் விசைப்போல ஒன்று ஏற்படுத்த ஆவல்.

திடீரென்று செல்விக்கு விளங்கியது. *சோடியம் குளோரைடு*... மீனா *கிளோரின்*ஐ போல ஈர்க்கவும், தனக்குள் *எலெக்ட்ரோனை* வைத்துக்கொள்ளவும் இடம் இருக்கும் மனமுடையவள்.

யுடியூப் இல் *பிசிக்ஸ்வாலா* என்ற பெயரில் இயங்கும் வகுப்பறையில், அலக் பாண்டே *சார்* சொன்னதை நினைவுபடுத்திப் பார்த்தாள் செல்வி. " *கிளோரின்* திருமணம் செய்து கொள்ளும், *பிளூரின்* வெறும் *டேட்டிங்* மட்டும் செய்யும். *கிளோரின்* ஈர்ப்பு இருந்தாலும், ஒன்று அர்ப்பணிப்பு காட்டும் இணைப்புக்கான அமைப்பைக்கொண்டது. *பிளூரின்* ஈர்ப்பு காட்டும் ஆனால் அதற்கு அப்படிப்பட்ட அமைப்பு இல்லை". என்று விளக்கியது நினைவுக்கு வந்தது. *எலக்ட்ரான் அபினிட்டி*, மற்றும் *எலெக்ட்ரோனெகடிவிட்டி* என்ற இந்த இரு பண்புகளை நினைத்துப் பார்த்தாள்.

உடன் இணையும் வேதிப்பொருள் *சோடியம்* ஆக இருக்கும் பட்சத்தில், அதற்கு, அர்ப்பணிப்பான உறவுதான் தேவை. சட்டென்று செல்விக்கு எல்லாம் விளங்கியது. பாஸ்கர் *சோடியம்* போல ஒரு நிரந்தர உறவில் நிறைவு பெறுவார். அவருக்கு மீனா தான் சரி என்று இந்த விடயதத்திற்கும் தெளிவு கிடைத்தது. திருக்குறள் ஆய்வில், அதிகாரம் 12உம், தான் சரியாக பொறுத்திவிட்டதாக அவள் நிம்மதி பெருமூச்சு விட்டாள். இன்னும் ஆறே மாதங்களில் அதிகாரம் 38 வரை முடித்து விட வேண்டும் என்று தன்னை தானே ஊக்கப்படுத்திக் கொண்டாள்.

11

வள்ளுவர் - வள்ளி

ஆரல்வாய்மொழி,

ஆறு மாதங்களுக்கு முன்...

செல்வியும் ஆனந்தவள்ளியும் புறப்பட தயாராக இருந்தனர். பாலா, 'வள்ளி' என்று அழைத்தார். ஆனந்தவள்ளி சித்தியை பாட்டி செல்லமாக அழைக்கும் பெயர்.

" அம்மா போயிட்டு வரேன்"என்று சட்டென்றும் காலில் விழுந்து ஆசீர்வாதம் வாங்கிக்கொண்டார்.

செல்வி சற்று யோசித்தாள், சும்மா வெளியே போறதுக்கெல்லாம் கால்ல விழுந்து ஆசீர்வாதம் வாங்கணுமா என்ன! ஆனால் சித்தியை தொடர்ந்து அவளும் காலில் விழுந்தாள்.

" மணி ஓசை கேட்கட்டும்" என்று வினோதமாக வாழ்த்தினார் பாட்டி.

செல்வியும் வள்ளியும், பொய்கை அணைக்கு சென்றனர். உட்கார்ந்து நிம்மதியாக பேச ஒரு இடமாக இருக்கட்டும் என்று இந்த இடத்தை தேர்ந்தேடுத்ததாக சொன்னார், வள்ளி. இயற்கையை ரசித்துக்கொண்டு, சில ஆழமான உரையாடல்கள் செய்ய தயாராக இருந்தார் வள்ளி. சித்தி இந்த சந்திப்புக்காக பல வருடங்கள் காத்திருந்திருப்பார் என்று ஊகித்தாள், செல்வி. ஒரு *ஜோல்னா* பையில் ஒரு கோப்பையும் எடுத்து வைத்துக்கொண்டார் வள்ளி.

வள்ளியும், செல்வியும், காரில் சென்று, ஒரு இடத்தில் காரை நிறுத்திவிட்டு, நடந்து சென்றனர். எல்லாபுரங்களும் மலை சூழ, ஒரு பாறையில், மர நிழலில் அமர்ந்து கொண்டார்கள் இருவரும். குடிக்க கொஞ்சம் தண்ணீர் நீட்டினார் வள்ளி. செல்விக்கு ஒன்னும் புரியவில்லை, அவள் சாதாரணமான ஒரு சந்திப்புக்கு வள்ளி வந்தது போல் இல்லை என்றும், அப்படி என்ன ரகசியம் சொல்லப்போகிறார் வள்ளி என்றும், ஓராயிரம் கேள்விகளுடன், தண்ணீரை குடித்தாள், செல்வி.

"செல்வி, *டெக்கணமென்* கள் பற்றி கேள்விப்பட்டிருக்கிறாயா?" என்று கேட்டார் வள்ளி.

செல்வி குடித்துக்கொண்டிருந்த தண்ணீரை சட்டென்று துப்பிவிட்டாள். தலைக்கு ஏறியது தண்ணீர். வள்ளி சித்தி இதைப்பற்றியெல்லாம் அறிந்தவர் என்பது அவளை உறையச்செய்தது. வள்ளி ஒரு பள்ளி ஆசிரியை, அறிவியல் ஆசிரியை என்று தெரியும். ஆனால், ரசவாத வரலாற்றின் ரகசிய மொழியின் சொல்லான *டெக்கணமென்* பற்றி இவர் தெரிந்து வைத்திருந்தது செல்விக்கு அதிர்ச்சியாக மட்டும் இல்லாமல், வள்ளி சித்தி தன்னை ஆச்சரியப்படுத்தப் போகும் இன்னும் பெரிய விடயத்திற்கு தன்னை தயார் படுத்துக்கொண்டாள்.

"செல்வி, உனக்கு உன்னோட பெயர் பிடிக்காதுனு எனக்கு தெரியும். உன்னோட பெயரோடு அர்த்தம் உனக்கு தெரியுமா டா !", என்று கேட்டார் வள்ளி.

சித்தி தான் அவளுக்கு பெயர் சூட்டினார் என்று செல்விக்கு தெரியும். அவளைப்பொறுத்தவரை, தான் ஒரு தமிழர் என்று ஒரு குறுகிய இனக்குழுவுடன் அடையாளப்படுத்திக்கொண்டு ஒரு குளோபல் சிட்டிசனாக இருக்க முடியாது. தன பேரைக்கூட ஒருவரால் சொல்ல முடியாமல் போகக்கூடாது என்று நினைத்தாள். சித்தியிடம் அவளுக்கு அந்த பெயர் பிடிக்கவில்லை என்று சொல்லி அவரை கஷ்டப்படுத்த விருப்பமில்லாமல் அமைதியாக இருந்தாள்.

வள்ளி ஒரு அட்டையை, தன்னுடைய கோப்பிலிருந்து வெளியே எடுத்தார். அது நேர்த்தியாக கையால் செய்யப்பட்ட வாழ்த்து மடல். செல்வி, சித்தியிடம் அவ்வளவு நெருக்கமாக பழகாவிட்டாலும், அத்தையின் செல்லமாக இருந்தாலும், சித்தி அவள் மீது வைத்திருந்த பாசத்தின் சாட்சியாக இருந்த அந்த பொக்கிஷத்தை கைகள் நடுங்க பிடித்துக்கொண்டாள். அவள் கண்களிலிருந்து தாரை தாரையாக கண்ணீர் ஒழுகிக்கொண்டிருந்தது.

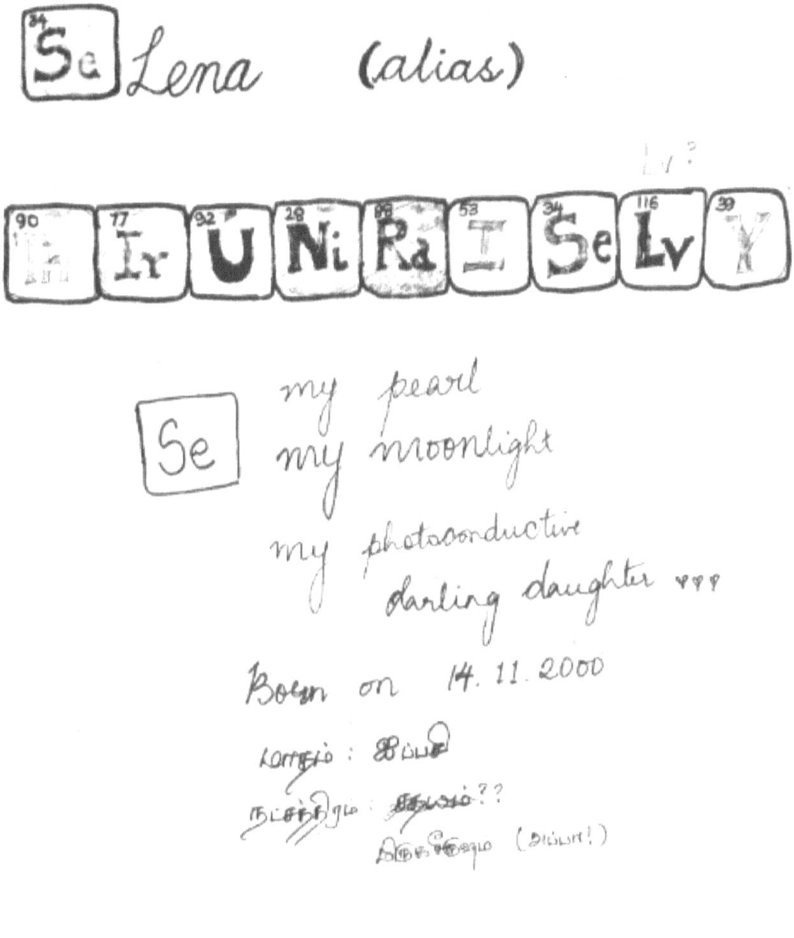

Enter Caption

செலீனா (எ) திருநிறைச்செல்வி, அந்த பெயர், ஆங்கிலத்தில் வேதியியல் பட்டியலின் தனிமங்களின் பெயர்களை இணைத்து அவர் செய்திருந்ததை, அந்த வாழ்த்து அட்டையில் விவரித்திருந்தார். டீ.எச். -*தோரியம்*, ஐ.ஆர் - *இரிடியம்*, யு-*யூரேனியும்* , என்.ஐ. - *நிக்கல்*, ஆர்.ஏ.-*ரேடியம்*, ஐ - *இந்தியும்*, எஸ்.இ -*செலினியம்*, எல்வீ- (இந்த இடத்தில் மேற்குறி போட்டு *லிவெர்மோரியம்)* என்று எழுதப்பட்டிருந்தது, வை- *ஏற்றியும்*, என்ற தனி-மங்கள் அவள் பெயரை உருவாக்கியிருந்தது. அதில், *செல்லெனியம்* பற்றி எழுதியிருந்தார், செல்லமாக செல்வி என்று சொல்ல, *செலினியம்* நிலவுடம் சம்பந்தப்பட்டது என்றும். நிலாவை ரசிப்பவர்களை *செலெனோபைல்* என்று அழைப்பார்கள். அந்த வேதிப்பொருள், நிலவொளியில் ஒளிரும் என்றும், என் செல்ல மகளே என்றும், அவள் பிறந்த தேதியை குறித்து வைத்தி-ருந்தார். 14.11.2000 என்றும், மாதம் ஐப்பசி, நட்சத்திரம்- சதயம் என்று எழுதி, "அமுத அழகி" என்றும் எழுதி அடித்து திருத்தி, மிருகசீரிஷம் என்று எழுதி, வைத்திருந்தார். இவ்வளவு ஆசை ஆசையாக வைத்திருந்த பெயரை, தான் மாற்றிக்கொண்டதை நினைத்து வெட்கப்பட்டாள் செல்வி. ஆனால் சித்தியை போல தானும் *செலினியம்* என்ற தனிமத்தின் பெய-ரில் தன் பெயரை சுருக்கி வைத்துக்கொண்டதை நினைத்து சற்றே ஆறுதல் அடைந்தாள்.

இன்னும் கொஞ்சம் தண்ணீர் குடித்துக்கொண்டாள் செல்வி. அந்த அட்-டையை பத்திரமாக கோப்புக்குள் வைத்துவிட்டு, சித்தியிடம் கொடுத்தாள்.

" வீட்டுக்கு போனப்பறம், எனக்கு தரீங்களா?" என்று கேட்டாள் செல்வி. சித்தி சரி என்று தலையாட்டினார்.

சில நிமிடங்கள் மௌனமாக இயற்கையை ரசித்து விட்டு, "செல்வி, ஆத்-திச்சூடி, ஔவையார்லாம் ஞாபகம் இருக்கா?" என்றார் வள்ளி.

செல்வி பட்டப்படிப்புக்காக சென்னையில் இருந்ததால் அவளுக்கு தெரிந்-திருந்தது. செல்வி உடனடியாக, "ஔவையார் என்றால், அந்த வயசான பாட்டி தானே, சுட்டப்பழமா, சுடாதா பழமானு கேட்ட முருகன் கதையை கேட்டிருக்கேன், ஒரு கருப்பு வெள்ளை படத்துலயும் பார்த்திருக்கேன்", என்-றாள்.

வள்ளி சிரித்துக்கொண்டே, "கே. பி. சுந்தராம்பாள் அம்மா தான் நிறையபேர் மனதில் ஔவையாறாக பதிந்து உள்ளார். அதுக்கு நீங்க என்ன பண்ணுவீங்க பாவம்! உலகமே திரைப்படம் பார்த்தும் கதைகள் படித்தும் தான் வரலாறு, புராணம் எல்லாம் தெரிஞ்சுக்கறாங்க. இதுல வரலாறே புராணம் தான் என்று வேற பலர் நினைச்சிட்டிருக்காங்க" என்றார்.

வள்ளி சித்தி இன்னொரு காகிதத்தை எடுக்கிறார். அதை வைத்து எழுத ஒரு அட்டையையும், பேனாவையும் எடுக்கிறார். செல்வியை தான் சொல்-லச்சொல்ல ஆத்திச்சூடியை எழுதச்சொன்னார் வள்ளி.

"தமிழ் எழுத்துகள் எழுத தெரியுமா?" என்றார் வள்ளி.

"சித்தி, அவ்வளவு மோசம் இல்ல.. அறம் செய்ய விரும்பு, ஆறுவது சினம்... இது தான் இல்லையா? நீங்க சொல்லுங்க நான் எழுதுறேன்" என்கிறாள் செல்வி.

வள்ளி சிரித்துக்கொண்டு சொல்ல தொடங்குகிறார்.

"அறம் செய்ய விரும்பு
ஆறுவது சினம்
இயல்வது கரவேல்
ஈவது விலக்கேல்
உடையது விளம்பேல்
ஊக்கமது கைவிடேல்
எண் எழுத்து இகழேல்
ஏற்பது இகழ்ச்சி
ஐயம் இட்டு உண்
ஒப்புரவு ஒழுகு
ஓதுவது ஒழியேல்
ஔவியம் பேசேல்
அஃக்கன் சுருக்கேல் "

" இந்த ஆத்திச்சூடி குழந்தைகளுக்கு சொல்லும் ஒரு நன்னெறி பாடல் மட்டும் இல்லை. இது ஒரு ரசவாத ரகசிய செய்யுள்" என்றார் வள்ளி. ரகசிய மொழியில் கைதேர்ந்தவள் என்று தன்னைத் தானே கர்வத்துடன் எண்ணிக்கொண்டிருந்த செல்விக்கு இது அவள் ஆணவத்தை அடக்கிய விடயமாக இருந்தது.

வள்ளி இந்த ரகசிய செய்யுளை புரிந்து கொள்ளும் சூட்சமத்தை சொன்னார். "அறம் என்பது, ஒரு நற்செயல் அல்லது கடமை அல்லது விதிக்கப்பட்ட செயல் என்று பொருள் கொள். ரசாயன கனிமங்களும் அறத்துக்கும் சம்மந்தம் என்ன என்று யோசிக்கிராய் அல்லவே? இப்படி யோசித்துப்பார். இந்த நூல், திருக்குறள் போன்ற சில நூல்களில் அறம் என்று இவர்கள் போற்றும் செயல், "ஈகை", அதாவது கொடுப்பது. ஆறிய சினம் என்பதை, சினம் = கோபம் = நெருப்பு என்றும், ஆறிப்போன சினம் என்பதை தணிந்த நெருப்பு என்றும் பொருள் கொண்டு, ஆத்திச்சூடியை ஒரு ரகசிய செய்யுளாக பிரித்து பொருள் கொள்ள முயற்சி செய்" என்றார்.

செல்விக்கு இது ஆச்சரியமாகவும், முதல் முறையாக, தனது கர்வம் சுக்கு நூறாக உடைந்த தருணமாகவும் இருந்தது. வள்ளி சித்தியின் சிந்தனைகள், அவரின் அறிவாற்றல் இவற்றையெல்லாம் சரியாக புரிந்து கொள்ளாமல் அவரைப்பற்றி செல்வி வைத்திருந்த பிம்பம் உடைந்தது. அவளைச்சுற்றி பல நொறுங்கிய துகள்கள் பறந்து சுழன்று கொண்டிருந்தன. வள்ளியிடம் இவற்றைக் ஒப்புக்கொண்டு சரணடைந்தாள் செல்வி. உணர்ச்சி மிகுதியில் செல்வியின் கண்கள் கலங்கின.

வள்ளி, அவளை செல்லமாக கொஞ்சினாள். "அச்சச்சோ! என்ன ஆச்சு டா தங்கம்! நீ இந்த வேலையை கையில் எடுக்கவே பிறந்தவள் செல்லம்! உன்னை இந்த பாதையின் வாயிலில் அழைத்து வரும் வரை தான் என் பொறுப்பு. இதன் அவசியம் என்னவென்று உனக்கு புரிந்து விட்டால் என் ஜென்மம் ஈடேறும். நான் விளக்குவதை வைத்து உனக்கு ஒரு வழி திறக்கும். என் ஆதி தமிழும், என் பாட்டி ஔவையும், அய்யன் வள்ளுவனும் என் அன்னையும் எனக்கு துணை புரியட்டும்." என்று சொல்லி, கைகளை கூப்பி வானை நோக்கி கும்பிட்டு, விளக்கம் கொடுக்கத் தொடங்கினார், வள்ளி.

"அறம் அதாவது ஈகை, அதாவது கொடுக்கும் செயலை, ரசாயன கனிமங்களின் கொள்கையாக எண்ணி செய்வன உலோகங்கள் (*மெட்டல்ஸ்*). அதாவது, உண்மையான உலோகங்கள் என்ற பட்டியலில் இருக்கும், *எஸ் பிளாக் மெட்டல்கள்*. இவை தங்களின் அணுவிலிருந்து ஒரு *எலெக்ட்ரோனை* வழங்கி விட்டு, தமக்கு முந்தைய *நோபல் கேஸ்களைப்*போல் மாற துடிக்கும். *நோபல் கேஸ்கள்* பிற தனிமங்களோடு தொடர்பில்லாமல் தனித்து துறவிபோல் இயங்கும் ஆற்றல் பெற்றவை இல்லையா. இவைகள் போல *மெட்டல்கள்* வாழ ஆசைப்பட்டு தமது *எலெக்ட்ரோனை* வழங்கும். இது "அறம் செய்ய விரும்பு" அதாவது, ஒரு உண்மையான *மெட்டலாக* நீ இருக்க ஆசைப்பட்டால், *எலெக்ட்ரோனை* வழங்க முற்படு." என்று பொருள் கொள்ள வேண்டும்.

"'ஆறுவது சினம்'- இப்படிப்பட்ட உலோகங்களை எப்படி பிரித்து எடுப்பது? சினம் = கோபத்தீ = உருக்கும் ஆலையில் இருக்கும் தணல். அதாவது நெருப்பில் சுட்டு ஆற்றினால் பிரித்தெடுக்க முடியும்."

"'இயல்வது கரவேல்'- முடிந்த அளவுக்கு கொடு, அதாவது ஒரு *மெட்டல்* தனது *வாலென்ஸ் எலெக்ட்ரோண்களை* மட்டுமே கொடுக்கும்."

"'ஈவது விலக்கேல்', கொடுப்பதில் பாரபட்சம் பார்க்காமல் கொடுக்க வேண்டும். ஒரு *மெட்டல்*, பல தனிமைகளுடன் *எலெக்ட்ரோன்களை* வழங்கி தொடர்பு கொள்ளும். அவை மற்றொரு *மெட்டலானாலும்* சரி, *நான்-மெட்டல்* ஆனாலும் சரி."

"'உடையது விளம்பேல்' அதாவது செல்வங்களை விளம்பரப்படுத்தாதே. வேதியியலில் பொருத்தி யோசித்ததால், எல்லா *எலெக்ட்ரோன்களையும்* பயன்படுத்தி ஈகை செய்யவேண்டாம். அப்படி செய்தால் நீ உண்மையான *எஸ் பிளாக் மெட்டலாக* இருக்க முடியாது."

"'ஊக்கமது கைவிடேல்' எப்பொழுதும் சுறுசுறுப்பாக இரு. *மெட்டல்கள்* தங்கள் பளபளப்பை, மின்னும் தன்மையை எப்படி பெறுகின்றன, ஒரு அணுவிலிருந்து மற்றொரு அணுவுக்கு *எலெக்ட்ரோன்கள்* தாவிக்குதித்துக் கொண்டிருப்பதால் இல்லையா. அப்படியென்றால், *மெட்டலாக* உன் இயல்பை வெளிப்படுத்த ஊக்கத்தை கைவிடாதே."

"'எண் எழுத்து இகழேல்'- எண்களையும் எழுத்துகளையும் எப்பொழுதும் கூர்ந்து கவனிக்க வேண்டும். இந்த வாக்கியத்தை குறித்துக்கொள். இதைப்-பற்றி உனக்கு புரிந்து விட்டால் அப்படியே மேலே சொல்கிறேன்." என்றார் வள்ளி.

"சித்தி, முழுசா சொல்லிடுங்க. நான் இந்த ஆராய்ச்சி எப்படிப்பட்ட சவால்-களை கொண்டிருந்தாலும் கண்டிப்பாக எடுத்து செய்வேன் என்று உறுதிமொ-ழியை அளிக்கிறேன்." என்றாள், செல்வி. அவள் ஆர்வம் கண்கள் வழியே பிதுங்கி வழிந்தது.

"அடுத்த வாக்கியத்தை கவனி, 'ஏற்பது இகழ்ச்சி'". செல்வி உடனடியாக புரிந்து கொண்டாள்.

"சித்தி, இப்படின்னா, இந்த வாக்கியம் *மெட்டல்*களின் தன்மைக்கு எதிரான-தாக இருக்கு. அதாவது ஒரு *மெட்டலாக* இருக்கும் ஒன்று ஏற்பது அதற்கு இகழத்தக்க செயலாக இருக்கும் இல்லையா? அப்போ இதுக்கு முந்தைய வாக்கியம்!!! சித்தி, இது பயங்கரமான ரசவாத ரகசிய மொழியாக இருக்கே!!" என்று பிரமிப்புடன் பார்த்தாள்.

"பொதுவாக ஒரு ரகசிய மொழியில், சொல்லிக்கொண்டே வரும் ஒரு கருத்துக்கு சம்மந்தமே இல்லாத ஒரு விவரம் வந்தால் அதற்கு பிறகு வரும் வாக்கியம், முன் சொன்ன செய்திக்கு நேரெதிர் அல்லது முற்றிலும் வேற செய்தியை சொல்லலாம் என்று எதிர்பார்க்கப்படும். அதே போல இருக்கு... உண்மையிலேயே ஆத்திச்சூடி ஒரு மர்ம செய்யுள் தான் இல்லையா சித்தி?"

வள்ளி உண்மையிலேயே "ஆனந்த" வள்ளியாக பூரிப்படைந்தாள். "இந்த வாக்கியத்தை சரியாக புரிந்து கொண்டு விட்டாய் இல்லையா? ஒரு *மெட்-டல், எலெக்ட்ரோன்*களை ஏற்றால், அதன் எடை மட்டும் சுற்றளவு விரிந்து அதை உறுதியாக்கும் *நோபல் கேஸ்* தன்மையை இழக்க நேரிடும். இது முந்-தைய கருத்தின் வேறு பரிமாணம் பாத்தியா!" என்று சொன்னார் வள்ளி.

"'ஐயம் இட்டு உண்'- உன்னிடமிருந்து பெற்றுக்கொள்ளும் தனிமத்தின் நிலை அறிந்து *எலெக்ட்ரோன்*களை கொடு. அவை *நான்-மெட்டலாக* இருந்து முழுமையாக *எலெக்ட்ரோனை* பெற்றுக்கொள்ளும், இல்லையென்-றால் பகிர்ந்து கொள்ளும்."

"'ஒப்புரவு ஒழுகு'- இப்படி இன்னொரு தனிமத்துடன் இணைந்து உறவா-டுவது நல்லது."

"'ஓதுவது ஒழியேல்'- மறுபடியும், இந்த வாக்கியத்தை உன் ஆராய்ச்சிக்கு விட்டு விடுகிறேன்."

"'ஔவ்வியம் பேசேல்'- அதாவது இதை இன்றைய தமிழில் சொல்ல வேண்டும் என்றால், வம்பு பேச வேண்டாம் என்று அர்த்தம். இதை புரிந்து கொள்ளவேண்டும் என்றால், ஒரு சரியான உரையாடல், இணைந்து இருக்கும் இரு கனிமங்கள் நடுவே,' '*பாண்டிங்* செய்யும்' என்று செல்வி குறுக்கிட்டு தெளிவு படுத்துக்கொண்டாள். ஆமாம். கனிமங்கள் *ஐயோனிக்* இல்லை-

யென்றால் *கோவேலன்ட் பாண்டில்* இணைந்திருந்தால் அது ஒரு நேர்முகமான உரையாடல் போல, ஆனால் அவை ஒருவர் அறியாமல் அவர் பின்னால் பேசுவது போல், ஒரு இணைப்பு வேதியியலில் உள்ளது, அதன் பெயர்", என்று வள்ளி சற்று நிறுத்தியதும், செல்வி, "'*கோவார்டினேட் காம்ப்லெக்ஸ்*' என்றாள். "சரியாக புரிந்து கொண்டு விட்டாய். இந்த வாக்கியத்தின் முழு விளக்கம் உனக்கு இப்போ புரிந்ததா ?" என்று கேட்டார் வள்ளி.

செல்வி, " ஒரு *மெட்டல் கோவார்டினேட் காம்ப்லெக்ஸ்* உருவாக்கும் போது அது கூழாக, ஜவ்வாக இருக்கும், உறுதியாக இருக்காது. வழ வழ கொழ கொழ, அது தானே, சித்தி?"என்றாள்.

வள்ளி உணர்ச்சி மிகுதியில், செல்வியின் கன்னத்தை கிள்ளி முத்தமிட்டார்.

"'அஃகன் சுருக்கேல்'- 'ஃ' என்பது அணுத்துகள்கள் என்று வைத்துக்கொள். ஒவ்வொரு அணுவும் தன்னை துகள் அளவுக்கு சுருக்கிக்கொண்டால் அது *நோபல் கேஸ்* அளவுக்கு லேசாக ஆகும். அதற்கு முயற்சி செய்யும் வகையில், ஒரு *மெட்டல்* தன வாழ்க்கையை நடத்தும் என்று பொருள் கொள்ளலாம். "என்று வள்ளி முடித்தார்.

செல்வி சற்று நேரம் இந்த மாபெரும் விடயத்தை குழந்தைகளின் பாடலாக வைத்திருக்கும் ஔவ்வையின் பெருமையை நினைத்து வியப்பதா, இதை கண்டு பிடித்த சித்தியை வியப்பதா என்று பெருமூச்சு விட்டாள். வள்ளி சித்தி அவள் கண்களுக்கு சரஸ்வதி போல, காட்சியளித்தாள். மடியில் வீணை வைத்துக்கொண்டு, செம்பு (தாமிரபரணி ஆறு செம்பு நிறைந்ததால்) நிற சேலை உடுத்தி, மூன்றாவது கையில் *வால்யுமெட்ரிக் பிளாஸ்க்கும்*, நான்காவது கையில் *பிப்பெட்டும்* பிடித்தவாறு தன முன் விஸ்வரூபம் எடுத்தார்.

ஆத்திச்சூடி - ஔவையார்

Key:-
அறம் = ஈகை
⇒ Giving away electrons (e^-)

அறம் செய்ய விரும்பு
Be willing to give away electrons like the S- Blk elements, metals. They give away to be as stable as Nobel gases.

ஆறுவது சினம் [சினம் = Anger = Fire]
Cooled after the fiery (anger) ⇒ how metals get extracted.

இயல்வது கரவேல்
Give as many as possible. Valence electrons alone ...

ஈவது விலக்கேல்
Bond with any element. Don't be specific

உடையது விளம்பேல்
Don't show off other electrons or involve them.

ஊக்கமது கைவிடேல்
Excitation (sign of motivation) causes metallic sheen/lustre

எண் எழுத்து இகழேல் %
odd statement in the scheme [Possible Gear shift]

ஏற்பது இகழ்ச்சி
If you're a S Blk metal, then accepting electrons is lowly.

ஐயமிட்டு உண்.
Choose ionic/covalent bonding. share electrons if reqd.

ஒப்புரவு ஒழுகு
The above practices would help you stay as compounds

ஓதுவது ஒழியேல் % [Next Gear shift]
odd statement in thought flow

ஔவியம் பேசேல்
Don't indulge in Gossip [Don't form coordinate cmpds like D-Blk metals and then it becomes insoluble / colloidal

ஃ கம் சுருக்கேல் ⇒ % reference to Godliness [Annihilat

Enter Caption

செல்வி தான் எழுதி முடித்த குறிப்புகளை பத்து நிமிடங்கள் வெறித்துப்பார்த்தாள். ஆழ்ந்து ஆராய்ந்து. "அப்படினா தமிழில் *டெக்கணமேன்கள்* இருந்தன என்று சொல்லுறீங்களா, சித்தி?" என்று கேட்டாள்.
"அது மட்டும் இல்லை, வேறென்னன்னமோ இருக்கு டா செல்லம்." என்றார் வள்ளி. திருக்குறளில் ஒளிந்திருக்கும் ரகசியத்தை செல்வி தான் கண்டுபிடித்து உலகுக்கு சொல்லவேண்டும் என்பது வள்ளியின் கனவு.
"ஒரு சிறிய காலப்பயணம் செல்வோமா?" என்றார் வள்ளி. *டைம் ட்ராவல்* என்று, தானே அதை செல்விக்கு புரியும்படி சொன்னார், வள்ளி
"எல்லா ஊர்களையும் விட்டு விட்டு, இந்த ஆரல்வாய்மொழியில் ஏன் தங்கியிருக்கோம்னு தெரியுமா?" என்று தொடங்கினார் வள்ளி.
இதுவரை சித்தி செய்தவற்றை வைத்து, தனது உலகமே புரட்டி போடக் கூடிய செய்தியை சித்தி சொல்லப்போகிறார் என்று செல்வி தன்னை தயார் படுத்துக்கொண்டாள்.
"இந்த மலைத்தொடர்களின் பெயர் பொதிகை". என்று வள்ளி தொடங்க, வழக்கம்போல் ஆர்வக்கோளாறுடன், " பொதி என்றால் சுமை தானே?" என்று கேட்டாள் செல்வி.
வள்ளி சிரித்துக்கொண்டு தொடர்ந்தார். "பொதிகை மலைகளை, 'பொட்டியல்' , 'பொட்டலாகா' , என்றெல்லாம் சில புத்தகங்களில் குறிப்பிடப்பட்டுள்ளன. அதுவும், இந்தியாவில் உள்ள புத்தகங்கள் இல்லாமல், சீன, ஜப்பானிய புத்தகங்களில், மற்றும் ரோமாபுரியின் சிந்தனையாளர் டாலமியின் குறிப்புகளிலும் குறிப்பிடப்பட்டுள்ளன. இந்த மலையை கந்தக மலை என்றும் குறிப்பிட்டுள்ளன. அதாவது வாசனை பொருட்களான, ஏலக்காய், பட்டை, மிளகு போன்ற மசாலாவில் சுவையும், மணமும் இங்கே இயற்கையாக விளையும். அது இந்த மலை முழுவதும் வாசம் வீசும் வகையில் மணக்கும். பொதிகை என்ற பெயர், புதையல், பதுக்கல், பாதுகாத்தல், போதித்த மலை, பொத்தி வைத்த மலை என்று பல வகையில் அர்த்தம் தருமாறு பொருள் கொள்ளலாம். இந்த எல்லா சொற்களும் ரகசியமாக மறைத்து வைக்கப்பட்ட என்ற பொருளையே தரும். நமது பக்கத்து மாநிலமான கேரளத்தில், மலையாள மொழியில், *பதுக்க பதுக்க* என்று சொல்வார்கள். ஜாக்கிரதை என்ற எச்சரிக்கை வார்த்தையாக பயன்படுத்துவர். அது கூட இங்கே ஏதோ உள்ளது கவனமாக செல்ல வேண்டும், அல்லது இங்கு உள்ள ரகசியத்தை வெளியே தெரியாமல் மெதுவாக பேசு என்ற கூட அர்த்தம் கொள்ளலாம்."

"செல்வி, அகத்தியர் அதாவது அகஸ்த்திய முனிவர் பத்தி கேள்விப்பட்டிருக்கியா ? "
செல்வி, ஆம் என்று தலையசைத்து, "என் வகுப்பில் அகஸ்தியா என்ற பெயரில் ஒருவன் இருந்தான். அது அவர்களின் *சர்நேம்* என்று நினைத்தேன்" என்றாள்.
"அகத்தியர், தமிழ் மொழியின் தந்தையாக கருதப்படுகிறார். அவர் தமிழ்

மொழியை தனக்கு ஒரு தவத்தின் ஞானவெளிச்சமாக கிடைத்ததாக சொல்கிறார். சிவபெருமான் தனது உடுக்கையை அசைத்து ஒலிகளை விவரித்ததாகவும், பிறகு முருகப்பெருமான் தமிழ் மொழியை இன்னும் சற்று விரிவாக்கி, இலக்கணம் வகுத்தார் என்றும் கருதப்படுகிறது. அந்த அளவுக்கு பெருமைகள் கொண்ட அகத்தியர் நாம் நிற்கும் இதே நிலத்தில் நடந்து சென்றார் என்று நினைத்து பார்க்கவே மெய் சிலிர்க்கிறது, செல்வி," என்று உணர்ச்சி பொங்க சொன்னார் வள்ளி.

"இந்த மலைத்தொடர் மிகவும் சிறப்பு வாய்ந்தது, தாமிரபரணி ஆற்றின் பிறப்பிடம். *தாம்பிர* என்றால் *காப்பர்*. நீ வரலாற்றில் கற்காலம், இரும்பு காலம், செம்பு காலம் என்றெல்லாம் படித்திருப்பாய், இவை அனைத்தும் இந்த மண்ணில் இருந்ததற்கான அகழாய்வு தரவுகள் இருந்தும்..." என்று சொல்லி தன்னை தானே நிறுத்திக்கொண்டார், வள்ளி.

"இலங்கையும் இந்தியாவும் இனைந்து இருந்தது, அப்பொழுது தாமிரபரணி நதி இங்கு உற்பத்தியாகி, அதுவரை பாய்ந்ததாக சில நூல்களில் குறிப்புகள் இருக்கு." என்று சொல்லி பேச்சை மாற்றினார்.

"நாம் பார்க்கும் இந்த அணை, பொய்கை ஆறை பக்கத்து கிராமங்களுக்கு திருப்பிவிட்டு, விவசாயத்துக்கு பயன் தர வேண்டி கட்டப்பட்டது. பொய்கை ஒரு காட்டாறு. இந்த இடம், மக்கள் புழக்கத்துக்கு அனுமதி இல்லாத இடம். இங்கு கரடிகள் நிறைய இருக்கு. இந்த விஷயத்தை நினைவில் வைத்துக்கொள் என்றார். இந்த பகுதிக்கு பின்னால் ஒரு காப்பு காட்டு பகுதி உள்ளது. அதாவது *ரிசெர்வ்ட் போரெஸ்ட்.*" 'என்றார். "இங்கு பல குகைகள் உள்ளன. ரகசிய ஆராய்ச்சிக்கூடங்களுக்கு சரியான இடம் இல்ல?" என்றார்.

செல்வி *செர்ன்* ஐ பற்றி யோசித்தாள். சில ஆராய்ச்சிக்கூடங்கள் பார்வைக்கு மறைக்கப்பட்டு இருப்பது ரகசியத்துக்கு மட்டும் இல்லை உயிர்களின் பாதுகாப்பு கருதியும் தான் என்று சில பல விடயங்கள் அவள் எண்ணத்தில் தோன்றி மறைந்தன.

"இந்த விலங்குகள், அதாவது இரண்டு கால்களில் நிற்கக்கூடிய விலங்குகள் பற்றி உனக்கு எவ்வளவு விவரங்கள் தெரியும். அவை எந்த கைப்பழக்கம் கொண்டவை என்று நினைத்து பார்த்திருக்கிறாயா? கரடிகள், மனிதக்குரங்குகள், இவையெல்லாம் எந்தக்கை பழக்கம் கொண்டவை?" என்று வள்ளி கேட்டார்.

"இவ்வளவு நாளா இப்படி ஒரு கோணத்தில் யோசித்ததே இல்லை, இந்த விலங்குகளுக்கு இடது, வலது கை பழக்கங்களுக்கு ஏதாவது வித்தியாசம் தெரியுமா? இதற்கு ஏதாவது முக்கியத்துவம் இருக்கா!" என்று ஆச்சரியத்துடன் கேட்டாள் , செல்வி.

வள்ளி விளக்க தொடங்கினார், "இந்த விலங்குகள் இயற்கையில் இடது கை பழக்கம் கொண்டவை. அவை தனது குட்டியை பிடித்துக்கொள்ள வலது

கையை பயன்படுத்தும். மரம் தாவ, மரக்கிளைகளைப் பிடித்து எற, கிளை-களை உடைக்க, போன்ற வேலைகளுக்கு, இடது கையை பயன்படுத்தும். இந்த பகுதியில் வாழ்ந்த ரசவாதம் பயின்ற விஞ்ஞானிகள் இதைக்கண்டு, தங்களது கைப்பழக்கத்தை கவனித்து, வலது கை பழக்கம் கொண்டவர்களாக இருந்தனர் என்பதை உணர்ந்தனர். அவர்கள் இந்த விலங்குகளின் திறமை-யைப் பெற இடது கையையும் பயன்படுத்தப் பழகி, *ஆம்பிடெக்ஸ்டர்ஸ்* ஆக மாறினர்."

"வலது கை பழக்கம் கொண்டவர்களுக்கு இடது மூளை கூர்மையாக இருக்கும், இடதுகை பழக்கம் கொண்டவர்களுக்கு வலது மூளை கூர்மையாக இருக்கும். இரண்டும் கூர்மையாக இருக்கும் போது சில அதிசய சக்திகள் தோன்றும் என்றும் கண்டு அறிந்தனர்."

"அதாவது வலது, 'வலி'மை, 'வல்ல'மை, ஆகியவற்றை தூண்டும். இப்ப-டிப்பட்டவர்களை என்ன சொல்லலாம், 'வல்ல'வர், அல்லது... 'வள்ளுவர்...' அந்த குழுவின் பெண்கள், 'வள்ளி...'"

செல்வி உறைந்து போனாள். தன் கர்வம் மறுபடியும் தூளாக நொறுங்கி, வள்ளியின் காலடியில் கோலமாகியது போல் தோன்றியது... வள்ளி, முரு-கனின் வள்ளியைப்போல், கையில் வில், அம்பு, வளரி எல்லாம் ஏந்திய திருக்கோலத்தில் காட்சியளித்தார்.

"இவர்கள் தான் நம் ஆதிக்குழு. இறந்த காலம், நிகழ்காலம், வருங்காலம் என்று எல்லாவற்றையும் அறிந்தவர்கள். இவர்கள் எங்கு வசிக்கலாம் என்று தீர்மானம் செய்ததில் கூட ஒரு சூட்சுமம் உள்ளது. இந்திய வரைபடத்தை மனதில் கற்பனை செய்துகொள். கிழக்கு நோக்கி நின்றால் உனது வலதுகை எந்த திசையை காட்டும்? அது தான் இவர்களது வாழ்விடம். உலகத்தில் எல்லா இனக்குழுக்களை, தங்கள் முன்னோர்கள் தென் திசையை சேர்ந்த-வர்கள் என்று குறிப்பிடுகின்றனர். பிரேக் நகரம் சென்று பார்த்தாயா?" என்று கேட்டார் வள்ளி.

செல்விக்கு அந்த அருங்காட்சியகத்தின் முக்கியத்துவம் இப்போது தான் புரிந்தது. பிரேக் இல் இருந்த ரசவாத அருங்காட்சியகத்தை சென்று பார்த்-துவர சொல்லியிருந்தார் வள்ளி. அங்கு, ஐரோப்பிய ரசவாத விஞ்ஞானிகள் உலகத்தின் கண்களில் படாமல் ஒளித்து மறைத்து செய்து வந்த ஆராய்ச்சி-கள், ஆராய்ச்சிக்கூடத்தின் மாதிரிகள் காட்சிப்படுத்தப்பட்டிருந்தன. இந்தியா வருவதற்கு ஒரு வாரம் முன் அங்கு சென்று வந்திருந்தாள் செல்வி.

"நீ அங்கு பார்த்தது ஒரு சிறிய ஆராய்ச்சிக்கூடம் தான். இந்த மலை அதைவிட பல மர்மங்களை தனக்குள் 'பொதித்து' வைத்துள்ளது. சித்தர்க-ளின் பூமி, நாம் நடக்கும் இந்த இடம். விந்திய மலைகளுக்கு கீழே இருந்த சித்தர்களின் தவம் வேறு விதமானது. இமயமலையில் வாழ்ந்த பௌத்த துற-விகள் தங்கள் உடலை பட்டினி போட்டு, தனிமைப்படுத்தி எந்த உயிரு-டனும் தொடர்பில்லாத இடங்களில் தங்களை அடைத்து சில ஆராச்சிகளை

மேற்கொண்டனர். சித்தர்கள், 'உணவே மருந்து, மருந்தே உணவு' என்றார்கள். மக்கள் வாழ்ந்த பகுதிகளுக்கிடையே துறவு மேற்கொண்டனர். மக்களை வழிநடத்தி, அவர்களின் பிணியை போக்கி, குணப்படுத்தும் வழிகாட்டிகளாக வாழ்ந்தனர். தங்கள் உடலை விட்டு வெளியேறும் பயிற்சிகள், போன்ற பல தியானங்களை செய்தனர். அவர்களின் வழக்கை முறையை 'ஆசீவகம்' என்று சொல்கிறார்கள். இயற்கையுடன் இசைந்து வாழும் முறையாக இது இருந்தது."

செல்வி இதுவரை கேட்காத பெயராக இது இருந்தது. "வள்ளி சித்தி ஆசீவகம், மற்றும் ஹிந்து மதம் இரண்டும் ஒன்றா வேறா?" என்றாள் செல்வி.

"அது இன்னொரு நாள் விவரமாக பேசலாம். ஆனால் ஆசீவகத்தில் இருந்த ஒன்று இந்து மதத்தில் எப்படி சேர்ந்தது என்று விளக்குகிறேன்", என்றார்.

"அசீவகத்தில் இருந்த இந்த பழக்கம், ஆடம்பர, கோலாகல கொண்டாட்டமாக இப்பொழுது நடக்கிறது. எந்த காரணத்துக்காக அதை ஆரமித்தார்களோ அதை மறந்து விட்டது தான் கொடுமை. அசீவகத்தில் உருவகம் என்ற ஒரு வழக்கம் இருந்தது. புரியும்படி சொல்லவேண்டும் என்றால், பொம்மை படத்தில் இருக்கும் உருவங்களில் எப்படி உணர்ச்சிகள் அமைக்கப்படுகிறதோ, அதுபோல, *கேரிகேச்சர்*கள் செய்து செய்திகளை பதிவு செய்தார்கள். இது ஏன் என்றால், சாதாரண மக்களுக்கு உயர்ந்த சித்தாந்தங்களை எளிமையாக புரிய வைக்க. இதற்கு தான் கடவுள்களுக்கு மனித உருவம் கொடுத்தார்கள். மனிதர்கள் பழக்கிய மிருகங்களை வாகனங்களாக சேர்த்தார்கள். ஒரு உருவகத்தை வைத்து விளக்குகிறேன். 'விநாகயகர்', 'பிள்ளையார்.' இவரை எப்படி உருவாக்கப்படுத்துகிறோம், இல்லை, அவர்கள் செய்ததை இன்றுவரை தொடர்கிறோம்?!"என்று கேட்க,

'யானை முகம்,' என்றாள் செல்வி.

"விவரமாக பார்ப்போம். பெரிய காதுகள், பெரிய தலை, பெரிய வயிறு, நீண்ட மூக்கு. இதை ஒரு புறம் நினைவில் வைத்துக்கொள், சைவ சித்திதாந்தத்தில் இருக்கும் ஒரு விடயத்தை சொல்கிறேன். அதுவும் இதோடு தொடர்பு படுத்துவோம். உலகத்தை உருவாக்கும் போது பஞ்ச பூதங்கள், அதாவது ஆகாயம், காற்று, நெருப்பு, நீர், நிலம் , என்று இந்த வரிசையில் ஆற்றல் பூமிக்கு இறங்குகிறது. இந்த பஞ்சபூதங்களை நாம் உணர நமக்கு ஐந்து உறுப்புகள் உள்ளன. ஒளியை, நெருப்பை- கண்கள்வழியே உணர்கிறோம், நீர்- சுவையை உணரும் உறுப்பால் உணர்கிறோம். நிலத்தை- வாசனை உணரும் மூக்கால் உணர்கிறோம். காற்றை, சருமத்தால் உணர்கிறோம். ஆகாயத்தை, அதன் வழியே வரும் தொலை தொடர்பு அலைகளை, காதுகள்வழியே உணர்கிறோம்."

"பெரிய காதுகள், பிரபஞ்சத்திலிருந்து வரும் செய்திகளை நமக்கு உணர்த்தும். உள்ளுணர்வு என்று ஒன்று சொல்வார்கள். அடிவயிற்றில் நமக்கு சில விடயங்கள் உணர முடியும். பயம், அளவில்லா ஆனந்தம், ஆபத்து,

சில எச்சரிக்கைகள், இவை எல்லாம் அடிவயிற்றில் உணர முடியும். வயிறு, இரண்டாவது மூளை என்று கூட சொல்கிறார்கள். அதன் உருவகம், பெரிய வயிறு. மூளையை வலுப்படுத்துவதன் உருவகம், பெரிய தலை. நீண்ட மூக்கு, அது எதுக்குனு சொல்லு பாப்போம்!" என்றார் வள்ளி.
ஐந்து நிமிடம் யோசித்தாள். தான் கடகடவென்று எடுத்த குறிப்புகளை பார்த்தாள்.

"மூக்கு, வாசனை-நிலம். அப்போ இது பூமிக்கு சம்மந்தப்பட்டதாக இருக்க வேண்டும் இல்லையா சித்தி?" என்றாள் செல்வி.

வள்ளி பெருமையோடு செல்வியை உற்சாகப்படுத்தினாள். "இப்போ இதையெல்லாம் இணைத்து பார்த்தால் புரிகிறதா!" என்றார். செல்வி ஒரே நாளில் எவ்வளவு விடயங்களை புரிந்து கொண்டு செயல்படுத்துவாள் என்று ஒரு நிமிடம் யோசித்த வள்ளி, "என்ன டா. ரொம்ப குழப்பமா இருக்கா," என்றார். செல்வி அவர் கண்ணுக்கு குட்டி விநாயகர் போல, புத்திக்கூர்மையுடன், குறிப்புகளை படித்து, "இப்போ இதெல்லாம் புரியுது சித்தி. ஆசீவக சித்தர்கள் விநாயகரை எப்படி வழிபட்டனர், அந்த வழிபாட்டு முறையும், இந்த உருவகம் போல தொடர்கிறதா? நீங்க ஏதோ மாறிபோச்சுனு சொன்ன மாதிரி தோணிச்சு"என்று கேட்டாள் செல்வி.

"பலே ! அடுத்தது அதைப்பத்தி தான் சொல்ல இருந்தேன்." என்று உற்சாகத்துடன் தொடர்ந்தார் வள்ளி.

"வழிபாட்டு முறையை தொடர்ந்து செய்கிறோம், ஆனால் பல ஆடம்பர விஷயங்கள் சேர்த்ததால், அதன் முக்கியத்துவம் சற்று மங்கிவிட்டது. விநாயகர் சன்னதி சென்றால் எல்லோரும் என்ன செய்வர்?" என்றார் வள்ளி.
செல்வி சற்று யோசித்து, "பாட்டி, கண்கள் பக்கத்துல கூட்டிக்கிட்டு, தோப்புக்கரணம் போடா சொல்லுவாங்க என்றாள்." அதுவா கேக்குறீங்க என்றாள். வள்ளி சிரித்துக்கொண்டு, "அதே தான். இன்று அதை என்ன சொல்கிறார்கள் தெரியுமா? *சூப்பர் ப்ரேயின் யோகா.* இது, செய்தால் மூளையின் இரு பக்கமும் தூண்டப்பட்டு ஆற்றலுடன் செயல்படுவார்களாம். இதில் வேற என்ன நடக்கும் என்று யோசித்துப்பார். இது செய்து கொண்டு மண்டி இடவும் செய்வோம் இல்லையா, அப்பொழுது, வயிற்றின் தசைகளுக்கும் அது வலு சேர்க்கும். அதாவது ஒரே பயிற்சியின் மூலம், இரண்டு மூளைகள், தலையில் இருக்கும் மூளை, மற்றும் வயிற்றில் இருக்கும், உள்ளுணர்வை கொடுக்கும் மூளை. இரண்டுக்கும் பயிற்சி கொடுத்தால் விநாயகரின் குறியீட்டைபோல், புத்தி, நாம் எடுக்கும் வேலைகளில் உள்ள சிக்கல்களை உணரும் திறனை நமக்கு தரும். அதனால் தடுமாறாமல், தடங்கல் இல்லாமல் வேலை செய்வோம்"என்றார், வள்ளி.
"விநாயகர் பற்றி சொல்லும் இன்னொரு வசனம் உண்டு. 'பிடிச்சு வெச்ச பிள்ளையார்' என்பார்கள். இதுவும் இப்பொழுது, சோம்பேறித்தனமாக இருப்பவரை சொல்ல பயன் படுத்துகிறார்கள். ஆனால், அன்று களி மண்ணால்,

மஞ்சளால், மாவால், எந்த பொருளை வைத்தும் பிடித்து வைத்து வணங்குவர். வணங்க, செடிகளிலிருந்து விழுந்த மலர்கள், அதுவும், எந்த மலர்கள் காய்களாக மாறாதோ அவற்றையே வழங்கி வழிபடுவர். ஆசீவக துறவிகளுக்கு, வேள்வி அதாவது ஹோமம் வளர்த்து பல பொருட்களை எரிப்பதில் நம்பிக்கை இருக்கவில்லை. விளக்கேற்றி வழிபட்டனர். அசீவகர்கள் இயற்கையை மதித்து பாதுகாப்பதில் முனைப்பாக இருந்தனர். இந்த பிடித்து வைத்த பிள்ளையார்களுக்கு மலர்கள், இலைகள் எல்லாம் போட்டு வழிபாட்டு, அவற்றை நீர்நிலைகள், ஆறுகளில் கொண்டு கரைத்தனர். அது அங்கு இருக்கும் மீன்களுக்கு உணவாக அமைந்தது. "

"விநாயக சதுர்த்தி என்ற நாள் ஒவ்வொரு வருடமும் இப்பொழுது விமரிசையாக கொண்டாடப்படுகிறது. இந்த ஆடம்பரத்தை பற்றி தான் சொல்ல வந்தேன். இது வரும் மாதம், முன்னோர்கள் வழிபாட்டுக்காக ஒதுக்கப்பட்ட புரட்டாசி மாதமாகும். இந்த மாதத்தில், அமாவாசை முடிந்து தெரியும் நான்காவது பிறையை கணக்கில் கொண்டு இந்த வழிபாடு அமைக்கப்பட்டிருக்கிறது. இந்த மாதத்தை தொடர்ந்து இருள்நிறைந்த நாட்கள் தொடங்கும் என்பதால், அந்த சமயத்தில் ஒளி தரும் நிலவை வழிபட்டனர். மழைக்காலத்துக்கு முன்னமே, குளங்கள், ஆறுகளை தூர்வாரி அந்த காளி மண்ணை வைத்து பிள்ளையார் சிலை செய்து, 21 விதமான மூலிகை இலைகளை பூசையாக சேர்த்து, அந்த களிமண் சிலையை மறுபடியும் நீர்நிலையில் போடுவார்கள். மழை வரும் போது, அந்த களிமண் மழைநீரை பிடித்து வைத்துக்கொள்ளும். அந்த மூலிகை இலைகள், நீர்மூலமாக பரவும் சில உடல் உபாதைகளுக்கு மருந்தாக அமைந்தன. இன்று விநாய சதுர்த்தி எப்படிப்பட்ட விடயங்களை சேர்த்துக்கொண்டு எப்படி மாறியிருக்குனு நினைத்துப்பார்" என்றார்.

செல்வி, தனது கால்களை மடித்து, கட்டிக்கொண்டு உட்கார்ந்து, தலையை புதைத்து யோசித்தாள். பதினைந்து நிமிடங்கள் கழித்து, தலையை உயர்த்தி, " வாசம் என்றால் வசித்தல், மணமும் கூட... அப்போ இருவர் சேர்ந்து வசிக்க, திரு'மணம்' செய்கிறார்களா?" என்று சம்மந்தமே இல்லாமல் ஒன்றை சொன்னாள்.

ஆனால் வள்ளிக்கு ஆனந்தமாக இருந்தது. "நீ முடிச்சிடுவ டா தங்கம்... இப்படி யோசிக்க தெரிஞ்சா போதும்... இங்க கொஞ்சம் வெய்யில் வர ஆரம்பிச்சிடுச்சு. போலாமா? " என்றார்.

"பாட்டி ஏதோ மணி பத்தி சொன்னாங்களே!" என்று கேட்டாள் செல்வி.

வள்ளிக்கு புல்லரித்தது. ஆர்வத்தை தூண்டிவிட்டோம் என்று மனநிறைவாக இருந்தது.

"அங்க தான் போறோம் செல்லம்" என்றார். "ஆரல்வாய்மொழியில் ஒரு கிருஸ்துவ தேவாலயம் உள்ளது. அது ஒரு கல்லறை கோயில். ஒரு சேர நாட்டு அமைச்சர், டச் படையிலிருந்து நம்முடன் இணைந்த ஒரு படைவீரரின் நட்பால் கிறிஸ்துவ மதத்திற்கு மாறியதாகவும், அதை பொறுக்காமல்,

அவரை சுட்டுத்தள்ள ஆணை பிறப்பித்ததாகவும், அவர் இங்கே பதுங்கி இருந்ததாகவும் ஒரு கதை. அவரை கண்டு பிடித்து, அவரை பல வகையில் சித்திரவதை செய்யததாகவும் இங்கே எழுதி வைத்திருக்கிறார்கள். இறுதியில், அவரை ஆங்கிலேயர்கள் துப்பாக்கியால் சுட்டார்கள் என்றும், அந்த இடத்தை அவரது நினைவாக கோயிலாக அமைத்துள்ளனர். இவருக்கு சமீபமாக புனிதர் பட்டம் வழங்கப்பட்டது. அதாவது, வாடிகன் சபை இவரை *செயின்ட்* ஆக கௌரவப்படுத்தியிருக்கிறது. "என்றார் வள்ளி.

வள்ளி சொல்லிய தோரணையிலேயே, இந்த கதையை அவர் கொஞ்சம் கூட ஏற்கவில்லை என்று செல்விக்கு புரிந்தது.

உடனடியாக, "அப்போ உண்மை என்ன சித்தி"என்றாள் செல்வி.

வள்ளி, "பதுக்க, பதுக்க... "என்று நமுட்டு சிரிப்பு சிரித்தார். "உன்கிட்ட சொல்லாம யார் கிட்ட சொல்லப்போறேன்?" என்றார் வள்ளி.

"இன்றைய சுற்றுலா வெறும் குறிப்பெடுத்துக்கொள்ள மட்டும். நீ கண்ணால் பார்த்து குறிப்புகளை கவனித்துக்கொள்ள..." என்றார்

இருவரும் மணியடிச்சான் பாறையைப் பார்த்துவிட்டு, வீடு சென்றனர்.ஒரே நாளில் குழந்தைக்கு நிறைய விடயங்களை சொல்லிவிட்டதாக வள்ளிக்கு தோன்றியது.

"ஒரு நாள் நல்லா தூங்கு டா குட்டி..." என்று பாசமாக தழுவிக்கொண்டு, தலை கோதிவிட்டு, முத்தமிட்டார் வள்ளி.

12

ரசவாத அருங்காட்சியகம்

பிரேகு, செப்டம்பர், 2021

மீனா காதல் வயப்பட்டு, பாஸ்கருடன் அதிக நேரம் செலவிட்டதால், வேறு வழியில்லாமல் லெங்காவுடன் சாப்பிடுவது, கடைக்கு செல்வது, பேசுவது என்று திடீரென்று செல்வி, மீனாவிடமிருந்து விலகியது போலவும், லெங்காவின் தோழியாகிவிட்டது போலவும் தோன்றியது. லெங்கா, ஜெர்மனியை சேர்ந்தவர் என்று நினைத்திருந்தாள் செல்வி. ஆனால், இரண்டு தலைமுறைகளுக்கு முன்னரே செக்கஸ்லோவாக்கியாவுக்கு இடம்பெயர்ந்துவிட்டதாக சொன்னாள், லெங்கா. இந்த தலைப்பு பற்றி பேசுவதற்கு முன்னால் பள்ளி, கல்லூரி, நண்பர்கள், குடும்ப சூழல் ஆகியவற்றையெல்லாம் பற்றி பேசித்தீர்ந்தாகிவிட்டது. இப்பொழுது நாடு, நகரம் பற்றி பேச தொடங்கியதால் இந்த விடயத்தை தெரிந்து கொண்டாள் செல்வி.

செல்விக்கு லெங்காவுடன் நல்ல இணக்கம் ஏற்பட்டு இருந்தது. லெங்காவுக்கும், மீனாவுக்கும் இடையே என்ன பிரச்சனை இருந்திருந்தாலும், அதுக்கு செல்வி எந்த விதத்திலும் பொறுப்பல்ல. மாறாக, செல்வியே மீனா செய்தது சரியில்லை என்றே நினைத்தாள். திடீரென்று ரஜத் மற்றும் சம்யுக்தாவைப் பற்றி யோசித்தாள். அவர்கள் இணைந்து வாழ்கிறார்களா, இல்லையா! என்று யோசித்தாள், செல்வி.

செல்வி வட இந்தியாவிலேயே வளர்ந்தாள். இந்தியாவின் பல மாநிலங்களில் பணியிடமாற்றம் காரணமாக செல்வியின் குடும்பம் இடம் பெயர்ந்ததால், அவளுக்கு பகிர்ந்து கொள்ள நிறைய கதைகள் இருந்தன. ஆனால் லெங்கா ஒரு எல்லைக்கு மேல் பகிர்வதற்கு ஒன்றும் இல்லாமல், பல கட்டுக்கதைகளை பகிரத் தொடங்கினாள். அவளது அத்தை மகள் அழகிப் போட்டிக்கு தேர்வானதாகவும், அவள் அதில் தனது நாட்டிலேயே பேரழகியாக தேர்ந்தெடுக்கப்பட்டாள் என்றும் சொன்னாள், லெங்கா. அவளது பெரியப்பாவின் மகள் ஒரே சமயத்தில் ஐந்து ஆண் நண்பர்களுடன் பழகிவந்தாள் என்றும், அவளது வீட்டில் பல அழகு சாதன பொருட்கள் இலவசமாக சில

கம்பெனிகள் கொண்டு வந்து குவித்திருந்தன என்றும் சொன்னாள். 'அங்கு தேவைப்பட்டது அழகு சாதன பொருட்கள் அல்ல, கருத்தடை பொருட்களே!' என்று கேலியாக பகிர்ந்தாள், லெங்கா. ஏனென்றால் அவளது வீட்டில் இருந்த அழகிகள், *மாடல்*களாக பணி புரிந்து மூன்று வருடத்துக்குள் பல முறை கருக்கலைப்பு செய்து கொண்டார்கள் என்றெல்லாம் சொன்னாள், லெங்கா.

செல்விக்கு இந்த செய்திகள் சற்றே அதிகபிரசிங்கித் தனமாகவும், கற்பனை சேர்த்ததாகவும் தோன்றியது. அந்த அழகிப்போட்டியில் வெற்றிபெற்றவரின் பெயரை கேட்டாள் செல்வி. லெங்கா, உற்சாகமாக, அவள் பெயர் ஜோஹன்கா என்றாள்.

சாயங்காலம் இருவரும் கடைக்கு சென்று ஆகாஷின் பிறந்த நாளுக்கு ஏதாவது வாங்கலாம் என்று சென்றார்கள். லெங்கா இருவருக்கும் காபி வாங்கி வருவதாக சொல்லி சென்றிருந்தாள். துவீபா செல்வியை அழைத்திருந்தாள் பிறந்தநாள் விழாவுக்கு என்னவெல்லாம் யோசித்து வைத்திருந்தாள் என்றெல்லாம் பகிர்ந்து கொண்டாள்.

துவீபா அழைத்ததைப் பற்றி சொல்லிவிட்டு, துவீபா யார் என்றும், அவளுடன் செல்வி எழுதிய ரகசிய மொழிகள் பற்றிய புத்தகத்தைப் பற்றியும், அதை சென்ற வருடம் அச்சிட்டு வெளியிட்டார்கள் என்றும் சொன்னாள், செல்வி.

"துவீபா தான் உன்னுடைய ஒரே *கஸீனா?*"என்று கேட்டாள் லெங்கா. செல்வி ஆம் என்று சொன்னாள்.

லெங்கா மறுபடியும் தன் கட்டுக்கதைகளை ஆரம்பித்தாள். அவளது தந்தையுடன் பிறந்தவர்கள் நான்குபேர் என்றும், ஒவ்வொருவருக்கும் ஒரு மகனும், இரண்டு மகள்களும் இருக்கிறார்கள் என்றும் சொன்னாள். அவர்களின் பெயர்களையும் சொல்லத் தொடங்கினாள். அவர்களில் ஜோஹன்கா இல்லாததை கவனித்தாள் செல்வி.

"அந்த அழகிப்போட்டியில் வெற்றிபெற்றவர் பெயர் என்னவென்று சொன்னாய்!" என்று செல்வி கேட்டாள். லெங்கா, அவளது பெயர் "பிரான்கா" என்றாள். செல்வி, லெங்கா சொல்வதெல்லாம் பொய், பொய்யை தவிர வேறொன்றும் இல்லை! என்று உறுதிப்படுத்திக்கொண்டாள்.

அவர்கள் கடைகளில் நினைத்ததைவிட அதிக நேரம் செலவழித்தார்கள். மதிய உணவுக்கு, *சாண்டவிச்* வாங்கிக்கொண்டு தங்கள் அறைக்கு திரும்பினர். செல்வி, தனது *பர்ஸ்* லெங்காவிடம் இருந்ததை உணர்ந்தாள். அன்று அவர்கள் சாப்பிட்ட காபி, மதிய உணவு, அருங்காட்சியகத்தின் நுழைவுச்சீட்டு, எல்லாம் செல்வியின் பணத்தில் என்பதையும் உணர்ந்தாள்.

செல்விக்கு வித்தியாசமாக இருந்தது. மீனா இப்படி செல்வியின் *பர்ஸ்*, அல்லது அவளது உடமைகளை, அவளைக் கேட்காமல் தொட்டது கூட இல்லை. லெங்கா ஒரு புதிராக செல்விக்கு தோன்றினாள். ஒரு நிமிடம்

யோசித்தாள். என் அக்காவின் மகனுக்கு பரிசுப்பொருள் வாங்க கடைக்கு சென்றோம், அதனால் என் பணம் பயன்படுத்துவது தவறில்லை. அவள் சாப்பிட்டதற்கும் என் பணம் உபயோகித்ததை பற்றி நான் யோசிக்கிறேன் என்றால், நானும் அற்பமான விடயங்களுக்கு முக்கியத்துவம் கொடுக்கிறேன் அல்லவா. என்று தன்னைத்தானே தேத்திக்கொண்டாள் செல்வி. என்ன இருந்தாலும் ஒரு வார்த்தை கேட்டுவிட்டு எடுத்திருக்கலாம் என்று நொந்தும் கொண்டாள் செல்வி.

பிரேகுக்கு லெங்காவை அழைத்து செல்லலாம் என்ற தனது திட்டத்தை மறுபரிசீலனை செய்யவேண்டும் என்று செல்வி எண்ணினாள். முதலில் அங்கு லெங்காவுக்கு நிறைய சொந்தங்கள் இருக்கிறார்கள் என்று சொல்லி-யிருந்தாள். ஆனால் செல்விக்கு அவளை இனி நம்பவோ, அவளது நட்பை தொடரவோ விருப்பம் இருக்கவில்லை. வேறு வழியின்றி மீனாவையே கேட்-கலாம் என்று முடிவு செய்தாள். மீனா வரலாற்றில் ஆர்வம் காட்டுபவள் என்பது இன்னும் சிறப்பு என்று செல்விக்கு தோன்றியது.

பாஸ்கரும் மீனாவும் பிரேகுக்கு வர ஒப்புக்கொண்டனர். பாஸ்கர் உண்-மையிலேயே ஒரு நல்லவர். அவரே எல்லோருக்கும் பயணச்சீட்டுகள் வாங்கி-விட்டார். வார இறுதியை அங்கே செலவிட யோசித்தனர். இரண்டு அறை-களும் பதிவு செய்து வைத்தார் பாஸ்கர். சென்று திரும்பிவிட்டு பாஸ்கிரிடம் அதற்கான செலவை தெரிந்து கொண்டு காசு கொடுத்துவிடலாம் என்று முடிவு செய்தாள், செல்வி.

வழியில் பாஸ்கர் யாருக்கோ பணம் அனுப்புவதை கவனித்தாள் செல்வி. அது லெங்கா என்று செல்விக்கு உள்ளுணர்வு தோன்றி கேட்டே விட்டாள். பாஸ்கர் ஆம் என்று ஒப்புக்கொண்டார். லெங்காவை கைவிட்டதற்கு அவருக்கு குற்ற உணர்ச்சியாக இருந்ததாம். "செல்வி, இப்பொழுது அவள் கேட்டது பெரிய பணம் இல்லை" என்று உண்மையான அக்கறையுடன் சிரித்-தார்.

மீனாவிடம் பாஸ்கரின் வங்கி விவரங்களை கேட்டு வாங்கிக்கொண்டு தனது பங்கை உடனடியாக அனுப்பிவிட்டாள் செல்வி. செல்வியின் மனதில் இரண்டு விடயங்கள் ஓடிக்கொண்டிருந்தன. திருக்குறளும் வள்ளுவரும் அவள் மூளையின் ஒரு பகுதியில் கோட்டைக்கட்டி ராஜ்ஜியம் செய்து கொண்டிருந்தனர். ஒரு கருத்தரங்கில் பங்கேற்க இருந்ததனால், அதற்கு வேறு தயாராக வேண்டியிருந்தது. செல்வி இரண்டாவது முறையாக பிரே-குக்கு சென்று கொண்டிருந்தாள். சில சந்தேகங்களை கண்டறிய சென்ற ஆராய்ச்சி சுற்றுலாவாக இருந்தது இந்த பயணம்.

விமானநிலையத்தில் ஏதோ பராமரிப்பு வேலை நடப்பதாக பாஸ்கர் பகிர்ந்து கொண்டார். மீனா விவரங்கள் கேட்டாள்.

பாஸ்கர் சொன்னார், " அங்கு போட்டிருந்த *சிமெண்டில்* வெடிப்பு ஏற்பட்ட-தால் பிளக்க தொடங்கிவிட்டது. மறுபடியும் அதை பேத்து எடுத்துவிட்டுதான்

போடவேண்டும். *சிமெண்டில்* இருக்கும் *சிலிகான்* மூலக்கூறை நம்பவே முடியாது. அந்த முறை எடுத்த மண்ணில் *சிலிக்கான்* அதிகமாக இருந்திருக்கக்கூடும். அது, பிடித்தும் கொள்ளாது, விடவும் செய்யாது" என்றார்.
மீனா சிரித்துக்கொண்டே, "உங்கள் முன்னாள் காதலியைப் போல" என்று கேலி செய்தாள்.

செல்விக்கு சட்டென்று புரிந்தது. அவளை தூங்கவிடாமல் துளைத்துக்கொண்டிருந்த கேள்விக்கு பதில் கிடைத்தது. அதிகாரம் 14 இல் இருக்கும் விளக்கங்களில் சில குழப்பங்கள் இருந்தன, அவையெல்லாம், மண் போல் தூள் தூளாகின, பாஸ்கரின் விளக்கத்தால். இந்த அதிகாரத்துக்கும் மூலக்கூறான *சிலிகானு*க்கும் இருந்த சம்மந்தம், கண்ணாடி படிகமாக பிரகாசமாக மிளிர்ந்தது. *சிலிகானைப்* பற்றி யோசித்தாள் செல்வி, அது படிகமாக மின்னவும் செய்யும், சேர் போல கூழாகவும் இருக்கும் என்று அந்த அதிகாரம் விளங்கிவிட்ட வினோத நிகழ்வை நினைத்து தனக்குத்தானே சிரித்துக்கொண்டாள்.

ரசவாத அருங்காட்சியகத்தில், செல்வி வேறு உலகத்திற்கு காலப்பயணம் செய்து சென்று வந்தது போல் உணர்ந்தாள். ஒவ்வொரு கோப்பை, ஒவ்வொரு குமிழையும் கவனமாக பார்த்து குறிப்புகள் எடுத்துக்கொண்டாள். அறையின் மேல் கூரையில் அமைக்கப்பட்டிருந்த விண் கோள்களை கவனித்தாள். அந்த பரிசோதனைக்கூடம், ஒரு ரகசிய கதவுக்கு பின், கீழ் தளத்தில், பாதாள அறையாக அமைந்திருந்தது. அந்த ஆராய்ச்சிக்கூடத்தின் தரையில், காசுகள் சிதறியிருந்தது போல் அமைத்திருந்தார்கள். இன்னும் பல கைப்பிடிகள் இந்த முறை அவள் கண்களுக்கு தென்பட்டன. இன்னும் பல ரகசிய அறைகள் இருக்கும் என்று அவளுக்கு தோன்றிற்று. அந்த முழு இடமும் ஒரு 2000 சதுர அடியில், அடித்தளத்தில் அமைக்கப்பட்டிருந்தது.

ஒரு ஆராய்ச்சி மாணவியாக, அதுவும் *செர்ன்* மனைவியாக அவளுக்கு சில ஆராய்ச்சிக்கூடங்கள் பூமிக்கு அடியில் ஏன் இருக்கவேண்டும் என்பது புரிந்தது. மேலும் இந்த ரகசிய ஆராய்ச்சிக்கூடத்தின் நோக்கம், ஒளித்து மறைத்து ஆராய்ச்சி செய்வதைத்தாண்டி மக்களின் பாதுகாப்பும் இருக்கும் என்று உறுதியாக நம்பினாள் செல்வி. இந்த கோணத்தில் யாரும் யோசிக்கவில்லை என்றும் அவளுக்கு தோன்றியது.

13

பதுக்க பதுக்க

ஆரல்வாய்மொழி.

ஆறு மாதங்களுக்கு முன்...

வள்ளி செல்வியை ஒரு நாள் முழுவதும் அவள் கேட்டறிந்த செய்திகளை புரிந்து அனுபவிக்க விட்டு விட்டார். ஆனால் செல்வி இப்பொழுது அவளுக்கு இருக்கும் பொறுப்பை, இந்த குடும்பத்தின் தீராத தாகத்தை, தவிப்பை புரிந்து கொண்டுவிட்டாள் என்பதையும் உணர்ந்தார். சேந்தனையும், செல்வியையும் தான் பணிபுரியும் பள்ளிக்கு அழைத்துச் செல்ல திட்டமிட்டிருந்தார்.

செல்வி, சித்தி கொடுத்த ஒரு நாள் இடைவெளியில் இணையத்தில் பல விடயங்களைத் தேடி குறிப்புகள் எடுக்க தொடங்கியிருந்தாள். பல விதமான பதிவுகள் அவளுக்கு தென்பட்டன, சித்தி சொல்வதை ஆதரித்து சிலரும், அவற்றை விஞ்ஞான பூர்வமாக ஆராய்ந்து இவற்றை ஏற்றுக்கொள்ளாத சில பதிவுகளும் அவள் பார்த்தாள். செல்வி, இந்த துறையில் தனது பங்கு எந்த விதத்தில் எந்த பரிமாணத்தில் இருக்கலாம் என்று முடிவெடுத்து அதற்கு எந்த செய்திகள் துணை செய்யுமோ, அவற்றை சேகரிக்கத் தொடங்கினாள். சித்தி சொல்லும் சில செய்திகளை அறிவியல் ஆதாரங்களோடு நிரூபித்தால் அவற்றை அறிவியல் ஆராய்ச்சி புத்தகங்களில் அச்சிட்டால் சரியாக இருக்கும் என்று நினைத்தாள்.

வள்ளி, அன்று ஆர்வமாக தயாராகினார். பாட்டியும் செல்வியிடம் கனிவாக நடந்து கொள்ள தொடங்கினார். அவள் இந்த ஆராய்ச்சியின் பயன், நம்பகத்தன்மை இவற்றைப் பற்றி இன்னும் யோசித்தபடியே இருந்தாள். மனம் அலைபாய்ந்து கொண்டிருந்தது. ஒரு புறம் சித்தி சொல்வது நம்பும்படி இருந்தாலும், அறிவியல் நிரூபணமும் அவசியம் என்று இந்த விடயத்தை, எப்படி அணுகுவது என்று குழம்பிப் போனாள்.

செல்வியின் மனதை உணர்ந்த வள்ளி, "பள்ளியில் படிக்கும் மாணவர்களுக்கு உன்னைப் பார்த்தால் நல்ல உற்சாகமும் நம்பிக்கையும் வரும் டா

தங்கம். அவர்களுக்கு உன் துறையைப் பற்றி விளக்குகிறாயா? " என்று கேட்டார்.

செல்வியும் சேந்தனும் வள்ளி சித்தியுடன் பள்ளிக்கு சென்றனர். அங்கு இருந்த மாணவர்கள் மிகவும் துறுதுறுவென இருந்ததை கவனித்தாள் செல்வி. மிகவும் தன்னம்பிகையுடனும், சுதந்திரமாகவும் இருந்தது மட்டுமில்லாமல், பிறரைப் பற்றிய அக்கறையும் நிறைந்தவர்களாக இருந்ததை கவனித்தாள்.

வள்ளி சித்தியின் வகுப்பு ஒரு சராசரி வகுப்பறைப் போல இல்லாமல் ஒரு பரிசோதனைக் கூடம் போல இருந்தது. ஏழாம் வகுப்புக்கு சென்றார் வள்ளி. எல்லா மாணவர்களும் ஒன்றாக "காலை வணக்கம் அம்மா" என்று வணங்கினர். செல்வி பயின்ற பள்ளிகளில் ஆங்கிலத்திலேயே '*குட் மார்னிங் மேம்*' என்று கேட்டவளுக்கு இது வித்தியாசமாக இருந்தது. வள்ளி ஒவ்வொரு பெயராக அழைக்க, மாணவர்கள், "உள்ளேன் அம்மா" என்று பதிலுக்கு சொன்னதும் செல்விக்கு புதிதாக இருந்தது. "*பிரேசென்ட் மேம்*" என்பது கூட இவர்கள் தமிழிலேயே சொல்வதை ஆச்சரியமாக பார்த்ததாள் செல்வி. அதில் ஒரு பெயர் செல்வியின் கவனத்தை ஈர்த்தது. 'காணிக்குமாரன், புதுசா இருக்கே!' என்று முணுமுணுத்தாள். அவளுக்கு சில எண்ணங்கள் தோன்றின. கன்னியாகுமரி அருகே வசிப்பதால் இந்த பெயரா இல்லை இதற்கும் கேரளத்துக்கும் தொடர்பு இருக்குமா! விஷுக்கணி என்று வருட பிறப்பன்று கண்ணாடி முன் பழங்கள், காய்கறிகள், வீட்டில் இருக்கும் ஆபரணங்கள், பணம் எல்லாம் வைக்கும் அந்த காட்சி கண் முன் தோன்றியது. இந்த காணி குமரனின் பெயர் எதிலிருந்து வந்திருக்கும் என்று யோசித்தாள்.

வள்ளி அன்று எரிப்பு பற்றியும், எரிபொருள் பற்றியும், பொருட்கள் எரியும் போது என்ன வேதியியல் மாற்றம் நிகழும் என்றும் கற்றுக்கொடுக்க இருந்தார். மாணவர்களையே எல்லா பொருட்களையும் எடுத்து வைக்கும்படி சொன்னார் வள்ளி. ஒரு தீக்குச்சியை உரசி, தட்டில் இருந்த கற்பூரத்தை ஏற்ற சொன்னார், வள்ளி. ஒரு கண்ணாடி பெட்டியில் ஒரு எலிப்பொறியில் சிக்கியிருந்த எலியை அடைத்தார். அந்த பெட்டிக்குள் எலிக்கு கொஞ்சம் உணவு வைக்கப்பட்டிருந்தது. வகுப்பில் இருந்த சிலர் எலியைப் பார்த்து கூச்சலிட்டனர்.

"அமைதி மக்களே! இந்த பரிசோதனை முடிஞ்சதும் எலியை கொண்டு வெளிய விட்டுடலாம் என்ன!" என்று சமாதானப் படுத்தினார் வள்ளி.

அங்கு நடக்கும் எல்லாவற்றையும் கவனமாக பார்த்து குறிப்புகள் எடுத்துக்கொள்ள சொன்னார் வள்ளி. அந்த நெருப்பை, தட்டை தொட்டுப் பார்க்க சொன்னார். அந்த கண்ணாடி பெட்டியையும் தொட்டுப் பார்க்க சொன்னார். அதற்குள் நீராவி சொட்டு சொட்டாக சேர்வதை அனைவரும் கவனித்தனர். வள்ளி சித்தி, உடனடியாக பெட்டியை எடுத்துக்கொண்டு, "யார் என் கூட வரீங்க?" என்று கேட்டார். காணிக்குமாரன் உடனடியாக ஓடி வந்தான். இருவரும் விரைந்து சென்று புதராக இருந்த இடத்தில் எலியை வெளியே விட்டு

தப்பிக்க விட்டனர்.

வகுப்புக்கு திரும்பி வரும் வரை அனைவரும் அமைதியாக அவர்களது புரிதல்களையும், சந்தேகங்களையும், குறித்த்டுக்கொண்டு இருந்தார்கள். இவ்வளவு ஆர்வமான, ஒழுக்கமான மாணவர்களாக இருப்பார்கள் என்று செல்வி எதிர்பார்க்கவே இல்லை.

திரும்பி வந்த சித்தி கற்பூரம் எப்படி எரிந்தது என்று கேட்டார். பல கைகள் உயர்ந்தன. ஒரு மாணவியை சித்தி தேர்ந்தெடுத்தார்.

அந்த மாணவி, "தீக்குச்சியின் தீயால் கற்பூரம் எரிந்தது" என்றார். சித்தி எரிப்பின் வேதியியல் சமன்பாட்டை எழுதிப்போட்டார். அனைவரும் குறித்த்டுக்கொண்டனர். *மீத்தேன்* எரிந்து *கார்பன் டை ஆக்ஸைடு* மற்றும் நீராவியாக மாறும் என்று எழுதிப்போட்டார். கற்பூரத்தில் *மீத்தேன்* இல்லை ஆனால் இதைப்போல் ஒரு வேதிப்பொருள் உள்ளது என்றார். நீங்கள் தட்டை தொட்டபோது எப்படி இருந்தது என்று கேட்டார்.

"சுட்டுச்சு மிஸ்" என்று அனைவரும் ஒரே குரலில் பதிலளித்தனர்.

சித்தி தொடர்ந்து விளக்கினார். "எரிப்பு என்பது ஒரு வெப்பம் உமிழும் வேதியியல் மாற்றம். அதில் வரும் வெப்பமே சில பொருட்டாக்களை எரிபொருளாக பயன்படுத்த ஆதாரமாக அமைகிறது. எரிபொருள் புரியுதா கண்ணு?"என்று கேட்டார். அனைவரும், "*பெட்ரோல், டீசல், கேரோசென்*" என்றார்கள். "*சூப்பர்*" என்றார் சித்தி.

"சரி கண்ணாடி பெட்டியை தொட்டு பாத்தீங்களா?" என்றார்.

அனைவரும் "ஆமாம் மிஸ்" என்றகர்கள்.

"அது சுட்டுச்சா?" என்றார்.

"இல்ல மிஸ். அது சுடல". என்று மறுபடியும் காலை வணக்கம் சொன்ன அதே ராகத்தில் பதில் அளித்தனர்.

"ஏன் சுடல?" என்றார்

ஒரு மாணவன் எழுந்து. "அதுல நாம நெருப்பே போடல மிஸ்" என்றான். இன்னொருவன், "மிஸ் அது கண்ணாடி இந்த தட்டு உலோகம்" என்றான். இன்னும் பல பதில்கள் ஒவ்வொருவராக சொன்னார்கள்.

வள்ளி, செல்வியை அழைத்து "இவர்களுக்கு இதை விளக்கு." என்றார்.

செல்வி மிக ஆர்வமாக தனது அறிவின், கல்வியின் கர்வத்தை கிரீடமாக அணிந்து கொண்டு விளக்கம் அளிக்கத் தொடங்கினாள்.

"உயிர்களுக்குள்ளும் இதே எரிப்பு என்ற வேதியியல் மாற்றம் நிகழும். அங்கு எலிக்கு வைத்திருந்த உணவு தான் எரிபொருள். கற்பூரம் போல. ஒரு வண்டி ஓட எப்படி எரிபொருள் தேவையோ அதே போல் நம் உடல் இயங்கவும் எரிபொருளாக உணவு பயன்படுது, தேவைப்படுது. அந்த கண்ணாடி பெட்டிக்குள் இருந்த காற்றை எலி சுவாசித்து இந்த வேதியியல் மாற்றத்தை செய்தது."

காணிக்குமரன், கையை உயர்த்தினான். எழுந்து, "அப்போ தட்டு எது கா

?" என்றான்.
செல்வி மிகவும் சந்தோஷப்பட்டாள். "இது ஒரு முக்கியமான கேள்வி என்றாள். தட்டு எலியின் உடம்புக்குள் இருந்தது. உடலுக்குள் *என்சைம்* என்று சில புரதங்கள் இருக்கின்றன. அவை மிக சிறியவை. உங்க கைய பாருங்க. உங்க கை ரேகைகளை பாருங்க. ரெண்டு கோடுகளை உங்களால பாக்க முடியுது இல்லையா? இந்த கோடுகளுக்கு நடுவுல இருக்குற இடைவெளியை விட ஆயிரம் மடங்கு சின்னது இந்த *என்சைம்கள்*. தட்டு எதுக்கு பயன் பட்டது?" என்று கேட்டாள். எல்லோரும் மறுபடியும் "கற்பூரம் வெக்க" என்றார்கள்.
செல்வி, " சரியா சொன்னீங்க கற்பூரத்தையும், காற்றில் உள்ள *ஆக்சிஜன்,* இவற்றை பக்கத்துல கொண்டு வர தட்டு பயன் பட்டுச்சு" என்றாள். "நெருப்பு இந்த வேதியியல் மாற்றத்தை தூண்டும் கருவியாக மட்டும் செயல் பட்டுச்சு."

காணிக்குமரன் மறுபடியும் கை உயர்த்தினான். செல்வி ஆர்வமாக, "கேளுப்பா" என்று சொல்ல, "அக்கா அந்த கண்ணாடி ஜாடில பொட்டு பொட்டா தண்ணி பூத்திருந்துச்சு. அது எதனால கா?" என்றான்.
செல்வி, மனநிறைவுடன் இருக்கும் ஆசிரியை போல விளக்கத்தொடங்கினாள். "சூப்பர் டா தம்பி," என்றாள்... "கற்பூரம் திறந்து வைத்த ஒரு தட்டில் என்னவாக மாறியது?" என்றதும் அனைவரும், "*கார்பன் டைஆக்ஸிடு*" என்றார்கள். அந்த சமன்பாட்டில் வேறு ஏதாவது வேதிப்பொருள் இருக்கா என்றவுடன், எல்லோரும், "*எச் டூ ஓ*, தண்ணி" என்றார்கள்.
"திறந்து வைத்த தட்டில், நீராவியாக மாறிய *எச் டூ ஓ*, மற்றும் *கார்பன் டைஆக்சைடு* இரண்டும், மூடி வைத்த கண்ணாடி ஜாடியில், பொட்டு பொட்டாக பூத்திருந்தது. இவை எலியின் மூச்சுக்காற்று வழியாகவும், உடலின் வேர்வை மூலமும் வெளியேறின" என்று விளக்கினாள்.

செல்வி, சித்தியின் பாடம் எடுக்கும் முறையை கண்டு வியந்தாள். எல்லா மாணவர்களும், புத்தகத்தை தலைகீழாக வாசித்ததை கவனித்தாள். இரண்டு கைகளாலும் மாரி மாரி எழுதிக்கொண்டிருந்ததை சேந்தனும் செல்வியும் கவனித்தார்கள். இந்த குழந்தைகளை இருகைகளையும் பயன் படுத்தும் திறன்வாய்ந்தவர்களாக தயார் செய்கிறார் என்று புரிந்து கொண்டாள்.
வள்ளி, செல்வி, சேந்தன் இருவரையும் பன்னிரண்டாம் வகுப்புக்கு அழைத்துச் சென்றார்.
போகும் வழியில், நீ விளக்கின விஷயம் தான் ரஸவாதிகள் சாதித்தார்கள். மூலிகைகளில், மிருக, மனித திரவங்களில், நுண் உயிரிகள் ஆகியவற்றில் எரிப்பு, உலோக உருமாற்றம், போன்றவற்றை நிகழ்த்திப்பார்த்திருக்கிறார்கள். ஒரு பெரிய உலை, தொழிற்சாலை இவற்றில் மட்டுமே செய்ய முடியும் என்று நினைக்கும், அதீத வெப்பம், பெரிய உபகரணங்கள் போன்ற தேவைகளை சுருக்கி, புரதங்கள், *என்சைம்கள்* இவற்றின் உதவியுடன் எளிதாக செய்து முடித்தார்கள்.

செலினியம், வெளிச்சம் இருக்கும் போது ஒளியை சேமித்து வைத்து இருட்டில் ஒளி கடத்தியதாக, *போட்டோ கண்டக்டராக* பயன்படும், இது போன்ற தனிமங்களையும் பயன்படுத்தினார்கள். *சிலிக்கான்* போன்ற குறைக்கடத்திகளை(*செமிகண்டக்டர்கள்*) வைத்து அதிக வெப்பமின்றி பல வேலைகளை செய்து முடித்தார்கள். *செமிகண்டக்டர்* என்ற பெயர் வேண்டுமென்றால் இந்த கால பொறியியல் ஆய்வாளர்கள் கண்டுபிடித்திருக்கலாம். ஆனால் தொழில்நுட்பம் நம் முன்னோர்கள் பல ஆயிரம் ஆண்டுகளாக பயன்படுத்தியது."

"எந்த ஒரு வேலை செய்யும் போதும் நோக்கமும், நம்பிக்கையும் ரொம்ப முக்கியம். பன்னிரெண்டாம் வகுப்பு மாணவர்களுக்கு, உயர் கல்வியில் என்ன மாதிரியான வாய்ப்புகள் இருக்குன்னு சொல்லி நல்லா உற்சாகப்படுத்தனும் சரியா?" என்றார் வள்ளி.

செல்வி, மறுபடியும் சித்தியின் அர்பணிப்பைக் கண்டு வியந்தாள்.

அடுத்த நாள்...

அடுத்த நாள் சேந்தன் பக்கத்து வீட்டில் இருந்த அவனது நண்பனுடன் மலையேற சென்றுவிட்டான்.

வள்ளியும் செல்வியும், மணியடிச்சான் பாறைக்கு சென்றார்கள். வள்ளியிடம் கேட்டறிந்துகொள்ள பல கேள்விகளை மனதில் குறித்து வைத்திருந்தாள் செல்வி.

தேவசகாயம் பிள்ளை முட்டி போட்டு வேண்டிக்கொண்ட இடம் என்று சொல்லப்படும் பாறையில் 2 குழிகள் இல்லை, மூன்று இருந்தன. அதுவும் ஆய்த எழுத்து 'ஃ' வடிவத்தில் இருந்தன. அவர் சுட்டுக்கொல்லப்பட்டதாகச் சொல்லும் இடத்தில் இருந்த சிலுவை, எங்கும் பார்த்திடாத வடிவத்தில் அமைக்கப்பட்டிருந்தது. எந்த கிறிஸ்தவ உட்பிரிவும் இந்த வடிவத்தில் சிலுவை வைத்திருக்கவில்லை என்று செல்வி கவனித்தாள். கண்ணீர் பாறை, மணியடிச்சான் பாறை, குகைகள், பள்ளத்தாக்குகள் இவற்றைபற்றியெல்லாம் செல்விக்கு பல கேள்விகளும், அவள் மனதில் சில சதி கோட்பாடுகள் இருந்தன. இதைப்பற்றியெல்லாம் தானே ஒரு முடிவுக்கு வருவதற்கு பதிலாக ஒரு முறை வள்ளி சித்தியிடம் தெளிவு பெற்றுக்கொள்ள வேண்டும் என்று நினைத்தாள்.

செல்வி தனது சந்தேகங்களை கேட்பதற்கு முன்னரே வள்ளி பேச தொடங்கினார். "திருவாங்கூர் சமஸ்தானத்தில் மார்த்தாண்ட வர்மன் என்ற அரசன் ஆட்சி செய்து கொண்டிருந்தார். அவர் *டச்சு* படைகளை வென்றார். அந்த போர்வீரர்களை போர் கைதிகளாக பிணைத்துக்கொண்டு வரும் போது, அவர்களுள் வீரமாக போர் புரிந்த *யூஸ்டேஸியஸ் டீ லென்னாய்* என்ற போர்வீரரை கண்டு மிகவும் ஈர்க்கப்பட்டு, அவரை, தனது படையில் சேர அழைத்தார். இந்த போர்வீரர், வெகு விரைவில் மகாராஜாவின் நம்பிக்கையை வென்று படைத்தளபதி ஆகிறார்."

"அவர் கோட்டைகள் பராமரிப்பது, சீரமைப்பது வடிவமைப்பது என்று எல்லா வேலைகளையும் செம்மையாக செய்து முடித்ததால் அவைரை கௌ-ரவப் படுத்தும் விதத்தில் அவருக்கு தனியாக உதயகிரி கோட்டையில் இடமும், இந்த பணிகள் மேற்ப்பார்வை பார்க்கும் நாட்களில் அவர் வழிபா-டுகள் நடத்த ஒரு கிறிஸ்தவ தேவாலயமும் கட்டிக் கொடுக்கப்பட்டது. அவர் காலத்துக்கு பின்னே அவரது உடல் சகல மரியாதையுடன் இந்த உதய-கிரி கோட்டையில் அடக்கம் செய்யப்பட்டுள்ளது. அந்த அடையாளக்கல்லில் மிகவும் நன்றியுடன் இருந்த, மரியாதைக்குரிய என்று அவர் பெயர் முன் அடைமொழி சேர்க்கப்பட்டுள்ளது."

"தேவசகாயம் பிள்ளை என்பவர் அரசவையில் மந்திரியாக இருந்தவர். அவரது இயற்பெயர் நீலகண்டம் பிள்ளை. இவர் *லென்னாய்*யுடன் நெருக்-கமாக பழகும் வாய்ப்பு அமைந்தது. அவரது நன்னடத்தையால் நீலகண்டம் பிள்ளை கிறிஸ்தவ மததிதிற்கு ஈர்க்கப்பட்டார் என்றும் அவர் மதம் மாறிய-தாகவும் கூறப்படுகிறது. ராஜா மார்த்தாண்ட வர்மன் இதை பொறுக்க முடி-யாமல் நீலகண்டம் பிள்ளையை சித்ரவதை செய்ததாகவும், அவர் மதம் மாறியபோது அவருக்கு *லாசரஸ்* என்று பெயர் மாற்றப்பட்டதாகவும், அவர் உயிர்தப்பி பாண்டிய எல்லைக்கு உட்பட்ட ஆரல்வாய்மொழியில் வந்து தவமிருந்து தன்னைத்தானே குணப்படுத்திக்கொண்டார் என்றும் கூறப்படுகி-றது."

"*பிரிட்டிஷ்* படை இவரை சுட்டுக்கொன்றார்கள் என்று குறிப்பு உள்ளது. அதாவது கிறிஸ்தவ ஆங்கிலேயர்கள், இவரைக் கொன்றார்கள். அவரை சித்ரவதை செய்த திருவாங்கூர் மன்னர் அவரை உயிருடன் தான் விட்டி-ருந்தார். சமீபத்தில் *வாட்டிகன்* இவருக்கு புனிதர் பட்டம் கொடுத்து கௌர-வப்படுத்தி உள்ளது."

"செல்வி, இப்போ உன்னுடைய கேள்விகளை சுட்டு தள்ளு," என்றார் வள்ளி. செல்வி, ஆச்சரியமாக இந்த கதையை கேட்டு, வள்ளி சித்தி இந்த கதைகளை நம்பவே இல்லை என்பதையும் புரிந்து கொண்டாள்.

"'நம்பிக்கைக்குரிய, மரியாதைக்குரிய' என்று நல்லடக்கம் செய்த மன்னர் மந்-திரியை சிற்றவதை செய்தது நம்ப முடியவில்லை... ஏதோ கதை முழுமையா சொல்லப் படாத மாதிரி தோணுது"

செல்வி, "சுட்டுக்கொல்லப்பட்ட இடத்தில் இருக்கும் சிலுவை..."என்று ஆரம்பித்தாள்.

"அது தான் நமக்கு இருக்கும் திறவுகோல்"என்றார் வள்ளி.

செல்வி, "முட்டி போட்டா இப்படி ஆட்டுக்கல் அளவுக்கு குழு விழுமா!" என்று கேட்டாள்.

"என்னம்மா கேக்குற... ஒரு கோவிலில் ஒரு பெரிய மகானின் பல் பாது-காத்து வைக்கப்பட்டிருக்கு."

"*படே படே தேஷோமே ஐசி சோட்டி சோட்டி பாத்தேன் ஹோதி ஹை*

செனோரிட்டா" என்று ஷாருக் கானின் ஹிந்தி பட வசனத்தை சரளமான ஹிந்தி தெரிந்தவர் போல் சொன்னார்.

சொல்லி கண்ணடித்து சிரித்தார் வள்ளி.

செல்வி ஆச்சரியத்துடன் பார்த்து சிரித்தாள். வள்ளி இவ்வளவு சரளமாக ஹிந்தி பேசுவார் என்று எதிர்பார்க்கவே இல்லை, செல்வி. "சித்தி, நீங்க ஹிந்தி படிச்சீங்களா!" என்று அசடு வழிந்தாள். "ஷாஹ்ருக் கான் படங்கள் பார்ப்பீங்களா?" என்று கேட்டாள்.

"80- 90 இல் எங்களுக்கு வேறு வழி இருந்துச்சா. *டிவி* ல போடுற படத்த, பாடலை தான் கேட்கணும். *சேனல்* எல்லாம் மாத்த முடியாது. ஒரு விதத்துல என்னோட ஹிந்தி வாத்தியாரே ஷாருக் கான் தான். அவர் படம் பாத்து தான் பேச கத்துக்கிட்டேன். *ஹிந்தி பிரசார் சபா* ஹிந்தி எல்லாம் பிடிச்சிருந்தா *'ஏக் காவ் மே ஏக் கிசான் ரகுதாதா'* போல தான் இருக்கும். உங்க அப்பா மாதிரி தான் பேசியிருப்பேன் என்று தமிழ்- ஹிந்தியில் (தந்தி)" பேசினார்.

"நாம இதிலிருந்தும் என்ன கத்துக்குறோம் என்பது முக்கியம். ஹிந்தி படத்திலிருந்து, ஆட்டம் பாட்டமும் கத்துக்கலாம் ஹிந்தியும் கத்துக்கலாம். பார்வை-நோக்கு னு ரெண்டு இருக்கு. இது அப்படித்தான்." என்றார் வள்ளி.

"சித்தி இன்னொரு மொக்கை தோணுது. நீலகண்டன் இங்க தான் *நீல் டவுன்* பண்ணார் இல்லையா..." என்றதும், இருவரும் குலுங்கி குலுங்கி சிரித்தார்கள்.

செல்வி அந்த சிலுவையைப்பற்றி கேட்டாள்.

வள்ளி, " சில நம்மை மீறியவை என்று தான் சொல்ல முடியும், இப்பொழுதைக்கு..."என்றார்.

"அப்போ அந்த மணியடிச்சான் பாறை?"என்று செல்வி கேட்டதும்,

"அது நமக்கு மிக முக்கியமான தடயம்" என்றார் வள்ளி.

"ஒரு முக்கியமான இடத்துக்கு கூட்டிட்டு போறேன், வா" என்றார். அந்த இடத்திலிருந்து மொத்த பள்ளத்தாக்கும், பார்க்க முடிந்தது.

பழமையும், மர்மமும், இயற்கை அழகும், நவீன வளர்ச்சியின் சின்னமாக காற்றாலைகள், எல்லாம் ஒருசேர அமைந்த ஆரல்வாய்மொழியின் சாராம்சமாக அமைந்திருந்தது இந்த இடம். அருகில் இருந்த ஒரு கல் திண்ணையில் உட்காரலாம் என்று செய்கையில் சொல்லி, இருவரும் உட்கார்ந்த உடன், வள்ளி சொன்னார், " நாம் *செர்ன்* இன் நடராஜர் சிலையிடம் உள்ளோம். ஆனால் சங்க காலத்துக்கு முன் இருந்த ஒரு *செர்ன்*. நம் நாட்டின் பொற்காலம் அது."

செல்வி மெய்சிலிர்த்து கண்கள் மூடி ஒரு நொடி *செர்னின்* நடராஜர் சிலையை மனதில் நினைத்துக்கொண்டாள். இங்கு அப்படிப்பட்ட ஒரு சிலையை கற்பனை செய்தாள். வள்ளி, பழங்கால பெண்கள் போல உடைகள் அணிந்திருந்தார், அருகில், வள்ளுவர், அவ்வையார் என்று பல ஆன்றோர்

இருந்தனர், கண் விழித்து பார்த்தாள், மற்றவர்கள் மறைய, வள்ளி சித்தி அழகான கஞ்சி போட்ட, இஸ்திரி போட்ட, ஒரு வாயில் புடவையில் கம்பீ-ரமாக உட்க்கார்ந்து கொண்டிருந்தார்.

வள்ளி தொடர்ந்தார், "இந்த மலைகளின் அடியில் சோதனைக்கூடங்கள் இருந்திருக்க வேண்டும். ஒரு துகள் இயற்பியல் மனைவியாக, உனக்கு சில நியாயங்கள் புரியும். சில சோதனைகளை இது போன்ற இடங்களில் நிகழ்த்-துவது, ஒளித்து மறைப்பதற்காக இல்லை. பாதுகாப்பு, கதிர்வீச்சு அபா-யம், ஆராய்ச்சியின் தன்மை, தொழில்நுட்பம் ச்சார்ந்த அதிநவீனத் தன்மை, இவையெல்லாம் மனதில் கொண்டே !"

"அந்த கண்ணீர் பாறை, அணு மருத்துவம் சார்ந்திருக்குமா?!", என்றாள் செல்வி.

வள்ளி சிறிது நேரம் மௌனம் காத்தது, " இந்த வழிபாட்டு தலங்கள் எல்லாம் ஒரு விதத்தில் ஒரு பெரிய பங்களிப்பை செய்துள்ளன. இந்த பொக்கிஷங்-களை பாதுகாத்துள்ளன. அதை எந்த கதைகள் மூலம் காத்திருந்தாலும் சரி. ஆனால் அழியாமல், ஆக்கிரமிப்புகளில் இருந்து, உண்மையை நாடும் என்-னைப்போல், உன்னைப்போல் உள்ளவர்களுக்கு, பலவற்றை பாதுகாத்ததால் இந்த வழிபாட்டு தலங்கள், மதங்கள் எல்லாவற்றிற்கும் நான் கடமைப்பட்-டுள்ளேன்."

"மணியடிச்சான் பாறை, நீ பிராகில் பார்த்த ரகசிய வழிகளின் திறவுகோ-லாகவோ, அல்லது ஆராய்ச்சிக்கூடங்களுக்கு அபாய ஒலியெழுப்பிகளாகவும் இருந்திருக்கலாம். உயிர்கள் நடமாடும் பொழுது ஆராய்ச்சிகளை கவனமாக செய்ய இந்த மணி ஆராய்ச்சியாளர்களை எச்சரிக்கை செய்திருக்கலாம்."

"நீ பார்த்த இந்த தேவசகாயம் பிள்ளையின் கதை 1756 ஆம் ஆண்டை சார்ந்தது. நான் கூறும் வரலாறு 7000 ஆண்டுகளுக்கு முன் நடந்திருக்-கலாம்." கண்களை மூடிக்கொண்டு, கைகளை கூப்பி நெற்றியில் வைத்து, "எண்ணும் எழுத்தும் கண் என தகும், தாமிரபரணி அகத்திய மலை, *தி ஹேட்ரான் கொலைடர் ...* " என்று உணர்ச்சி பொங்க உறக்கக்கூறினார்.

செல்வியின் கண்ணிலிருந்து ஒரு துளி கண்ணீர் கசிந்தது.

வள்ளி, "வா தங்கம், உனக்கு இனி தான் நிறைய பொறுப்புகள் குடுக்கப்-போறோம், போலாமா?" என்றபடி ஒரு சிறிய துண்டு காகிதத்தை தோள்பை-யிலிருந்து எடுத்து, மறுபடியும், ஒளித்து வைத்தார்.

"ராஜம் பாட்டியை சந்தித்தித்து விடு. அதுக்கப்புறம் இந்த விஷயத்தைப்பற்றி உனக்கு இன்னும் உறுதியும் நம்பிக்கையும் வரலாம்" என்றார் வள்ளி.

14

ஆகாஷின் முதலாம் ஆண்டு பிறந்த நாள் - சிவராத்திரி

ஜெனீவா,2021

துவீபா, செல்வியைப்போல அல்ல எல்லோருடனும் சகஜமாக பழகக்கூடியவள். ஒரு மறைகுறியீட்டு நிபுணருக்கு (*கிரிப்டாலஜிஸ்டு*) இவ்வளவு நண்பர்களா என்று செல்வி வியந்தாள். அவளுடன் பணிபுரிபவர்கள், அக்கம் பக்கத்து வீட்டில் இருப்பவர்கள், அவளது கணவரின் உறவினர்கள், என்று அவள் வீடு முழுவதும் நிரம்பி வழிந்தது. பல நாடுகளிலிருந்தும் விருந்தினர்கள் வந்திருந்தனர்.

ரேணுகா அத்தையும், ஷா *அங்கிளும்* வந்திருந்தார்கள். செல்வி ஒரு நாள் விடுமுறை எடுத்துக்கொண்டு முன் தினமே வந்து விட்டாள். ஷா *அங்கிள்* பணியிலிருந்து ஓய்வு பெற்றுவிட்டதாகவும், விரைவில் சென்னை திரும்பிவிடுவார்கள் என்றும் சொன்னார், ரேணு அத்தை. இந்த பிறந்தநாள் கொண்டாட்டம் முடிந்ததும் சென்னை சென்று சில ஏற்பாடுகளை மேற்பார்வை பார்க்க இருப்பதாக சொன்னார்.

செல்வி கூட்டத்துடன் நின்று பேச தயக்கப்பட்டு எல்லோருக்கும் பரிமாறும் வேலையை செய்யலாம் என்று ஒரு ஓரமாக இருந்த *பார்பேக்யு* அடுப்பிடம் சென்று விட்டாள்.

ஆகாஷ் நடை பழகி விட்டான். யாராவது அவனை தூக்க முயற்சித்தால் அவனுக்கு பிடிக்கவில்லை. அவனை ஒருவராலும் சமாளிக்க முடியவில்லை, பெரும்பாலும் அத்தையிடமே இருந்தான்.

செல்வி நிறைய வம்பு கேட்க நேர்ந்தது. வம்பு பேசுவது மனிதர்கள் எல்லோருக்கும் பொதுவானது என்று அப்பொழுது தான் அவளுக்கு புரிந்தது.

ஒரு *பாலிவுட்* நடிகர் இறந்த செய்தி அவளுக்கும் தெரிந்திருந்தது. ஆனால் அவர் ஒரு உளவாளியாக வாழ அவர் தனது இறப்பை அரங்கேற்றியதாக-வும், அவர் எழுதிய பல ரகசியங்கள் நிறைந்த *ஹார்ட் டிஸ்க்குகள்* கைப்பற்ற சில பல அரசியல்வாதிகள் முயற்சி செய்வதாகவும், அதை ஒருவர் கைப்-பற்றி அதன் ரகசிய மொழியை புரிந்து மொழிபெயர்த்து ஒருவர் *யூடியூபில்* வாசித்து வருவதாகவும் இருவர் ஹிந்தியில் பேசிக்கொண்டிருந்தார்கள்.

அடுத்து வந்த தமிழ் பேசும் விருந்தாளிகள் *பால்மைன்* என்ற புதிய *பிராண்ட்* துணிகள் என்ன விலை, ஒரு *டீ-ஷர்ட்* 40,000 ரூபாய்க்கு மேல் விலை வைக்கிறார்கள் என்றும், யார் யார் சமீபத்தில் இது போல் *பிராண்-டுகளை* ஆதரிக்கின்றனர் என்று ஆரம்பித்து, நடிகர் விஜய் கார் வாங்கிய-போது எவ்வளவு வரிப்பணம் கட்டவேண்டியிருந்தது என்றும், ஜெய் பீம் படம் *ஆஸ்கார்* விருதுகளின் *யூடீப்* தளத்தில் வந்தது என்று பல விஷயங்கள் பேசிக்கொண்டிருந்தனர்.

இன்னொரு கூட்டம் *ஹாலிவுட்* நடிகர்கள் *ஆஸ்கர்* மேடையில் ஒருவரை இன்னொருவர் அறைந்தது என்ன நோக்கத்துடன் என்று பேசிக் கொண்-டனர்.

செல்வி அதற்குமேல் எங்காவது சென்றுவிடலாம் என்று முடிவு செய்து துவீ-பாவின் கணவர் கவுதம் அருகே சென்றாள். கவுதம் வணிக கடற்படையில் இருப்பதை ஒரு விதமாக கற்பனை செய்து வைத்திருந்தாள். அந்த கப்பல் சொகுசு கப்பல் போல் இருக்கும் என்றும், அதில் பணி புரிபவர்கள் திமிர் பிடித்தவர்களாக இருப்பார்கள் என்றும் நினைத்திருந்தாள். ஆறடி உயரம், நல்ல வாட்ட சாட்டமாக, களையாக, கருப்பாக இருந்த அவருக்கு நல்ல உடல்கட்டு ஆனால் *பௌன்சர்கள்* போல ஒரேடியாக இல்லை.

அவள் அணுகத் தயங்குவதை கண்டு கவுதம் அவளை அழைத்து, "செல்வி குட்டி, நான் பாதி வருஷம் வீட்டுல இருக்கறதில்லை, துவீபா என்னிக்கும் உன்னுடையவள் தான் சரியா. நான் வந்தா நீ வரக்கூடாதுன்னு ஒன்னும் இல்லை. வீட்டுக்கு வா என்ன!" என்றார்.

செல்விக்கு இல்லாத ஒரு அண்ணன் போல கவுதமுடன் பேசுவது எளிதாக தான் இருந்தது. அவரைத் தவறாக புரிந்து கொண்டதாக வருந்தினாள். அவரை சுற்றி நிறைய நண்பர்கள் இருந்தும், ஒவ்வொருவருடனும் பேசிக்-கொண்டிருந்தார், இன்னொருவரை விட்டுக்கொடுக்காமல், யாருக்கும் வித்-யாசமாக படாத வகையில்.

துவீபாவின் நண்பர் ஒருவர் செல்வி அருகில் வந்து அமர்ந்தார். என்னதான் கவுதம் எல்லோரையும் சமாளித்தாலும், செல்விக்கு கண் பார்த்து பேச ஓரிரு-வர் இருந்தால் போதும் என்று தோன்றியது. அருகில் இருந்தவருடன் பேசத் தொடங்கினாள். அவரது பெயர் பிரான்கா என்றார். இந்த பெயர், லெங்கா-வின் சித்தி மகளின், அதாவது அழகிப் போட்டியில் பங்கேற்றவரின் பெயர் போல இருந்தது. செல்வி தயங்கினாள். இவர் பக்கத்து வீட்டில் இருக்கும்,

செக் ரிப்பபிளிக் ஐ சேர்ந்தவராக இருப்பர் என்று நினைத்தாள்.
பிரான்கா, துவீபாவின் அலுவலகத்தில் வேலைப் பார்ப்பவரென்றும், அங்கு இணையத் துறையில் பணி புரிவதாக அவர் பகிர்ந்தவுடன் செல்வி மனதிற்குள் உறுதிமொழி எடுத்துக்கொண்டாள். இனி ஒருவரையும் பெயரை-வைத்தோ, வெளித்தோற்றத்தை வைத்தோ எடைபோடக்கூடாது என்று.

சட்டென்று மாறிய இசையை கேட்டு அனைவரும் தங்கள் இருக்கைகளை மேடையை நோக்கி திருப்பினார், *பாலிவுட்* பாடல் ஒன்று ஒலிக்க, யுக்தவும் அவரது தோழிகள் பாட்டாளமும் ஆட தொடங்கினர். யாரும் எதிர்பார்க்காத இடங்களில் இருந்து பலர் *பிளாஷ் மாப்* முறையில் ஆட, *பார்ட்டி* உண்மையில் களைக்கட்டத் தொடங்கியது. நடுவில் ஒரு ராக ஆலாபனை போல ஒன்று வந்தவுடன், விளக்குகளை அணைத்துவிட்டு, யுக்தா மேல் மட்டும் ஒரு *போகஸ் லைட்* விழ, எல்லோரும் ஊ ஊ என்று கூச்சலிடத் தொடங்கினர், அவள் நெளிந்து வளைந்து நளினமாக ஆடிக்கொண்டிருக்க, சட்டென்று ஒரு மேஜையில் இருந்த விரிப்பு எப்படியோ தீப்பற்றியது.

எல்லோரும் ஆட்டம் பாட்டம் என்ற மனநிலையில் இருந்தார்கள். சரியான சமயத்தில் கவுதம் அதை அணைத்து விட, யுக்தவின் நடனத்தில் மூழ்கியிருந்த பலர் இந்த சம்பவத்தை கவனிக்க கூட இல்லை.
செல்வி குழம்பிப்போனாள். எப்படி நடந்தது இந்த விபத்து என்று சற்று சத்தமாக கேட்டுவிட்டாள். *மைண்டு வாய்ஸ்* சத்தமாக கேட்டு விட்டது.

சாவித்ரி *ஆண்ட்டி*, துவீபாவின் பக்கத்து வீட்டில் வசிப்பவர், "தீபக் ராகத்துல ஆலாபனை, அது தான் தீ பிடித்தது" என்றார். செல்வியின் ஆர்வம் தூண்டப்பட்டு, அவரிடம் அதைப்பற்றி கேட்க ஆரம்பித்தாள்.

"பேரரசர் அக்பரின் அரசவைப் பாடகராக இருந்த தான்சேன் என்பவர் தீபக் ராகத்தை பாடி தீப்பிடிக்க வைப்பாராம், மேகமல்ஹார் பாடி மழை வர வைப்பாராம், இசைக்கும் இயற்கைக்கும் அப்படிப்பட்ட ஒரு இணக்கம் உண்டு" என்று சொன்னார் சாவித்ரி *ஆண்ட்டி*. சிறிது நேரம் தனது பேரப்பிள்ளைகளைப் பற்றி பெருமை பீத்திவிட்டு, அன்று விரதம் இருப்பதாகவும், ஒவ்வொரு சிவராத்திரிக்கு அவர் விரதம் இருப்பர் என்றும் சொல்லி, பேரப்பிள்ளைகளை அழைத்துக்கொண்டு சீக்கிரம் விடைபெறுக்கொண்டு சென்றார்.
செல்விக்கு சாவித்ரி சிவராத்திரி, இரண்டும் எதுகை மோனை போல் தோன்றியது.
திடீரென்று ராகத்துக்கும் தீ பிடிப்பதற்கும் ஏதேனும் விஞ்ஞானபூர்வமான காரணங்கள் இருக்குமா என்று செல்வி மனதில் கேள்வி எழுந்தது. சென்னையில், நவகிரஹ கீர்த்தனைகள் பற்றி ஒரு முறை அவள் கேட்டிருந்தாள். அவள் அறிந்திருந்த வரி நிறமாலை, *லைன் ஸ்பெக்ட்ரம்* இசையுடன் பொருந்த வாய்ப்பிருக்கும் என்று யோசித்தாள். தனது அலைபேசியை எடுத்து தேட ஆரம்பித்தாள்

அணு ஒத்திசைவு அதிர்வெண் (*அட்டாமிக் ரெசோனன்ஸ் பிறீகுவென்ஸி*) பற்றி தேட ஆரம்பித்தாள். துணியில் என்ன அணுக்கள் அதிகமாக இருக்கும் என்று யோசித்தாள். ராகத்தின் அதிர்வெண்களை அணு அதிர்வெண்களுடன் சரி சமமான ஒரு எண்ணுக்கு கொண்டு வந்து ஒப்பிட முயற்சி செய்தாள். *கார்பன், ஆக்சிஜென், ஹைட்ரஜன்* என்று ஒவ்வொரு அணுவையும் ராகத்தின் எண்களோடு ஒப்பிட்டுக்கொண்டிருந்தாள். சரியாக ஒன்றும் சிக்கவில்லை. இப்படி நிறைய எண்களுடன் ஒப்பிட ஒரு மடி கணினி இருந்தால் வேலை சுலபமாக முடியும் என்று தோன்றியது. ராகத்தின் ஏதாவது ஒரு சுரத்தை எடுத்துக்கொள்ள வேண்டும் என்று நினைத்தாள். ஜீவ ஸ்வரங்கள் பற்றி படித்தாள். ஒரு ராகத்தின் அழகை பிரதிபலிக்கும் வகையில் விளங்கும் ஓரிரு ஸ்வரங்களை ஜீவஸ்வரங்கள் என்று வகைப்படுத்துகிறார்கள். இவை ஒரு ராகத்தில் அமைந்திருக்கும் பாட்டில் அதிக எண்ணிக்கையில் இருக்கும் என்றில்லை. ஆனால் அவற்றை இசைக்கும் பொழுது அந்த ராகம் முழுமை அடையும் என்று குறிப்புகளைக் கண்டாள்.

அந்த சமையத்தில், கவுதம் மேடையேறினார், எல்லோரும் கூச்சலிட்டு ஆரவாரம் செய்தார்கள். நடிகர் அஜித் குமாரின் தீவிர விசிறியாக இருந்த கவுதம் ஆடுவதற்கு, "வாத்திக்குச்சி பத்திக்கது டா யாரும் வந்து ஒரசுர வரையிலே " என்ற பாடல் ஒலித்தது. செல்விக்கும் அது உரசிய தீக்குச்சிபோல விடைகளை கொடுத்தது. அவசர அவசரமாக தேடல் வேட்டையில் மூழ்கினாள் செல்வி. அவளுக்கு எல்லா விடைகளும் கிடைத்தன. ஒரு தனிமத்தின் அணு அதிர்வு எண் தீபக் ராகத்தின் ஜீவ ஸ்வரத்துடன் சரியாக பொருந்தியது. *பேரபிக்ட் மேட்ச்* என்று முணுமுணுத்தாள். வாத்திக்குச்சியில் புலப்பட்ட விடயம், *மேட்ச்* என்ற பெயர்ச்சொல், வினைச்சொல் இரண்டு பொருள்களும் விளங்கும் வகையில், அவள் கண்டறிந்த அடுத்த கனிமம்... பி +++.

15

நாணயவியல் அறிஞர், ராஜம்.

சென்னை

செல்வி, யக்ஞா, சேந்தன், மூவரும் புறப்படும் நேரம் வந்தது. ஆரல்வாய்மொழியில் ஒரு வாரம் பல புது அனுபவங்களை பெற்று, ஆர்வம் தூண்டப்பட்டு சென்னை செல்ல இன்னும் தீவிரமாக இருந்தாள் செல்வி.

செல்விக்கு ராஜம் பாட்டியின் நாணயங்களை பார்த்தாக வேண்டும் என்று தோன்றிற்று. ஒரு பொழுது போக்குக்கு சில நாணயங்களை சேர்த்து வந்ததாக நினைத்த செல்வி, தன குடும்பத்தினரின் ஆற்றலை இனி சற்றும் குறைத்து மதிப்பிட்டு விட கூடாது என்று நினைத்தாள். மனதளவில் அவள் ஒரு பெரிய புத்தகம் அல்லது கோப்பு இருக்கும் என்று எதிர்பார்த்தாள்.

ராஜம் பாட்டியின் வீடு ஒரு 70 களில் கட்டிய *மெட்ராஸ் சீலிங்* உள்ள, 2 அடி அகல சுவர்கள் கொண்ட அழகான தனி வீடு. ராஜா அண்ணாமலை புறத்தில், மயிலாப்பூர் அருகே அமைந்திருந்த வீடு. இன்றளவு அதை ஒரு *பங்களா* என்பர். *கேட்,* பூத்தோட்டம் தாண்டி உள்ளே வர ஒரு பாதை. இரு பக்கமும் பூத்தோட்டம் நேர்த்தியாக அமைக்கப்பட்டிருந்தது. வீட்டின் வாசலுக்கு முன் ஒரு தளம், நான்கு தூண்களோடு பிரம்மாண்டமாக அமைந்திருந்தது. மூன்று அகலமான படிகளும், ஒரு புறம் ஒரு சமப்படுத்தப்பட்ட மேடாகவும் இருந்தது. கொள்ளுப்பாட்டி சக்கர நாற்காலியில் இருந்ததாகவும், அவருக்காக அமைத்ததாகவும் தாத்தா சொல்லியிருந்தார். வீட்டின் உள்ளே சென்றதும் அழகாக அலங்கரிக்கப்பட்ட வரவேற்பறை இருந்தது. அழகாக *ரெட் ஆக்ஸைடு,* ஆத்தங்குடி தளங்களுடன் ரசனையுடன் கட்டப்பட்டிருக்கும். கீழ் தளத்தில் ஒரு பெரிய வரவேற்பறை, பெரிய சமையலறை, பூஜை அரை, தாத்தா பாட்டியின் படுக்கை அறையும், மேல் தளத்தில், அம்மா அப்பாவுக்காக ஒரு அறை , அத்தையின் அறை, தவிர இன்னும் இரண்டு படுக்கை அறைகள் அமைந்திருக்கும். கீழ் தளத்தில் வீட்டில் வலப்பக்கத்தில்

ஒரு *கார் ஷெட்டும்*, இடப்பக்கம் ஒரு சிறிய இடத்தில் அவரது செல்ல நாய் சுப்ரமணியும் இருக்கும். வீட்டின் பின் புறம் ஒரு *அவுட் ஹவுஸ்*. அதில் தாத்தாவின் சிகிச்சை மையமும், மேல் தளத்தில் ஒரு அறையும் இருக்கும். சாயங்காலம் 5 மணியிலிருந்து, தாத்தாவை பார்க்க சில நோயாளிகள் வந்து-கொண்டே இருப்பர். இரவு 9 மணி வரைக்கும் *கார்ஷெட்டில்* சில நாற்காலி-கள் போடப்பட்டு, மணி அண்ணன், தனா அக்கா இருவரும் *கிளினிக்குக்கு* வருபவரை வரிசைப்படுத்தி கவனித்துக்கொள்வார்கள்.

செல்வி, சேந்தன், யக்ஞா மூவரும் ராஜம் பாட்டி வீட்டுக்கு வந்தடைந்து குளித்து காலை உணவு அருந்த தயாராகிறார்கள். வரவேற்பறையிலிருந்து ஒரு மரத்திலான அழகிய வேலைப்பாடுகள் நிறைந்த தடுப்புக்கு பின் அமைந்திருந்த டைனிங் டேபிளில் அமர, பாட்டியும், யக்ஞாவும் பொங்கல், தோசை, வேர்க்கடலை சட்னி, கொத்சு என்று அம்மக்களப்படுத்துகிறார்கள். ராஜம் பாட்டி செல்வியை *அவுட் ஹவுஸ்* இல் உள்ள மாடி அறைக்கு அழைத்து செல்கிறார். அங்கு நுழைந்ததும் செல்வி ஒரு நிமிடம் உறைந்து போகிறாள். பல கண்ணாடி கதவுகள் கொண்ட, 20 க்கும் மேற்பட்ட அலமா-ரிகள், ஒரு அருங்காட்சியகம் போல அமைந்திருந்தன. ஒவ்வுன்றிலும், பல ட்ராயர்கள் இருந்தன. ஒவ்வொரு அலமாரியின் மேலும், காலம் குறிப்பிடப்-பட்டிருந்தது. சுவற்றில் ஒரு *பிரேம்* போடப்பட்ட ஒரு சான்றிதழ் இருந்தது. இந்தியாவின் தலைசிறந்த தனியார் நாணய சேகரிப்பிற்க்காக வழங்கப்பட்ட சான்றிதழ் அது. மத்திய அகழ்வாராய்ச்சி நிறுவனத்தால் வழங்கப்பட்டிருந்தது. செல்வி அசந்து போனாள். ஒரு நிமிடம் கண்களை மூடி நின்றுவிட்டாள். அவளது சித்தியும், இரண்டு பாட்டிகளும், எல்லை காவல் தெய்வங்களாக, மாரியம்மன் , கொற்றவை போல காட்சி அளித்தார்கள். தனது பட்டப்படிப்-பின் போது பாட்டி வீட்டில் தங்கியும், இந்த அறையை அவள் இது வரை பார்த்திருக்கவே இல்லை. பள்ளி, *டியூஷன்* வகுப்புகள் என்று இருந்ததும், கீழே எப்பொழுதும் நோயாளிகளின் நீண்ட வரிசை, அவர்களிடம் பேச முற்-பட்டால் நேரம் வீணாகிவிடும் என்ற நினைத்தது என்று எல்லாம் நினைவுக்கு வந்து, செல்வி குற்ற உணர்ச்சியில் கலங்கினாள்.

ஒவ்வொரு *ட்ராயறி*லும் 50 நாணயங்கள் இருந்தன, நேர்த்தியாக, பஞ்சு பரப்பப்பட்டு அதில், ஒவ்வொரு நாணயத்துக்கும் ஒரு எண் சீட்டு, அதற்கு மேலே அடுக்கி வைக்கப்பட்டிருந்தது. அறையின் மறுபுறம், அந்த எண்களின் விவரங்கள் அடங்கிய *காட்டலாக்* இருந்தது. நாணயங்கள் வெறும் பள்ளி மாணவர்களில் பொழுதுபோக்கு போல் இருக்கும் என்று நினைத்தவளுக்கு அதிர்ச்சி மேல் அதிர்ச்சி காத்திருந்தது. கிறிஸ்த்துவுக்கு முன் என்று 3 அலமாரிகள் இருந்தன.

யக்ஞா அறைக்குள், காபி எடுத்துக்கொண்டு நுழைந்தார். அறையின் நுழை-வாயில் அருகே இருந்த மேஜையில் ஒரு *பிளாஸ்க்கும்*, சில *டம்ளர்களை* வைத்துவிட்டு, அருகில் வந்து, ராஜம் பாட்டியிடம்,

" அம்மா, அந்த நாணயத்தைப்பற்றியும் சொல்லுங்க" என்று ரகசியமாக கேட்க என்று ரகசியமாக கேட்டார்.
ராஜம் அதை ஏற்கனவே பரிசோதித்து பார்த்து வைத்திருந்தார். அது ஒரு நாணயம் இல்லை என்றும், ஒரு கல் துண்டு ஆனால் முக்கியத்துவம் வாய்ந்தது என்றும் அவருக்கு தெரிந்திருந்தது. பிறகு பார்த்துக்கொள்ளலாம் என்று கண் ஜாடை காட்டினார்.
ராஜம், கி.மு 3-4ஆம் நூற்றாண்டை சேர்ந்த ஒரு விநாயகர் பொறிக்கப்பட்ட நாணயத்தை காட்டினார். அவை குஷானர்களின் காலத்தை சேர்ந்தது என்றும், ஓடால் ஆனது என்றும் குறிப்பிட்டார். விநாயகரை வட இந்தியர் பெரிதும் கொண்டாடினாலும், இருப்பதிலேயே பழமைவாய்ந்த நாணயம் வாதாபியில் கிடைத்தது என்று சொன்னார்.

ராஜம் ஒரு *சேப்டி லாக்கரை* திறக்கிறார். அதில் சில தங்க நாணயங்கள் இருக்கின்றன. இரண்டு நாணயங்களை கையில் எடுத்து, "இவற்றில் எது தங்கம், எது தங்க முலாம் பூசப்பட்டது என்று உன்னால் கண்டுபிடிக்க முடிகிறதா பார்" என்றார். செல்வி ஒன்றும் புரியாமல் முழிக்க, ராஜம், அரசர் ஹென்றியின் முகம் பொறிக்கப்பட்ட நாணயத்தை காட்டி, இவர்கள் செப்பு காசில் தங்க முலாம் பூச முயற்சி செய்தார்கள். தங்ககாசுகளை பொது மக்கள் புழக்கத்தில் விட வேண்டாம் என்று அரசர் செய்த சூழ்ச்சியை, இந்த நாணயங்கள் எப்படி மக்களுக்கு காட்டியது என்றும் சொன்னார், ராஜம். இந்த காசுகளில் அரசரின் மூக்கு மட்டும் *காப்பர்* நிறத்தில் மாறியது என்றும், மக்கள் கோவத்தில் அரசரை *காப்பர் நோஸ் ஹென்றி* என்று கேலி பேசியதாகவும் ஐரோப்பிய வரலாற்றில் இருந்தது என்றும் சொன்னார். இந்த காசுகள் கடல் கடந்து இங்கே வணிகர்களிடமும் வந்து சேர்ந்தது, அதில் ராஜம் பாட்டியிடம் ஒன்று சிக்கியது என்று பெருமையாக சொன்னார்.
இன்னொரு பெட்டியை எடுத்தார். அதில் இருந்த தங்க காசுகளில், செல்விக்கு புரியும் தமிழ் எழுத்துக்கள் இருந்தன. அவை சேர, சோழ, பாண்டிய மன்னர்கள் காலத்தை சேர்ந்தவை என்றும், ஒவ்வொரு அரசரும் எப்படியான சின்னங்களை பொறித்தனர் என்றும் விளக்குகிறார்.
எல்லா காசுகளையும் பத்திரமாக பெட்டிகளில் வைத்து பூட்டிவிட்டு, மேஜை அருகில் இருந்து நாற்காலியில் ராஜம் அமர, செல்வியும், யக்ஞாவும் ஜன்னலை ஒட்டி அமைந்திருந்த திண்ணையில் உட்கார்ந்து காபியை ரசித்து குடிக்கிறார்கள்.
காபி குடித்தபடி, "நீ இப்போ பார்த்ததும் தங்கம் இல்லை" என்று சொல்ல, செல்வி அதிர்ச்சியில் காபியை சிந்தினாள். "என்ன பாட்டி இவற்றில் ஒரு இடத்தில் கூட ஒரு பிழையும் தெரியலையே!" என்று கேட்டாள். "நம் மன்னர்களும் இப்படியெல்லாம் செய்தார்களா?" என்று கேட்டாள்.
ராஜம் பாட்டி, ஒரு பெரிய வரலாற்று உண்மையை உடைத்தார். "தங்கம் நம் ஊரில் பெரிதாக மதிக்கப்படவில்லை. நம்மூரில் இருந்து இரும்பு ஏற்றுமதி

செய்து அதற்கு பதில் அவர்கள் தங்கம் கொடுத்தனர். மக்களிடம் இருந்த எந்த விதமான தங்க நாணயமும் இங்கே அயல் நாட்டு வணிகத்துக்கே பெரும்பாலும் பயன் பட்டது. நம் நாட்டுக்குள் பண்டமாற்று முறையே வழக்கில் இருந்தது" என்றார். செல்வி, "அப்பா இந்த நனையங்களுள் செப்பு தானா?" என்றாள். ராஜம் பாட்டி, "இல்லை செல்லம், இவை ரசவாத முறையில் உலோக மாற்று செய்யப்பட்ட தங்கம். எந்த ஒரு சோதனைக்கூடத்திலும், இவற்றை ஆராய்ந்தால் இவை தங்கம் என்று வந்து விடும். ஆனால் சித்த மருத்துவக்குறிப்புகளில், இதற்கும் உண்மையான தங்கத்திற்கும் வித்யாசம் கண்டுபிடிக்க சில மூலிகைகளைப்பற்றி சொல்லியிருக்கிறார்கள். அவற்றை இது உண்மையான தங்கம் இல்லை என்று கண்டறிய முடிந்திருக்கிறது." என்றார். "இன்னொரு முறை அவற்றை பார்க்கட்டுமா?" என்றாள் செல்வி. இருவரும் பெட்டிகளை எடுக்க செல்ல, யக்ஞா புன்சிரிப்புடன், *டம்ளர்களை, பிளாஸ்கை*யும் எடுத்துக்கொண்டு கீழே சென்றார்.

"ஒரே நாள்ல உனக்கு எல்லாத்தையும் காட்டி முடிக்க முடியுமான்னு தெரியல. ஆனா ஒரு முக்கியமான பெட்டி நீ பார்த்ததே ஆகணும்" என்றார், ராஜம் பாட்டி.

ஒரு பெட்டியில் இருந்த தங்க நாணயத்தை எடுத்து, "இது ஒரு சிறப்பு வாய்ந்தது. எங்கள் வீட்டருகில் இருந்த ஒரு தந்திரி செய்தது இது. நான் கன்யாகுமரியில் பிறந்து வளர்ந்தவள். அங்கு நிச்சயத்திற்கு இரு வீட்டாரும் பொன் காசு வைக்கும் வழக்கம் இருந்தது. எங்கள் பக்கத்து வீட்டு இருந்த அக்காவுக்கு நிச்சயம் செய்ய அவர்களிடம் காசு இருக்கவில்லை. எங்கள் வீட்டுக்கு வந்து சில செப்பு காசுகளை வாங்கிச்சென்றார்கள். முதலில் வேறு ஊரில் இருந்த தந்திரியிடம் கொடுத்து, அதை உலோக மாற்றம் செய்ய முயற்சி செய்து, அது சரியாக அமையவில்லை. ஒரு மண்டலம் கழித்து வாங்கிக்கொள்ள சொல்லியிருக்கிறார்". என்றதும், செல்வி, " ஒரு மண்டலம் என்றால்! "என்று கேட்க,

"ஒரு மண்டலம் 41 நாட்கள், என்பர், சிலர், 45 நாட்கள் என்கிறார்கள் அல்லது 48 நாட்கள் என்றும் சொல்கிறார்கள். நவீன கால மனநல மருத்துவர்கள் கூட இது போன்ற நாள் கணக்கின் முக்கியத்துவத்தைப்பற்றி குறிப்பிடுகின்றனர். 21 நாட்கள் ஒரு வேலையை தொடர்ந்து செய்தால், அதே நம் பழக்கம் என்றாகிடும் என்கிறார்கள். 45 நாட்கள் ஒரு வேலையை தொடர்ந்து செய்தால் அது நம் உடலின் அம்சம் ஆகிவிடுகிறதாம். தியானம் போன்றவையும் முதலில், 9 நாட்கள் விடாமல் செய்து, பின் 21 நாட்கள், பின்பு 45 செய்தால், அது பல் விளக்குவது, குளிப்பது போல் நம் அன்றாட வேலையின் அம்சம் ஆகிவிடும்", என்றார்.

ஒரு நிமிடம் செல்விக்கு எப்படி ஒரு அலை இன்னொரு அலையை அடித்து செல்லுமோ அதுபோல எதைப்பற்றி பேசினாலும் புது உத்வேகம் கொப்பளிக்க பேசிய பாட்டி ஒரு அறிவுக்கடல், ஆழம் புரியாத கடல் அதில் எழும்

அலைகளில் வெறும் கால் நனைக்கும் இன்பமே இப்பொழுது நிகழும் இந்த உரையாடல் என்று நினைத்தாள்.

"அந்த நாணயமற்ற காஸைப்பற்றி வருவோம்," என்றார். "அந்த தந்திரி ஒரு ஏமாற்றுக்காரராக இருந்தார். அவர் செய்த காசு இது. போலி காசு கொடுத்து பெண் வீட்டார் செய்த சதியைப்பற்றி தெரிந்து கொண்ட மாப்பிள்ளை வீட்டார் நிச்சயத்தை நிறுத்திவிட்டார்கள். ஆனால் இன்னொரு அக்கா வீட்டில் இன்னொரு தந்திரியிடம் கொடுத்து இதே போல் 101 செப்பு காசுகளை ரசவாத மாற்றம் செய்து ஒரு திருமணம் நிச்சயிக்கப்பட்டது. அதில் ஒரு காசு தாத்தாவிடம் அவர்கள் பத்திரிக்கையுடன் வைத்து கொடுத்தார்கள். இதுதான் அது. ஒரு தங்க காசுக்கும் இதுக்கும் வித்யாசம் கண்டு பிடிக்க இன்று வரை ஒரு *மெஷின்* கண்டுபிடிக்கப்படவில்லை." என்றார்.

"பாட்டி, உங்க கல்யாணத்துக்கும் இப்படி காசெல்லாம் கொடுத்தாங்களா?" என்று கேட்டாள் செல்வி.

"போடீ கழுதை... என் தாத்தா கல்விக்கு முக்கியத்துவம் கொடுத்தவர். நான் படிக்க வேண்டும் என்று தீவிரமாக இருந்தவர். எனக்கு மாப்பிள்ளையே கிடைக்கவில்லை. அப்பறம் தாத்தா வந்தார். அவர் மட்டும் தான் என்னை தொடர்ந்து படிக்க விடுவேன் என்று வாக்கு கொடுத்தார். என் பட்ட படிப்பு முடியும் வரை குழந்தைகள் வேண்டாம் என்று சொல்லி புரியவைத்து, என் அம்மா வீட்டில் இருக்க சொன்னார். அவரது பெற்றோரும் அப்படிப்பட்ட பெரிய மனது காரர்கள். நான் அதிர்ஷ்டசாலி தங்கம். என் மாமியார் என்னை தனது மகளை விட நல்லபடி பார்த்துக்கொண்டார்." என்று கண் கலங்கினார்.

தாத்தா, சித்த மருத்துவம் படித்து, பின் அரசு சித்தா கல்லூரியில் பேராசிரியராக பணியாற்றி ஓய்வுபெற்றவர். தாத்தாவை பற்றியும் செல்விக்கு பெருமையாக இருந்தது.

ராஜம் பாட்டியுடன் எல்லா அலமாரிகளையும் பார்வையிட்டு, கதைகள் கேட்டு, வேறு உலகத்துக்கு சென்று வந்தாள் செல்வி. "உங்க அம்மா வந்துட்டா, எனக்கு எல்லா வேலைகளும் அவளே பாத்துப்பா. தங்கமான பொண்ணு அவ. இப்போ கீழ போனா அருமையா சமைச்சு முடிச்சிருப்பா பாரு" என்று சொல்லியபடி இருவரும் படி இறங்கி வந்தனர்.

சொன்னபடியே யக்ஞா அறுசுவை விருந்து தயாராக எடுத்து மேஜையில் அலங்கரித்து வைத்திருந்தார். சேந்தனும் தாத்தாவும் சுப்ரமணியுடன் விளையாடிக் கொண்டிருந்தனர். அனைவரும் மதிய உணவுக்கு சேர்ந்து அரட்டை அடித்தபடி சாப்பிட்டபின், செல்வி தனது *டைரி*யில் குறிப்புகள் எழுதிக்கொண்டிருந்தாள். ரசவாத மாற்றம் செய்த காசுகளைப்பற்றி எழுதும் போது தான் வள்ளி சித்தி பாட்டியை ஏன் சந்திக்க சொன்னார், அவர்களது பள்ளியில் செல்வி முன் நடத்திய சோதனையின் ஆழமான உண்மை, எல்லாம் அவளுக்கு புரிந்தது.

ஒரு நிமிடம், கண் கலங்கினாள். என் வீட்டு கொல்லைப்புறத்தில் இருக்கும் பொக்கிஷங்களை அறியாமல், அயல் நாட்டில் பாதாளத்தில் சோதனைகள் செய்கிறேன்... இது என் வாழக்கையில் நிகழும் சோதனை என்று தன்னை தானே எண்ணி நொந்து கொண்டாள்.

6 மணியளவில் ராஜம் பாட்டி அவரது பூஜை அறையில், விளக்கேற்றி பூஜை செய்ய தொடங்கினார். அவர், ஸ்ரீவித்யா உபாசகராக இருந்தார். அவர்களது பக்கத்து வீட்டில் இருந்த அன்னபூரணி மாமி தான் இவரை இந்த பூஜையில் சேர்த்த்டுக்கொண்டவர். காலையில் 4 மணிக்கு எழுந்து 2 மணிநேரம் பூஜை செய்து, நேர்த்தியாக பல பொருட்களை வைத்திருந்தார் ராஜம்.

யக்ஞாவும், ஆனந்தனும் அவ்வளவு தீவிர ஆஸ்தீகர்கள் இல்லை, செல்வி வீட்டில் இப்படி ஒரு அறையே கிடையாது. அதனால் எல்லாவற்றையும் எப்பொழுதும் ஆர்வமாக பார்ப்பாள் செல்வி. விளக்குக்கு அருகே ஒரு கோலம் போடப்பட்டிருந்தது. அது, ரசவாத அருங்காட்சியகத்தில் தரையில் செதுக்கப்பட்ட சில வடிவங்களைப்போல இருந்தது. செல்வி ஆர்வமாக "இது என்ன?" என்று கேட்டாள். "இதுவா, இதற்கு பெயர் நவகிரஹ கோலம். ஒவ்வொரு நாளுக்கும் ஒரு வடிவம் வரைவோம்" என்று சொன்னவுடன், "நவகிரகம் என்றால் 9 கோள்களா பாட்டி ?" என்று கேட்டாள் செல்வி. ராஜம் பாட்டி சிரித்துக்கொண்டு, "அனந்தன் பொண்ணாட்டம் கேக்குறா பாரு என்று முணுமுணுத்துக்கொண்டு, ' பூமியில் நாம் வசிக்கிறோம், அப்போ 9 கிரகம் என்று ஜோதிடத்தில் குறிப்பிடுவது, பூமியிலிருந்து பார்க்கும் போதும் கணிக்கும் போதும், எந்த கோள்கள் பூமியை பாதிக்கும் ஆற்றல் பெற்றவையோ, அல்லது நம் காந்த அலைவரிசையுடன் தொடர்பு கொண்டவையே, அவை மட்டும் நவ கிரகங்களில் சேரும். சூரிய மண்டலத்தில், சனி வரையில் மட்டும் கணக்கில் வரும், அப்போ எத்தனை சொல்லு?", என்றார். "பூமியை சேர்க்காமல், 5" என்றாள் செல்வி. "மிகச்சரி! 5 கோள்கள், அதாவது, புதன்(*மெர்குரி*), சுக்ரன்(*வீனஸ்*), செவ்வாய்(*மார்ஸ்*), குரு(*ஜுபிடர்*), சனி(*சாட்டர்ன்*) இவற்றோடு, சூரியன், சந்திரன், ராகு மற்றும் கேது. இவையே 9 கிரஹங்கள். ராகு கேது என்பவை கிரஹங்கள் இல்லை, புவியீர்ப்பு விசை போல ஒரு காந்த அலை ஒவ்வொரு கிரகத்தை சுற்றியும் அமைந்திருக்கும். நீ காந்தங்கள் பற்றி படித்திருக்கிறாய் அல்லவா?", என்றதும், "பாட்டி, என் துறையே மின்காந்த சக்தியை கட்டுப்படுத்துவதை ஒட்டியது தான்" என்றாள்.

"ராகு கேது என்பவை, அது போன்ற சூரியன், சந்திரன் மற்றும் பூமிக்கு மத்தியில் இருக்கும் காந்த அலைவரிசைகளில் கோடுகள் சந்திக்கும் இடம். ராகு என்பது வடக்கே இருக்கு, கேது என்பது தெற்கே இருக்கும். தயிர் கடைய, பயன்படுத்தும் மத்து பூமி என்றால், அதை சுற்றி உள்ள கயிறு இந்த அலை வரிசைகள் என்று மனதில் படம் போட்டுக்கொள்" என்றார்.

"உன் தாத்தாவிடம் நவகிரஹங்கள் மற்றும் அவை விலங்குகளையும் செடி, கொடிகளையும் எப்படி பாதிக்கும் என்றும், முத்துக்கள் சிப்பியில் ஒரு நட்சத்திரம் வானில் உதிக்கும் போது உருவாகும் என்றும் பல கதைகள் சொல்வார்."என்றார் ராஜம் பாட்டி.

செல்வி யக்ஞாவை பார்த்து, "அம்மா உனக்கு கோலம் எல்லாம் போட தெரியுமா?" என்றாள்.

ராஜம் பாட்டியும் யக்ஞாவும் ஒருவரை ஒருவர் பார்த்து சிரித்துக்கொண்டு, "இங்கு வரும்போதெல்லாம் அம்மா தான் கோலம் போடுவாள். அங்கும் வாசலில் போடுவாள். நீ ஒரு நாள் கூட கவனித்ததே இல்லையா?" என்று கேட்டார் ராஜம் பாட்டி.

செல்வி, தான் எவ்வளவு சுயநலமான வாழ்க்கையை வாழ்ந்திருக்கிறோம், உடன் இருப்பவர்களைப்பற்றி ஒன்றுமே தெரியாமல் இருந்திருக்கோமே என்று திகைத்துப்போய் நின்றாள்.

"அம்மா ரொம்ப *சாரி* மா. நான் இதுவரை கவனித்ததே இல்லை". என்று அம்மாவை கட்டி அணைத்துக்கொண்டாள்.

யக்ஞாவும் சிரித்துக்கொண்டு, "அத்தை போட்டிருந்தால், நீயும் துவீபாவும் போட்டிருப்பீர்கள், எனக்கு சேந்தன் குட்டி எவ்வளவு உதவியிருக்கான் தெரியுமா!" என்றார்.

"நீ தான் சம்ப்ரதாயம் சாஸ்திரம் எல்லாம் நம்ப மாட்டாயே பின் எப்படி?" என்றாள் செல்வி.

"இதுக்கும் அதுக்கும் ஒரு சம்மந்தமும் இல்லை. இதுவும் விஞ்ஞானப் பூர்வமான ஒரு பழக்கம். பெண்கள் இடுப்பை வளைத்து, குனிந்து கோலம் போடும் போது அவர்கள் ரத்தம் தலைக்கு பாயும். நாள் முழுதும் பல வேலைகளை கவனமாக செய்ய -*மல்டி டாஸ்கிங்* செய்ய இது ஒரு முக்கியமான பயிற்சி. காலை எழுந்து இளம் சூரியனின் ஊதா கதிர்கள் முதுகு தண்டில் படும் போது *விட்டமின்* டி உற்பத்தி ஆகும். இது எலும்புகளை வலுப்பெற செய்யும். கோலமாவு மணல் போல துகள்களை கொண்டது. விரல் நுனியில் இருக்கும் நரம்பு முடிச்சுகள் மூளையின் வலப்பக்கத்தோடு தொடர்பு கொண்டவை. அவை தூண்டப்பட்டு, ஆற்றலை அதிகரிக்கும். போடும் கோலமே ஒரு *சைமடிக்* வடிவம். அதாவது இந்த நவகிரஹ கோலம் என்பது ஒவ்வொரு கோளில் இருந்து வரும் *ரேடியோ* அலைவரிசையில் ஓசையை படமாக வடிவமைத்த வகைமாதிரி" என்று செல்வியை திணறவைக்கும் பல தகவல்களை அடுக்கிக்கொண்டே போனார் யக்ஞா.

"அம்மா அப்போ இந்த குடும்பத்துல நான் தான் ரொம்ப மக்கு போல இருக்கு. எல்லாரும் இப்படி சொற்பொழிவுகள் ஆத்துனீங்கனா நான் எப்படி தாங்குவேன்" என்றதும், எல்லோரும் சிரித்து கொண்டு அவளை வந்து கட்டிக்கொண்டனர்.

சேந்தன் தெருவில் இருந்த நண்பர்களுடன் *கிரிக்கெட்* விளையாடிவிட்டு, பின் வாசல் வழியாக வந்து பாட்டியை கட்டிப்பிடித்தான். பாட்டி, அவனை தழுவிக்கொண்டு, " பின்னலை பின்நின்றிழுத்தான், சேந்தன், பாட்டியை பின்னின்று கட்டி அணைத்தான் " என்று சொந்த வரிகள் சேர்த்து பாடினார்.

"6:30 மணி ஆகி விட்டது. கோவில் போயிட்டு காபலியிடம் *அட்டெண்டன்ஸ்* போடணும்" என்றார்.

செல்வி, நானும் வரேன் என்றாள். பாட்டியும் பேத்தியும், அவர்களது வழக்கமான ஆட்டோ டிரைவர் அண்ணாதுரை அண்ணாவின் *ஆட்டோ*வில் ஏறி சென்றனர்.

"அது தாத்தாவின் *ஆட்டோ*. அண்ணாதுரை அண்ணா இவர்களுக்கு எப்போ தேவையோ அப்போ வந்து எங்கு போக வேண்டுமோ அழைத்து செல்வார். மற்றபடி அவர் சவாரி எடுத்து ஓட்டும் காசெல்லாம் அவருக்கு. இப்படி ஒரு ஒப்பந்தத்தோடு ஒரு ஆட்டோ. பாட்டிக்கு காரில் போனால் வாந்தி வருமாம் அதற்காக இப்படி ஒரு ஏற்பாடு. என்று காத்துக் கொண்டிருந்த செல்வியிடம்" சேந்தன் சொல்கிறான்.

"பாட்டி நீங்க *டையர்ட்* ஆகவே மாட்டீங்களா? 3 மணிக்கு எழுந்து நாள் பூராவும் *பிஸி* யா இருக்கீங்களே!" என்றாள். பாட்டி, " மதியம் ஒரு குட்டி தூக்கம் போட்டு விடுவேன், இரவு 9:30 மணிக்கு தூங்கி விடுவேன் அவ்வளவு தான்." என்றார்.

"பாட்டி, எனக்கு சில சந்தேகங்கள் இருக்கு. கேக்கலாமா?" என்றாள் செல்வி.

"கேளுடா செல்லம்", என்றதும் கேள்விக்கணைகளை தொடுத்தாள்.

"நீங்க ஏன் இவ்வளவு உருவ வழிபாட்டில் ஆர்வம் கொண்டு இருக்கீங்க? மொழிகளைப்பற்றி, குறிப்பாக தமிழ், சமஸ்க்ருதம் இவற்றுக்குள் நடக்கும் போட்டியை நீங்கள் எப்படி பார்க்கிறீர்கள், நம் ஊரின் கதைகள் காவியங்கள், எல்லாம் ரகசியங்களை ஒளித்து வைத்து எழுதிய ரசவாத *டெக்னமேன்கள்* என்று நீங்கள் நம்புகிறீர்களா?" என்று ஒரு மூச்சில் கேட்டாள்.

ஆட்டோ அதற்குள் கோவிலுக்கு சென்று விட்டது. உள்ளே சென்று பேசலாம் என்று பாட்டி செல்வியிடம் சொல்லி, மெதுவாக இறங்கி வழியில் இருக்கும், பூக்காரம்மா, பூஜை பொருட்கள் கடை வைத்திருந்த அண்ணா, என்று எல்லாரையும் விசாரித்தபடி உள்ளே சென்றார். விநாயகர் சன்னதியில் 11 தோப்புக்கரணம் போட்டு விட்டு, 'இங்கே வா' என்றார். இருவரும் இடதுபக்கம் இருந்த மண்டபத்தை நோக்கி சென்றதும், "அங்கு இருந்த லிங்கத்தின் ஆவுடை, நாம் திரும்பும் போது நம் திசையை நோக்கி திரும்பும் வண்ணம் வரையப்பட்டிருக்கு பார்' என்றார். 'தரிசனம் முடிச்சுட்டு, உக்காந்து பேசலாம்" என்றார்.

கபாலீஸ்வரர் உண்மையாகவே *அட்டெண்டன்ஸ் ரெஜிஸ்டரில்* ராஜம் பாட்டி

ப்ரெசென்ட் என்று டிக் அடிப்பது போல் கற்பனை செய்து தனக்கு தானே சிரித்துக்கொண்டாள். ஒன்றும் பேசாமல், பாட்டி, ஒவ்வொரு சன்னதியிலும் செய்யும் விஷயங்களை பார்த்துக்கொண்டு சென்றால். பிள்ளையாருக்கு தோப்புக்கரணம், மற்ற இடங்களில் கும்பிடுவது, கற்பூரம் காட்டியபோது கன்னத்தில் போட்டுக்கொண்டது, பிறகு அருகில் கொண்டு வந்த உடனே, அதை தொட்டு கண்ணில் ஒத்திக்கொள்வது, சுற்றி சண்டிகேசுவரரிடம் சென்று, கை தட்டி- வந்ததை சொன்னது, அபிஷேக நீர் ஒழுகும் இடத்திலுருந்து சொட்டிக்கொண்டிருந்த நீரை எடுத்து தலையில் தெளித்துக்கொண்டது, தீர்த்தம் கொடுத்ததும், அதை சற்றே காலை அரைமண்டியிட்டபடி குடித்து, பிறகு கண்ணில் தேய்த்துக்கொண்டது என்று எல்லாவற்றையும் பார்த்து வியந்து கொண்டிருந்தாள்.

கற்பகாம்பாள், கபாலீஸ்வரர் இருவரையும் தரிசித்து விட்டு, ஒரு சுற்று வந்து மண்டபத்தின் படியில் இருவரும் அமர்ந்தனர். அங்கு வரைந்திருந்த சுழலும் லிங்கத்தை எப்படி வரைந்திருப்பார்கள் என்று ஆராய்ந்து, ஒரு நீள்வட்டத்தின் 2 மைய பகுதிகளில், ஒன்றில் லிங்கமும், இன்னொன்றில் ஆவுடையையும் வரைந்திருக்க கூடும் என்று அவள் மனதில் பதித்துக்கொண்டு, அதை ஒட்டி தூண்டப்பட்ட கேள்விகளையும் குறித்தது வைத்துக் கொண்டாள்.

"பாட்டி இப்போ சொல்லுங்க கோயிலில் வந்து தான் கும்பிடணுமா? கடவுள் தான் எல்லா இடத்திலும் இருக்காரே! "என்று முதல் கேள்வியே அசரவைக்கும் ஒன்றில் தொடங்கினாள்.

பாட்டி, "இது உன் அப்பா கேட்டது. ஆனால் அவன் இன்னும் கோயிலுக்கு வர மாட்டேன் என்கிறான். அதாவது, நாம் சொல்லும் மந்திரங்கள், அது எந்த மொழியில் இருந்தாலும் சரி, அவற்றை எடுத்துப்பார். எல்லாம், *அபார்மேஷன்ஸ்* அதாவது இப்படிப்பட்ட சக்திகள் பெற்ற கடவுளே உன்னை வணங்குகிறேன் என்று தான் அமைந்திருக்கும். அவை நீ உனக்காகவும், இங்கு கூடியிருக்கும் ஒவ்வொருவருக்காகவும், சொல்கிறாய். உன் வீட்டில் இருந்து நீ மட்டும் சொல்லும்போது அதன் ஆற்றல் உன் ஆன்மீகம் ஆற்றல் அளவுக்கு இருக்கும். ஆனால் இங்கே, ஒவ்வொருவரும் சொல்லும்போது, முணுமுணுத்தபடியோ அல்லது சத்தமாகவோ, மனதளவிலோ, சொல்வது, ஒவ்வொருவருக்குள்ளும் இருக்கும் இறைசக்திக்கு ஒரு உத்வேகம் கொடுக்கும். அதாவது, உன் வகுப்பில் நீ நல்ல மதிப்பெண் எடுத்ததற்கு ஆசிரியர் உன்னை தனியாக பாராட்டினால் எப்படி இருக்குமோ அது வீட்டில் வழிபடும் போது உள்ள உணர்வு. ஒரு சாதனைக்காக பள்ளியில் எல்லோரும் உனக்காக கைதட்டும் உணர்வு கோவிலில் கிடைக்கும்." என்று குழந்தைக்கு சொல்வது போல அவரது கருத்தை பதிவு செய்தார்.

"சில அயல் நாட்டு ஆய்வாளர்கள், நாம் லிங்க வடிவத்தில் வழிபடுவதைக்கூட ஆண் குறியும் பிறப்புறுப்பும் இணைந்த வடிவம் என்று சொல்-

வார்கள். ஆனால் அது அவர்களின் கண்ணோட்டத்தையே குறிக்கும். என்னைப்பொறுத்தவரை, லிங்க வடிவத்தில் மேலிருந்து ஏதாவது ஓசைகளோ, துகள்களோ வந்தாலும் அதில் வழுக்கி, கீழே வந்து விடும். நாம் சொல்லும், எண்ணும் அலைகளும் அங்கே *பவுன்ஸ்* ஆகி மீளும், எதிரொலி போல. நம் நேர்மறை எண்ணங்கள் பன்மடங்காகி எதிரொலிக்கும். அப்படிப்பட்ட வடிவம் என்று தான் தோன்றுகிறது. மேலும், ஒரு முட்டை போன்ற வடிவம் வளரும் கருவை காக்கும் வடிவம், ஒரு முட்டை எப்படிப்பட்ட பளுவை தாங்கும் என்பதும் நமக்கு தெரியும். இப்படியும் இதை புரிந்து கொள்ளலாம். மொத்தத்தில், நீ கேட்ட இன்னொரு கேள்விக்கும் இது பதில். அவரவர் பார்வையிலும், புரிதலிலும் எப்படி வேண்டும் என்றாலும் அர்த்தம் கொள்ளும் வகையில் நம் கலாச்சாரம் இயங்கி வருகிறது. என்னை பொறுத்தவரை கோயில்கள் வெறும் வழிபாட்டு தளங்கள் என்று சுறுக்கிவிட முடியாது. இவற்றில் பல ரசவாத விற்பன்னர்கள் இயங்கியிருக்கிறார்கள். இது ஒரு மருத்துவமனை போல ஒரு *சூப்பர் ஸ்பெஷாலிட்டி ஹாஸ்பிடல்* போல." என்றார்.

செல்வி ஒரு நிமிடம், ஐயோ நம் வீட்டு பெரியவர்களெல்லாம் நம்மை விட அதீத சிந்தனையாளர்கள் போல என்று நினைத்தாள். "பாட்டி, ரசவாத ஆராய்ச்சி இங்கு எப்படி நடத்தியிருப்பார்கள், கூட்டத்தில்? பரிசோதனைக்கூடம் வேண்டாமா?" என்று கேட்டாள்.

"அது தான் நம் சிறப்பு. இங்கு சிலைகளில் ரசவாத உலோகங்கள் இருக்கும். அதில் அபிஷேகம் என்ற பெயரில், நீர் ஊற்றி, *சீரியல் டயலியூஷன்* செய்து *ஹோமியோபதி* மருத்துவம் போல *மினெரல்ஸ்* சேர்த்து குடிக்கும் தீர்த்தமாக கொடுப்பார்கள். அதில் துளசி போன்ற *ஆன்டிசெப்டிக்* குணம் கொண்ட இலைகள் போடுவார்கள். பிரசாதமாக செய்யும் உணவு பொருட்களில், சில மருந்துகளை சேர்ப்பார்கள். பல கோயில்களில் அன்னதானம் நடை பெறும்.

இங்கு முன்னெல்லாம் ஆடுவதற்கு தேவதாசிகள் இருந்தார்கள். அவர்கள் ஒரு வேளை நோய் கண்டுபிடிக்கும் ஆள்களாகக்கூட இருக்கலாம். "

"பாட்டி, என்ன சொல்லறீங்க?" என்று அதிர்ந்தாள்.

"கோபுரத்தை பார்" என்றார், பாட்டி. "அங்கு பல அடுக்குகளில் பல விதமான சிற்பங்கள் இருக்கு இல்லையா? உன் கண்ணில் வித்யாசமாக ஏதாவது பட்டால் சொல்லு" என்கிறார். அவளும் சென்று பாட்டி கொடுத்த ஒரு *பைனாகுலரை* வைத்து பார்க்கிறாள். சற்று நேரம் கழித்து. "சிவன் வீணை வாசிப்பாரா ?" என்று கேட்டாள்.

"ஹ்ம்ம் பலே! உனக்கு இது கண்ணில் பட்டது ஏன் என்றால் நீ பல அருமையான அரிதான விஷயங்களின் தேடலில் இருக்கிறாய். ஒருவருக்கு வாழ்க்கையில் இருக்கும் சவால்களை பொறுத்தே இப்படி எதுவும் கண்ணில் படும். ஒருவர் உள்ளே வரும்போது எங்கு பார்வை பதிக்கிறார், அவருக்கு

என்ன பிரச்சனை இருக்கக்கூடும் என்பதை நடனத்தின் மூலம் அர்ச்சகர்களாகிய மருத்துவர்களுக்கு தேவதாசிகள் தெரிவிப்பர். அதைப்பொறுத்தும், ஒருவர் பிறந்த நட்சத்திரம், ராசி கேட்டு, அவர்களுக்கு கோள்களில் பாதிப்புகள் இருக்கக்கூடுமோ என்பதை கணித்து, அவர்களுக்கு சில வழிபாடுகள் பரிந்துரைக்க பட்டிருக்க கூடும். இதைப்பற்றியும் ஆராய்ச்சி செய்து பார்க்க வேண்டும். வேடிக்கையான விஷயம் என்னவென்றால். நாட்டியத்தில், நவரசம் என்பார்கள். அதிலும் ரசத்தை ஒளித்து வைத்த வார்த்தை ஜாலத்தை பார்." என்றார்.

செல்வி, ஒவ்வொரு நாளும், பல விஷயங்களை கற்றாள். வள்ளி சித்தி சொன்னபின் வெறும் புத்தகத்தில் இருக்கும் பதிக்கப்பட்ட விஷயங்களைத்தாண்டி பதுக்கப்பட்டவற்றை கண்டிப்பாக தேட வேண்டும் என்ற ஆர்வம் அவளை இவ்வளவு விஷயங்களையும் செரிக்க உதவியது.

"பாட்டி, இது வெறும் ஹிந்து கோயில்களுக்கு மட்டும் உள்ள சிறப்பா?" என்றாள் செல்வி.

"சமயம் என்று சில பிரிவுகள் வரும் முன், எல்லோரும் இயற்கையை தானே வழிபட்டார்கள், *பிரமிடுகள்*, மக்காவில் இருக்கும் காபா, கிறிஸ்தவ தேவாலயங்கள் இவை எல்லாம் இன்னொரு முக்கியமான விஷயம் செய்கின்றன. இங்கு ஒரு மனதாக தங்கள் முன்னேற்றம், மற்றும் குடும்பத்தினரின் நலன் என்று அனைவரும் இந்த வழிபாட்டு தலங்களில் தங்கள் தன்னலத்தை தாண்டி சில அனுபவங்களை பெறுகிறார்கள். ஒரு மனதாக பலர் இணையும் போது இறை ஆற்றலும் அருளாகும். அவரவர் பழகிய பண்பாட்டு பழக்கங்களிலேயே நல்லவை தான் இருக்கின்றன. எந்த மதமாக இருந்தாலும் மக்களை நல்வழிப்படுத்துவது, பிரச்சனைகளை கையாள்வது, இது போன்ற போதனைகளை உள்ளடக்கியவை தான்." என்றார்.

பாட்டியிடம், வழக்கமாக சந்திக்கும் சிலர் நலம் விசாரித்துக்கொண்டு இருந்தார்கள். செல்வியை அறிமுகப்படுத்தினார், ராஜம் பாட்டி. செல்வி சற்று நேரம் அமைதியாக அமர்ந்து கண்களை மூடிக்கொண்டாள். அவள் காதில், நிகோலா டெஸ்லாவில் வார்த்தைகள் ஒலித்தன. *எனர்ஜி, ப்ரீகுவெண்சீ அண்ட் வைப்ரேஷன்* என்று. உடனே, கோயிலை வலம் வரும் மக்களின் கால்களில் இருந்து ஒளி, நூல் போல இழுக்கப்பட்டு, கருவறையில், லிங்கத்தின் கீழிருந்து மேல்நோக்கி ஒலிக்கதிராக பாய்ந்தது. ஒரு *ட்ரோன்* பறப்பது போல அவளுக்கு காட்சி *ஏறினால் ஷாட்டாக* விரிந்தது. அந்த ஒளிக்கீற்று வான் நோக்கி செலுத்தப்பட்டு, அருகில் இருந்த பல தேவாலயங்கள், வழிபாட்டு தலங்கள், எல்லாவற்றிலிருந்தும் பாயும் ஒளியுடன் கலந்து, உலகை காக்கும் *ஓசோன்* மண்டலம் போல சூழ்ந்தது.

மணி சத்தம் கேட்டு சட்டென்று கண் விழித்தாள். மதம் மனிதனுக்கு வாழ்க்கையில் பிடிப்பை, நம்பிக்கையை குடுக்க உருவாக்கப்பட்ட ஒன்று. அதன் உண்மையான நோக்கம் இது தான். இன்றைய கால சூழலில் சிலர்

அந்த நோக்கத்தை சரியாக கொண்டு சேர்க்காததால் பல சிக்கல்கள் வந்துள்ளன என்றும் அவளுக்கு தோன்றியது.
ராஜம் பாட்டி அருகில் வந்து, போலாமா தங்கம் என்றார்.
உடனே எழுந்தாள். பாட்டி, அவரது பூக்கூடையிலிருந்து ஒரு மஞ்சள் துணியில் முடிந்து வைத்திருந்த வட்ட வடிவமான கல்லை செல்வியிடம் கொடுத்தார். செல்விக்கு *ரிலே* ஓட்டப்போட்டியில், தனக்கு கொடுக்கப்பட்ட *பேட்டன்* என்று செல்வி புரிந்து கொண்டாள். பொறுப்பாக செய்யவேண்டும் அருள்வாய் பிரபஞ்சமே என்று மேல்நோக்கி பார்த்தாள்... அந்த ஒளி மண்டலம் வைர வலையாக மின்னியது...

16

மகளிர் தினம், 2022

ஜெனீவா,

மீனா மறுபடியும் ஒரு நிகழ்ச்சி ஏற்பாடு செய்திருந்தாள். *செர்ன்*இல் இருந்த மகளிரை சில வீடியோ பதிவுகள் செய்ய வைத்து, சிறுவர்களை மற்றும் உலகெங்கும் இருக்கும் மேற்படிப்பு படிக்கும் தருவாயில் இருக்கும் இளைஞர்களை ஊக்கப்படுத்தவே இந்த நிகழ்ச்சி. நளந்தாவை கொளுத்திய நெருப்பு மீனாவின் கண்களில் பிரதிபலித்துக்கொண்டே இருந்தது. பாடலிபுத்ராவின் பெருமையை நிலைநாட்டும் வகையில் இவள் ஒரு பிரதிநிதியாக விளங்க என்றுமே தயாராக இருந்தாள்.

செல்வி இவ்வளவு முனைப்பு காட்டியதே இல்லை. திருக்குறள் விஷயத்திலும், இப்பொழுது 18 வந்து விட்டாள். 16, 17 அதிகாரங்கள், 15 கு முன்பே புரிந்தது. நேற்று தான் 15கு விடை கிடைத்தது. இந்த அளவுக்கு இப்படிப்பட்ட விஷயங்களை ஒளித்து மறைத்து வைக்க வள்ளுவர் என்ன முயற்சி எடுத்திருப்பார். இன்று வரை இதை யாருமே இந்த கண்ணோட்டத்தில் பார்க்கவில்லையா? என்றெல்லாம் யோசித்தாள்.

செல்விக்கு ஒரு உண்மை புரிந்தது. ஒளிந்து கொள்ளவேண்டும் என்றால், பலர் இருக்கும் இடத்தில், மாறுவேடமிட்டு எளிதாக மறைந்து இருக்கலாம். பொக்கிஷம் போல் எங்காவது தோண்டி புதைத்திருந்தால் தான் கிடைக்காமல் போயிருக்கும். அவளுக்கு இன்னொன்றும் தோன்றியது. இன்று இருப்பது போல் காப்புரிமை பற்றியெல்லாம் அவர்கள் கவலைப்பட்டார்களா? அல்லது எல்லாம் பொதுவெளியில் இருந்ததா? ஒரு வேளை கனிமங்களை ஆராய்ச்சி முடிவுகளுக்கு பண்டமாற்று செய்திருப்பார்களோ! பல அறிய கற்களை ஆராய்ச்சிக்காக பல இடங்களுக்கு கொண்டு சென்றார்களோ. ஒரு விதத்தில் இவை படிகங்கள் என்பதால், இவற்றை வைத்து அந்த தனிமத்தைப் பற்றி பல விடையங்கள் கண்டறிந்திருக்கலாம். இவற்றை சூரியக்கதிர்களையோ, அல்லது இன்று அறியப்படும் பல கதிர்களை பிரிக்கக்கூட முப்பாட்டகமாக(*பிரிஸம்*) பயன்படுத்தியிருக்கலாம்.

உலகத்தில் இப்படிப்பட்ட இயற்கை வளம் நிறைந்த நாடுகள், தங்கள் வளங்களை பண்டமாற்று செய்து மற்ற நாடுகளிடமிருந்து வெற்றுக்காகித நோட்டுகளை செல்வம் என்று நினைத்து பெற்றுக்கொள்வது மனதை உறுத்துகிறது.

மீனாவின் உயிர்தோழியாக இருந்ததால் செல்வி எல்லா எடுபிடி வேலைகளும் செய்ய நேர்ந்தது. *காமெராவை* பிடிப்பது, *லைட்* சரிபார்ப்பது, *மைக்* மாற்றிவிடுவது என்று. இது மட்டும் இல்லாமல், விடியோக்களை தொகுத்து அவற்றுக்கு விளக்கம் எழுதுவது என்று எல்லாவற்றிலும் உதவி செய்ய வேண்டியது கடமையாக இருந்தது.

செல்வி இன்று உதவி செய்ய போகலாம் என்று நினைத்தாலும், வம்பு பேசுவதுடன் ஒரு *நோபல் கேசுக்கு* இருக்கும் தொடர்பை நினைத்து குழம்பிக்கொண்டிருந்தாள். வம்பு என்றவுடன் முன் தினம் நடந்த *பார்ட்டி* நினைவுக்கு வந்தது.

அவளுக்கு துவீபாவின் உடன் வேலை செய்யும் ப்ராங்கா நினைவுக்கு வந்தார். நிகழ்ச்சி முடியும் வரை தனது தனிப்பட்ட வேலைகள் எடுத்து செய்ய முடியாத நிலைமை. வேலை முடித்து துவாபா வீட்டிற்கு செல்ல வேண்டும் என்று முடிவெடுத்தாள்

துவீபா, ப்ராங்கா மற்றும் செல்வி, ஒரு காபீ கடைக்கு சென்றனர். செல்வி ப்ராங்காவிடம் வலைத்தளத்தைப்பற்றி கேட்க ஆரம்பித்தாள். அதில் பயன்படுத்தும் *ரௌட்டர்களில்* ஏதாவது கனிமம், தனிமம் பயன்படுத்தப் படுகிறதா? ப்ராங்கா ஒரு *எலெக்ட்ரானிக்ஸ் என்ஜினீயர்* என்ற முறையில் எல்லாவற்றையும் விரிவாக விளக்கினார். செவிக்கு தனது ஆராய்ச்சியை பற்றி பகிர்ந்து கொள்ள தயக்கமாக இருந்தது.

அவளுக்கு கேட்க பெரிதாக ஒன்றும் இருக்கவில்லை. துவீபாவும் ப்ராங்காவும் ஆகாஷுடன் விளையாட தொடங்கினார்கள். ஆபீசில் உள்ளவர்களைப்பற்றி வம்பு பேச ஆரம்பித்தார்கள்.

செல்வி தனது தோழி லெங்காவைப் பற்றி சொல்லலாமா என்று நினைத்தாள். ஆனால் அது கொஞ்சம் கூட உயர்ந்ததாக இருக்காது என்று யோசித்தாள்

ஆஹா. அப்படியென்றால் அது தான்...

அவளுக்கு இன்னும் ஒரே ஒரு தகவல் தேவைப்பட்டது. ப்ராங்கா தன் குழந்தையின் பிறந்தநாள் விழாவைப் பற்றி பகிர்ந்து கொண்டிருந்தாள். அவனுக்கு மூன்று வயது. அவர்கள் *ஹீலியம்* பலூன்களை வைத்து எப்படி விளையாடினார்கள் என்று கூறினார்.

செல்வி மனதில் சில கேள்விகள் இருந்தன. *ஹீலியம்* இல்லாமல் வேறு *நோபல் கேசுகளை* சுவாசித்தால் குரல் மாறுமா என்றெல்லாம்.

இவர்கள் வம்பு வலையை தாண்டி வந்தாள். வலை தளத்தில் பல விஷயங்கள் இருந்தது.

தனது குறிப்பெழுதும் நோட்டில் சில விஷயங்களை குறித்துக்கொண்டாள். இனி தன்னை செலீனா என்று அடையாள படுத்தவேண்டாம் என்று

முடிவு செய்தாள். திருநிறைசெல்வி வள்ளுவரின் பேத்தியாக பெருமையாக நெஞ்ஜை நிமிர்த்தி நடந்தாள்.
இது 18 என்றால், 19, 20 எல்லாம் மிக மிக எளிதில் கடுபிடித்துவிடலாம் என்று சந்தோஷத்தில் தனக்குத்தானே சிரித்து மகிழ்ந்தாள்.

17

தூத்துக்குடி ஜெயராமன்

சென்னை ,

செல்வியும் சாண்டியும், யக்ஞுயாவுடன் புறப்பட தயாராக இருந்தார்கள். ஆனந்தன் சென்னை *ஆபீசில்* சேர வேண்டியிருந்தது. யக்ஞுயா டெல்லிக்கு சென்று வீட்டை காலி செய்து, எல்லாவற்றையும் சென்னைக்கு அனுப்ப அங்கு செல்ல வேண்டியிருந்தது. இந்த முறை அவர்கள் தாத்தா பாட்டி வீட்டில் தங்கிக்கொள்ளலாம். சென்னையில் வேறு வீடு பார்க்க வேண்டிய அவசியம் இல்லை. முதல் மாடியில் இவர்களது அறைகள் அப்படியே இருந்தன. பாட்டி அவ்வப்போது அதை சுத்தம் செய்து எப்போது யார் வந்தாலும் தங்கும் விதத்தில் வைத்திருந்தார்.

செல்வி மொட்டை மாடிக்கு சென்று தாத்தாவை சந்திக்க சென்றாள். அவர் அங்கு ஒரு மாடித்தோட்டம் போட்டு அதில் சில மூலிகைகளை வளர்த்து வந்தார். அன்றாடம் தேவைப்படும் காய்கறிகளும் அங்கேயே விளைந்தன. தாத்தா ஒரு தீவிர தாவர பைத்தியம்.

அவள் படிக்கும் காலத்தில் மொட்டைமாடியில் நிறைய நேரம் செலவழித்திருந்தாள். அவளது மனதுக்குப் பிடித்த இடத்திற்கு சென்றதும், அங்கு ஏதோ சிலந்தி வலைகளில் சிக்கி காத்திருந்ததுபோல் '*வூர்ட்ஸ் ரியாக்ஷன், மார்க்கோவனிக்காவ் அடிஷன், மென்சுரேஷன், மாட்ரிக்ஸ்* என்று பன்னிரெண்டாம் வகுப்பில் படித்த எல்லாம் நினைவுக்கு வந்தது. அவை அண்ட வெளியில் இருந்து அலையடித்துக்கொண்டு வந்தது போல இருந்தது.

தாத்தா வெந்தய செடிகளை வளர்த்துக்கொண்டிருந்தார். என்ன ஆராய்ச்சி என்று தெரியவில்லை.

சேந்தன் இரண்டு பேரையும் அழைக்க, அவர்கள் கீழே வந்தனர்.

பாலா பாட்டியின் மாணவன் தூத்துக்குடி ஜெயராமன் வந்திருந்தார். வள்ளி சித்தி அவரை செல்வியை சந்திக்கும் படி சொல்லி அனுப்பியிருந்தார். அவளிடம் இரண்டு காகிதங்களை கொடுத்தார் ஜெயராமன். ராஜம் பாட்டி, தாத்தா எல்லோருக்கும் இதெல்லாம் தெரியும் போல இருந்தது.

ஆனந்தனும் யக்ஞயாவும் வீடு மாற்ற வண்டி ஏற்பாடு செய்வதில் மும்முர-மாக இருந்தார்கள். சேந்தன் அவனது நண்பர்களை சந்தித்து *பை* சொல்ல சென்றிருந்தான்.

"ஜெயராமா, காபி எடுத்துக்க பா" என்று ஆசையாக காபியை நீட்டினார் பாட்டி.

"தங்கும் விடுதி, வசதிகள் எல்லாம் நல்லா இருக்கா? சாப்பிட என்ன செய்-யட்டும் தம்பி?"

ஜெயராமன் தயங்கி தயங்கி, "அம்மா எல்லாம் நல்லா இருக்கு மா. சாப்பி-டலாம் எதுவும் வேணாம் மா." என்றார்.

" அப்படின்னா பொட்டலம் கட்டி தரேன். ஏன் பா. இவ்வளவு தூரம் யாரா-வது உக்காந்து வருவாங்களா? படுத்து வரமாதிரி *பஸ்* இருக்கே. அதுல வர வேண்டியது தானே?" என்று உரிமையுடன் சொன்னார்.

செல்விக்கு அப்பொழுதுதான் அவர் *பஸ்* இல் பயணம் செய்து வந்தது தெரி-யும். அவளுக்கு என்ன விஷயமாக இவரை சந்திக்க வள்ளி சித்தி அனுப்-பியிருப்பார் என்பது தான் ஓடிக்கொண்டிருந்தது.

நகரத்தில் படித்த திமிர் பிடித்த துகள் இயற்பியல் ஆராய்ச்சி மாணவியாக, *செர்ன்* இல் படிக்கும் விஞ்ஞானியாக, ஒரு ஏளன தோரணையில்,

" நீங்கள் தமிழில் இளங்கலை படிக்கிறீர்களா?" என்று கேட்டாள்.

ஜெயராமன் மிகவும் அமைதியாக இருந்தார். அவர் ஒரு ஆராய்ச்சி மாணவர். முனைவர் பட்டத்துக்கு படிப்பவர். பார்க்க ஒல்லியாக, சற்று ஏழைக் குடும்பத்தை சேர்ந்தவராக இருந்ததால் அவர் வயது சட்டென்று தெரியாதவாறு இருந்தது. அவர் தனது அளவுக்கு இல்லாமல் பெரிய உடை-களை அணிந்திருந்தார். கையில் ஏதோ ஊர் திருவிழாவில் குத்திக்கொண்ட பச்சை இருந்தது. அதில் மூன்று வட்டங்கள் போட்டிருந்தது. கையில் ஒரு கோப்பு வைத்திருந்தார். வள்ளி சித்தி வைத்திருந்த அதே கோப்பு தான் இது. செல்விக்கு சட்டென்று தனது தவறு புரிந்தது. உடனடியாக தனது உடல் மொழியை பணிவாக்கிக்கொண்டு, சொல்லுங்க அண்ணா என்றாள்.

"நான் பாலா அம்மாவின் கீழ் ஆராய்ச்சி மாணவனாக உள்ளேன். பி. எச். டி பதிவுசெய்துள்ளேன். இப்போது கீழடி அகழ்வாராய்ச்சியில் ஈடுபட்டுள்ளேன்." என்றார்.

"நீ பார்த்த சில நாணயங்கள் அவனுடைய தனிப்பட்ட தொகுப்பு" என்றார் ராஜம்.

பாட்டி தனது தொகுப்பை மத்திய அகழ்வாராய்ச்சி நிறுவனத்தில் பதிவு செய்-திருந்ததால் மட்டும் இல்லாமல், ஜெயராமன் பல இடங்களுக்கு பயணம் செய்ய வேண்டியிருந்தது, பல்கலைக்கழக விடுதியிலும் இதை வைத்துக்-கொள்ள முடியாது, என்பதால் அவரது நாணயங்களும், இங்கே பாதுகாக்கப் பட்டிருந்தன.

"உங்களுக்கு ஆராய்ச்சி அனுபவம் இருக்கா?" என்று செல்வியை கேட்டார்

ஜெயராமன்.

தனது சுயமரியாதையை அசைத்தது இந்த கேள்வி. கோடை விடுமுறைகளில் பல ஆராய்ச்சிக் கூடங்களில் அவள் செய்திருந்த ஆராய்ச்சிகள், அவளும், துவீபாவும் வெளியிட்டிருந்த புத்தகம், அதன் ஆராய்ச்சி என்று சொல்லி, அந்த புத்தகம், ரகசிய மொழிகளை கண்டறிவதைப் பற்றியும், அப்படிப்பட்ட மொழியை எப்படி உருவாக்கலாம் என்பதைப் பற்றியும் என்று தற்பெருமை பீத்திக்கொண்டாள்.

ஜெயராமன் மறுபடியும் அமைதியாக ஒரு புன்னகையுடன், கையில் இருந்த காகிதத்தை கொடுத்து, இதை புரிந்து கொள்ள முடிகிறதா என்றார்.

அதில் ஆத்திச்சூடி என்றும், தமிழின் 12 உயிர் எழுத்துக்களும் இருந்தன. அவற்றுக்கு எண்கள் இருந்தன.

செல்வி என்ன செய்வது என்று தெரியாமல் விழித்தாள்.

அவர், "இதற்கு குறிப்பு, ஆத்திச்சூடி தான்" என்றார்.

அவளுக்கு ஒன்றுமே புரியவில்லை. சரணடைந்தாள்.

ஜெயராமன், "ஆத்திச்சூடியில் இரண்டு வரிகள் வித்யாசமாக இருந்தது அல்லவா? அதை வைத்து தான் இதை தொடங்கணும்" என்றார்.

செல்விக்கு பதட்டத்தில் ஆத்திச்சூடியே மறந்து போனது.

ஜெயராமன், வள்ளியும் செல்வியும், பொய்கை அணையருகில் எழுதிய காகிதத்தை கோப்பிலிருந்து எடுத்தான்.

ஆனாலும், அவளுக்கு இது குழப்பமாக இருந்தது.

'எண் எழுத்து இகழேல்' என்ற ஏழாவது எழுத்துக்குரிய வாக்கியமும், 'ஓதுவது ஒழியேல்' என்ற 11 வது எழுத்துக்குரிய வாக்கியமும் நாம் எடுத்துக்கொள்ள வேண்டும். " என்றார். ஆய்த எழுத்து கடவுளைக் குறிக்கும். அகத்திய முனிக்கு 12 சீடர்கள் இருந்தார்கள். அவர்களுக்கு இந்த 12 எழுத்துக்களும் ஒவ்வொருவருக்கும் ஒன்று என்று ஒதுக்கப்பட்டிருந்தது. ஆத்திச்சூடி எழுதிய அவ்வையார், அகத்தியரின் ஏழாவது சீடரின் கடைசி சீடரின் சீடர். இதை விளக்கும் குறியீடு சமஸ்க்ருதத்தில் வேதங்களிலும் உள்ளது. அதை 'கடபயாதி' என்று சொல்வார்கள் " என்றார்.

கடபயாதி

1	2	3	4	5	6	7	8	9	0
அ	ஆ	இ	ஈ	உ	ஊ	எ	ஏ	ஐ	ஒ
ஓ	ஔ	க	ங	ச	ஞ	ட	ண	த	ந
ப	ம	ய	ர	ல	வ	ழ	ள	ற	ன

ஃ - ஆய்த எழுத்து
(Linguistic conversion tool)

Enter Caption

குருகுல முறை பற்றி தெரியுமா என்று கேட்டார். அவளுக்கு, அப்பா ஒருமுறை ஜாதியை பற்றி பேச்சு எழுந்த போது பகிர்ந்த சில விஷயங்கள் நினைவுக்கு வந்தது. ஆனால் அதிகப்ரசங்கி போல் ஏதாவது சொல்லி மாட்டிக்கொள்ளவேண்டாம் என்று நினைத்து , "தெரியாது அண்ணா." என்று சொல்லிவிட்டாள்.

அவர் சொன்னார், எளிதில் புரிந்து கொள்ள எனது ரகசிய எண் 145 என்று வரும். அவளிடம் கடபயாதி பற்றி இருந்த பட்டியலையும் கொடுத்து, விளக்கினார். என் பெயர் 'ஜ' என்ற எழுத்தில் தொடங்குகிறது. தமிழில் அதற்கு இணையான எழுத்து 'ச'. அது 5 என்ற எண்ணின் கீழ் வரும். எனது குருவின் பெயர், ராமச்சந்திரன். அவரது பெயரின் முதல் எழுத்து 'ர' 4 என்ற கீழும், என் குருவின் குரு பாலா அம்மா அவர்களின் முதல் எழுத்து 1 இதன் கீழும் வரும்.

செல்விக்கு இப்பொழுது தான் புரிந்தது.

ஜெயராமன் தொடர்ந்தார். சங்ககாலத்துக்கும் முந்தைய காலம் ஜாதி வேறுபாடுகள் இல்லாத காலம். மனு நீதி அந்த சமூகத்துக்கு எழுதப்பட்டது.

அப்பொழுது இருந்த நிலப்பரப்பை 32 ஆக பிரித்து, ஒவ்வொன்றிலும் ஒரு மொழி பேசப்பட்டிருந்தது. 32 என்ற எண் 32 திசைகளை குறிக்கும். உஜ்ஜைன் நகரம், இதன் மத்தியில் இருந்தது. அப்பொழுது பேசப்பட்ட மொழிகள் எழுத்து வடிவங்கள் இல்லாதவை. வாய்மொழியாக இருந்தவை. ஆனால் இவற்றில் எல்லா மொழிகளும் சமமாக பார்க்கப் பட்டது.

இன்று இருப்பது போல, மேற்படிப்புக்கு எந்த நாட்டிற்கு வேண்டுமானாலும் போகலாம். இந்த மொழிகளை இணைக்கும் ஒரு அணி வார்ப்பு, ஒரு மொழியின் எழுத்து உச்சரிப்பு இன்னொரு நிலத்தில் எப்படி மாறும் என்பதை விளக்கியதாகவும், அதை வைத்து மக்கள் எளிதாக பல மொழிகளில் கருத்துக்களையும், பண்டங்களையும் பரிமாறிக் கொண்டார்கள் என்றும், ரிக் வேதத்தில் இருப்பதாக ஒரு மகான் சொல்லியிருக்கிறார்.

யக்ஞயா இடைமறித்து, "ஒரு நிமிடம் தம்பி, நான் அவளுக்கு இன்னும் விரிவாக விளக்குகிறேன்" என்றார். இந்தியாவில் பல மொழிகளின் வேர்ச்சொல் ஒன்றாக இருக்கும். உச்சரிப்பு மாறலாம். தமிழில் 'பால்' என்கிறோம். கன்னடத்தில் 'ஹாலு' என்பார்கள். அப்படிப்பார்த்தால், 'ப' வை 'ஹ' என்று மாத்தினால் ஒரு மொழியிலிருந்து அடுத்த மொழியை கண்டு விடலாம். அதே போல் கடைசியில் உள்ள எழுத்தை 'ஊ' என்று முடிக்க வேண்டும்.

இதெல்லாம் வாய்மொழிதான். தமிழிலில் இருந்த இந்த தகவல், குமரிக்கண்டத்துடன் மறைந்து விட்டது. இது இன்னும் நிரூபிக்க வேண்டிய தரவு. பிராமணர்கள் வாய்மொழியாக சில விஷயங்களை, வேதங்களை, தொடர்ந்து பாதுகாக்க தயார் செய்யப்பட்டார்கள். குப்தார்கள் காலத்தில் பல மாற்றங்கள் நடந்துள்ளன.

அந்த காலத்தில், யாருக்கும் கல்வி மறுக்கப்படவில்லை. யாரும் எதுவும் கற்கலாம். அதனால் தான் நேரடியாக அடுத்து அடுத்து இல்லாத ஊர்களில் கூட இந்த மொழிகளின் வேர்கள் பரவி இருக்கின்றன. ஒரு மொழியிலிருந்து பல மொழிகள் தோன்றவில்லை. எல்லா 32 மொழிகளும் ஒன்றாய் புழக்கத்தில் இருந்தன.

குருகுலத்தில் மக்கள் தங்கள் குழந்தைகளை தத்து கொடுத்துவிட்டனர்.

செல்விக்கு இது நம்பும்படியாக இருக்கவில்லை. "உங்களுக்கு இது உறுதியாக தெரியுமா?" என்றாள்.

ஜெயராமன் கேட்டார், "அமர் சித்ர கதைகள் படித்ததுண்டா? அதில் விஸ்வாமித்திரர் ஒரு அரசனின் மகன் என்றும், அவர் பிராமணராக வாழ்ந்தார் என்றும். வசிஷ்டர் சூத்திர குலத்தை சேர்ந்தவர் என்றும், அவரது அறிவாற்றலால் அவர் பிராமணராக இருந்து, பல அரசவைகளில் ராஜகுருவாக வழிநடாத்தியுள்ளார் என்றும் சொல்கிறார்கள். இவரை குண பிராமணர் என்றும் குலா சூத்திரர் என்றும் குறிப்பிடுவர். விஸ்வாமித்ரர் குண பிராமணர், குல க்ஷத்ரியர். வேதங்களை தொகுத்து எழுதிய வேத வியாசர், ஒரு மீனவப் பெண்ணுக்கும், ஒரு முனிவருக்கும் பிறந்தவர் என்றும். கதைகள் உள்ளது. பரசுராமர், ஒரு முனிவரின் வீட்டில் பிறந்தார். ஆனால் அவரது போர் செய்யும் திறத்தாலும், வீரத்தாலும், அவர் ஷத்ரியராக அடையாளப்படுத்திக்கொண்டார். (பிராமண குல க்ஷத்ரியர்),சாணக்கியர் ஒரு அரசியல் உத்தியாளர். பெண்களில், சீதை, கைகேயி போன்ற அரச குடும்பத்தை சேர்ந்த போர் வீராங்கனைகள், என்று பலர் இந்த குருகுலங்களில் படித்து வந்தனர். அவ்வையார் என்ற மேதாவி பெண். இவர் வயதான கிழவியாக சித்தரிக்கப்பட்டிருப்பார். இவர் உண்மையிலேயே வயதானவராக இருந்திருக்கலாம், அல்லது, அவரது ஞானம் வயதுக்கு மீறியதாக இருந்திருக்கலாம். அரசரின் அவையோரில் ஒருவராக, இருந்ததால் அவையோர் என்று இருந்து அவ்வையார் என்று கூட மாறி இருக்கலாம். இருப்பதிலேயே பழைய வேதமான, ரிக் வேதத்திலேயே, பெண்கள் சில அத்தியாயங்கள் எழுதி உள்ளனர். இவர்களை ரிஷிகா என்று குறிப்பிட்டிருக்கிறார்கள். இப்படி பலதரப்பட்ட திறன்களை வளர்த்துக்கொள்ள குருகுலங்களில் கற்று வந்தார்கள்.

குப்தார்கள் காலம் பல ரகசியங்களின் காலமாக இருக்கிறது. 'குப்த' என்ற ஹிந்தி வார்த்தையின் அர்த்தம் என்ன? ரகசியம் இல்லையா? புராணங்கள் எல்லாமே குப்தார்கள் காலத்தில் தான் தொகுத்து எழுத்து வடிவத்தில் பதிவிடப்பட்டது. இவர்கள் என்ன செய்திகளை சேர்த்தார்கள், எதை ஒளித்தார்கள், எதை எப்படி திரித்து ரகசியங்களாக பதிவிட்டார்கள் என்பது ஒரு பெரிய புதிர். பல புராணங்களில் தர்க்கரீதியான இடைவெளிகள்(*லாஜிக் காப்ஸ்*) இருப்பதை காணலாம். இவற்றை நாம்மை போன்றவர்கள் வேறு கண்ணோட்டத்தில் அணுக வேண்டும். இதைப்போன்ற பல விஷயங்கள் முன் இருந்த ஒரு சமத்துவமான சமூகத்தை பற்றியே பேசு-

கின்றன. நம்பிக்கை என்பது ஒருவரின் தனிப்பட்ட விஷயம். தற்செயலாக அமைந்தஇருக்கும் என்று தள்ள முடியாத அளவுக்கு விஷயங்கள் ஒன்று சேரும் போது, நம் முன்னோர் எப்படிப்பட்ட கலாச்சாரத்தை பின்பற்றிய உன்னதமான குடி என்பது ஆச்சரியமாக தான் இருக்கிறது.

தமிழ் பிராமி எழுத்துகளில் 'ஃ' என்ற எழுத்து ஆயுத எழுத்தாக இடம் பெறவில்லை. இது 'இ' என்ற எழுத்தின் வடிவமாக இருந்திருக்கிறது. ஒரு விதத்தில், குப்தார்கள் காலத்தில், ஐக்கிய நாடுகள் அமைப்பு போல ஒன்று இருந்திருக்கலாம். போரில் பலர் உயிர் இழந்ததை அடுத்து மன்னரே விரக்தியால் சந்நியாசம் மேற்கொள்ள நினைத்த போது, ராணுவ ரகசியங்களை அழிக்கவும் மனசில்லாமல், அவற்றை புழக்கத்தில் வைத்திருக்கவும் மனசில்லாமல், பல ரகசியங்களை கதைகளாக எழுதி, அதில் சில பல உண்மைகளை மறைத்து வைத்திருக்கலாம்.

செல்வி கவனிக்கிறாளா என்று பார்த்துவிட்டு தொடந்தார், "32 திசைகளும் அனைவருக்கும் சென்று புழங்கும் அளவுக்கான சமூகம் அது. உண்மையிலேயே யார் உலகம் முழுதும் பிரயாணம் செய்வார்கள்? இன்றளவும், அரசியல் தலைவர்கள், வணிகர்கள், வியாபாரிகள், அறிஞர்கள், என்று சிலர் பொதுவாக அதிகம் பிரயாணம் செய்பவர்கள். சில உளவாளிகள், அரசன் நியமிக்கப் படும் ஒற்றர்கள் என்று சிலர் அதிகமாக பிரயாணம் மேற்கொள்ளலாம். ஆனால் விவசாயிகள், கலை பொருட்கள் செய்பவர்கள், கட்டிடக்கலை நிபுணர்கள், என்று சிலர் கண்டிப்பாக தாங்கள் இருக்கும் இடத்திலேயே வருடம் முழுவதும் கழிப்பார்கள்.

இந்த குருகுலம் என்பது, இன்றைய பல்கலைக்கழகங்கள் போல, பள்ளிக்கூடங்கள் போல இல்லை. ஒவ்வொரு படிப்புக்கும் ஒவ்வொரு துறை இருப்பது போல இருந்திருக்கும். இரண்டு வருடங்களில் ஆசிரியர்கள் மாணவர்களின் திறமையை மதிப்பிட்டு அந்த மாணவரின் இயற்கையான திறமை என்ன என்று கணித்தனர். ஒவ்வொருவரும் இரண்டு மொழிகள் கற்றனர். ஒன்று அவரவர் தாய்மொழி, மற்றொன்று, அந்த 32 திசைகளுக்கும் பொதுவான ஒரு மொழி. உலகம் சுற்றும் தேவை இல்லாத சில மாணவர்கள், ஒரு மொழி மட்டும் கற்றனர்.

அந்த 32 திசைகளில் சில பனியில் புதைந்தவை. அங்கு இருந்த சில பெண்களுக்கு தாய்மை வாய்க்கவில்லை. அங்கு இருந்தவர்கள் தங்கள் குழந்தைகளை பிரிய மறுத்தனர். ஒரு இயற்கை சீற்றத்தினால் இந்த 32 இடங்களும் பல்வேறாக பிரிந்தன. மக்கள் திடீரென்று சில தட்டுப்பாடுகளுக்கு ஆளானார்கள். அதனால் ஒரு நிலப்பரப்பிலிருந்து இன்னொன்றுக்கு படையெடுத்து போய் சூறையாட தொடங்கினர்.

நாம் அனுபவித்த ஆங்கிலேயர் ஆட்சியின் யுக்திகள் அங்கும் இருந்தது. மக்கள் மனங்களில் வேற்றுமையை விதைத்து. பல நாடுகளுக்கு செல்லும்

பணக்காரர்கள் உயர்ந்த இனம் என்றும், பல விஷயங்களைக் கற்றுத்தெரிந்தவர்கள் உயர்ந்தவர் என்றும், உடலால் உழைத்து, ஒரே இடத்தில் இருப்பவர்கள் தாழ்ந்தவர் என்றும் மக்களை சில மாயையில் சிக்க வைத்தனர். மனு நீதி என்பதை திரித்து, பிராமணர்கள் எல்லோரையும் விட மேல் என்ற ஒரு பரப்புரையை கொண்டு வந்தார்கள். தனி மனித உரிமைகள் மீறப்பட்டன. குருகுலங்களில் இருந்த வர்க்கம் திறமையை சார்ந்து இருந்தது. அதை பிறப்பு சார்ந்ததாக மாற்றினார்கள்.

செல்விக்கு ஜெயராமனின் அறிவுத்திறன் கண்டு ஆச்சரியமாக இருந்தது. அவள் யோசித்து பார்த்தாள். தான் எந்த ஜாதி என்று இதுவரை வீட்டில் யாரும் சொன்னதும் இல்லை, அவளும் கேட்டதில்லை.

அவள் ஜெயராமன் இடம் "சமஸ்க்ருதம் தானே உலகில் பழமையான மொழி? அப்படி தான் பள்ளியில் கற்றுக்கொடுத்தார்கள்!" என்றாள்.

ஜெயராமன் சட்டென்று எழுந்து முதுகை நிமிர்த்தி உட்கார்ந்தான். வேதங்களுக்கும் சமஸ்க்ருதத்துக்கும் பல வித்யாசங்கள் உண்டு." இன்றைய சமஸ்க்ருதம், பாலி, பிராகிருதம் மற்றும் திராவிட மொழிகளை சேர்த்து செய்தது. " என்று சொன்னான்.

செல்வி யோசித்தாள். சமஸ்க்ருதத்தில் எல்லா வார்த்தைகளும் அம் என்று முடியும், தமிழில் இருப்பது போல. சில ஆஹா. என்று முடியும். புத்தகத்துக்கு, ஹிந்தியில் *புஸ்தக்* என்றும், சமஸ்க்ருதத்தில் *புஸ்தகம்* என்றும் சொல்வதை நினைவு கூர்ந்தாள். அப்பொழுது ஏதோ காலப்பயணம் சென்று திரும்பியது போல இருந்தது.

இப்பொழுது ஆத்திச்சூடிக்கு வருவோம், என்றார் ஜெயராமன்.

ஃ என்ற எழுத்து ஒவ்வொரு காலகட்டத்திலும் ஒவ்வொரு உயிர் எழுத்துக்கு வரிவடிவமாக இருந்திருக்க வேண்டும். ஆறாம் நூற்றாண்டில், 'இ' என்ற உயிர் எழுத்துக்கு ஃ வடிவமாக இருந்தது. ஆத்திச்சூடியில் ஃ கடைசி எழுத்தாக, ஆய்த எழுத்தாக அழைக்கப்பட்டது. ஃ ஒரு *டெக்நாமேன்*. அவ்வையார் தனது எண்ணாக பூஜ்யத்தை வைத்திருக்க வேண்டும். அப்படியென்றால் அவரது பெயரின் முதல் எழுத்து 'ஓ' இல்லையென்ற 'ன' வில் தொடங்கும். 'ன' என்ற எழுத்து வழக்கமாக முதல் எழுத்தாக பயன் படுத்த மாட்டோம். அதனால் 'ஓ' என்பதே அவரது பெயரின் முதல் எழுத்தாக இருந்திருக்க வேண்டும்.

"இப்பொழுது, நீங்கள் ஏதாவது எழுதினால் , உங்கள் எண் 5, உங்கள் ஆசிரியர் பெயரின் முதல் எழுத்து 4 இந்த கீழ் வருகிறது. பாலா பாட்டி எண் 1 இந்த கீழ். நீங்கள் ஒரு ரகசிய செய்யுள் எழுதினால், 145 என்று குறிப்பிட்டிருப்பீர்கள், ஏன்னென்றால் ஒரு குரு பரம்பரையை அந்த வரிசையில் குறிப்பிடபடுகிறது, நான் சரியாக புரிந்து கொண்டு விட்டேனா? என்றாள் செல்வி. ஜெயராமனும் பெருமூச்சு விட்டு, ஆமாம் என்றார்.

அவளிடம் இன்னொரு காகிதத்தை நீட்டினார்.

திருக்குறளின் அத்தியாயங்களின் பெயர்களின் பட்டியல் அது. மிகவும் தெரிந்த ஒரு பட்டியலின் வடிவத்தில் இருந்தது. பாலா அம்மாவும், வள்ளி அக்காவும் நீங்கதான் இதுக்கு சரியான ஆள் என்று நினைக்கிறார்கள்.

செல்வி ஒரு நிமிடம் யோசித்தாள். பாட்டியின் மாணவனின் மாணவன் இவ்வளவு விஷயங்கள் தெரிந்தவனாக இருந்தால், பாட்டி எப்படிப்பட்ட அறிஞராக இருப்பார்!

அவளுக்கு குரு பரம்பரை பற்றி தெரிந்து கொண்டதும் சில விஷயங்களை நினைவூட்டியது. பல்கலைக்கழகத்தில், அவள் சென்ற துறைகளில், என்.ஜி சார், என்.ஒய். சார், டி.வி. சார் என்று, அவர்களது மாணவர்கள் தங்களை அடையாளப்படுத்திக் கொள்வார்கள். இந்த குரு பரம்பரை இன்றும் தொடர்ந்து தான் வருகிறது.

அவள் எப்படிப்பட்ட குறுகிய கண்ணோட்டத்துடன் இருந்திருக்கிறாள், இதை நேர்மறையாக சொல்ல வேண்டும் என்றல், அவள் கடிவாளம் போட்ட குதிரை போல, தன இலக்கை மட்டுமே பார்த்துக்கொண்டிருந்தாள். அவளை சுற்றி இருந்த பொக்கிஷங்களை இப்பொழுது தான் தெரிந்து கொள்ள வாய்ப்பு அமைந்தது.

ஜெயராமன், தான் எழுதிய, வழக்கு தமிழ் திருக்குறள் உரையை கொடுத்தார். இது செல்வி போன்ற ஆங்கிலம் படித்த மாணவர்களுக்கு எளிமையாக புரிந்து கொள்ள எழுதியது என்றார். மற்ற உரையாசிரியர்களின் உரைகள் எல்லாம் பேசும், வழக்கு நடையில் இருக்காது.

"பாலா அம்மாவின் மாணவனாக எனக்கு ஒரே ஒரு வேண்டுகோள் இருக்கிறது. உங்களது கண்டுபிடிப்புகளை இணைய தளத்தில் பதிவேற்றம் செய்ய வேண்டாம். எந்த மின்னணு உபகரணங்களில் பதிவு செய்ய வேண்டாம். ஒரு புத்தகத்தின் ரகசிய மொழியில் குறித்துக்கொள்ளவும். உங்களுக்கு சுருக்கெழுத்து தெரியுமா? '*ஷார்ட் ஹாண்ட்* '?"

செல்வி உற்சாகமாக "ஆமாம் தெரியும். அப்பாவிடம் கற்றேன்." என்றாள்.

"எல்லாவற்றையும் சுருக்கெழுத்தில் எழுதிக்கொள்ளவும். இந்த தலைமுறை மறந்து போன ரகசிய மொழி அது. ஒவ்வொரு நூற்றாண்டுக்கும் இப்படி ஒன்று இருக்கு, இல்லையா? இந்த ரகசிய மொழி தெரிந்தவர்கள் தான் முக்கிய அதிபர்களின் செயலர்களாக, முக்கிய தகவல்களை அணிகளாக வெளியிடும் முக்கிய பொறுப்பில் இருந்தார்கள். நாம் அடுத்து சந்திக்கும் போது, மற்றவை பேசலாம்." என்றார் ஜெயராமன்.

ராஜம் பாட்டி, தாத்தா, விடம் ஆசீர்வாதம் வாங்கிக்கொண்டார். பாட்டி அவருக்கு இரவு உணவு பொட்டலம் கட்டி வைத்திருந்தார். தாத்தா அவருக்கு புது சட்டைகள் ஒரு பையில் போட்டு குடுத்தார்.

நல்ல சாப்பிடு தம்பி, என்றார்.

ஆனந்தனும் ஜெயராமனை பார்த்து, பாசமாக விசாரித்துக்கொண்டிருந்தார்.

ஒரு கவரை கையில் அழுத்தி, *ஹாஸ்டல் பீஸு*க்கு இருக்கட்டும் என்றார்.

செல்வி ஏதோ ரகசிய அமைப்பின் அங்கம் போல் உணர்ந்தாள். ஏதோ பிரபஞ்ச ரகசியம் போலவும், தனக்கு ஒரு மிக முக்கிய பங்கு இருப்பதாகவும் கர்வத்துடன் தலை நிமிர்ந்து பெரு மூச்சு விட்டாள்.

18

முதல் பெரிய தவறு

ஜெனீவா, மார்ச் 9, 2022.
செல்விக்கு செய்து முடிக்க நிறைய வேலை இருந்தது. சனி, ஞாயிறு துவீபாவின் வீட்டில் கழித்ததால் அங்கு கொஞ்சம் வேலை சேர்ந்துவிட்டது. ஒரு கருத்தரங்கம் ஏற்பாடு செய்யப்பட்டிருந்தது. வழக்கமாக செய்ய வேண்டிய *டிடெக்டர்* கருவியின் கண்காணிப்பும் அதன் தரவுகளையும் யாரையும் கண்டுகொள்ளாமல் வேலையை மிகவும் கவனமாகவும், நுட்பமாகவும் செய்ய வேண்டியிருந்தது. அவள் மனமோ திருக்குறளுக்கும் துகளியலுக்கும் நாடுதே ஊசலாடிக்கொண்டிருந்தது.

நீர் தரக்கட்டுப்பாடு துறையிலிருந்து இடா ஓடி வந்தார். ஒரு பொறியாளரை சட்டென்று கூட்டிவருமாறு செல்வியிடம் சொன்னார். செல்வி, வேலையில் மூழ்கியிருந்ததால் இடா சொன்னது சரியாக கவனிக்க கூட இல்லை.

அருகில் வந்து பல விஷயங்களை செய்யுமாறு அடுக்கடுக்காய் கட்டளையிட்டுவிட்டு ஓடிவிட்டார்.

செல்வி நாற்காலியை திருப்பி, இன்னொருமுறை சொல்லுமாறு கேட்கலாம் என்று நினைப்பதற்குள், இடா ஓடிவிட்டார். ஒன்றும் புரியாமல் முழித்தாள் செல்வி.

அங்கிருந்த குளிரூட்டும் கருவுக்குள் செல்லும் மற்றும் வெளியில் வரும் தண்ணீரின் தரக்கட்டுப்பாடு துறையில் இருந்தார், இடா. அவர் மிகவும் அமைதியான ஒருவர். ஆனால் அன்று அவரது பதற்றம் எல்லோரையும் பயமுறுத்தியது.

செல்விக்கு என்ன பிரச்சனை என்று கணிக்க முடியவில்லை. அதற்குள், *டிடெக்டரில்* திடீரென்று ஒரு *சிக்னல்* வந்ததும் அதை பரிசோதனை செய்வதில், ஆராய்வதில் மூழ்கிவிட்டாள். எவ்வளவு நேரம் சென்றது என்றும் அவள் கவனிக்கவில்லை.

ஒரு பொறியாளர்கள் குழுவுடன் இடா வந்தார். செல்வியை சற்று கடிந்து-

கொண்டார். ஒரு ஆபத்தான தருணத்தில் இவ்வளவு அலட்சியமாக இருக்-கக்கூடாது என்று சொன்னார்.

இடா மறுபடியும் ஓடிவிட்டார்.

செல்வி என்ன செய்வது என்றே புரியாமல் பயந்தாள். அழுகை வந்தது. இருப்பதிலேயே பயங்கரமான பின்விளைவுகளை யோசித்தாள். ஒரு வேளை ஏதாவது பைப் உடைந்திருக்குமோ? ஒருவேளை கதிர்வீச்சு கசிவு ஏற்-பட்டிருக்குமோ? ஒருவேளை குளிர்சாதன வசதியில் ஏதாவது பழுதடைந்து முழு இடமும் வெடித்து சிதறும் அபாயமாக இருக்குமோ? இல்லையென்றால் எல்லா மின் இணைப்புகளும் பழுதடைந்து முப்பது அடிக்கி கீழே இருக்கும் இவர்கள் மேலே வர வழியில்லாமல் மாட்டிக்கொள்வார்களோ? யாரேனும் கீழே தற்கொலை செய்து கொண்டிருப்பார்களோ? என்று இருப்பதிலேயே பயங்கரமான விஷயங்களை யோசித்தாள்.

தலை வெடித்துவிடும் போல இருந்தது. ஒரு நிமிடத்தில் இருட்டிக்கொண்டு வந்தது.

இடா சற்றுநேரத்தில் வந்தார். சற்றுமுன் செல்வியை திட்டியதை மறந்து பக்-கத்தில் இருந்த நாற்காலியை இழுத்து உட்கார்ந்து,

"ஹு. சில நிமிடங்களில் பயந்து விட்டோம். உன்னை ஆட்களை அழைத்-துவர தான் கூப்பிட்டேன். ஆனால் அதற்குள் அவர்களே வந்துவிட்டார்கள். குளிரூட்டி சட்டென்று நின்றுவிட்டது. நல்லவேளையாக அது ஒரு சிறிய *ரப்பர் புஷ்* மாற்றியது சரியாகிவிட்டது. எங்கோ கசிந்துகொண்டிருந்தது. அது ஒரு தானியங்கி முறையில் எல்லாவற்றையும் நிறுத்திவைத்துவிட்டது. " என்-றார்.

எப்பொழுதும் சாந்தமாக இருந்த இடா திடீரென்று இப்படி பதறியது அவருக்கே சற்று சங்கடமாக இருந்தது. செல்வியிடம் மன்னிப்பு கேட்கவே வந்திருந்தார். "அனாவசியமாக உன்னிடம் சத்தம் போட்டுவிட்டேன். " என்-றார்.

செல்விக்கு அப்பொழுது தான் உயிர் திரும்பியது போல தோன்றியது.

இடா கேட்டார், "உனக்கு ஒன்றும் இல்லையே. நீ வேற மயங்கி விழுந்து உனக்கு ஏதாவது ஆகிவிட்டதோ என்று பயந்துவிட்டேன். அவ்வளவு பெரிய தவறு என்று நடந்ததை சொல்லமுடியாது. அதுவும் உன் தவறு என்று இதில் ஒன்றுமே இல்லை. ஆனால் ஒன்று உனக்கு தவறு செய்வதை நினைத்-தாலே பயம் இல்லையா? இதுவரைக்கும் உன்னை யாரும் சுட்டி காட்டியதே இல்லை என்று தோன்றுகிறது." என்று சிரித்தாள். இருவரும் தாங்கள் நடந்து கொண்ட விதத்தை நினைத்து ஒருவரை ஒருவர் கேலி செய்துகொன்றிருந்-தனர்.

செல்வி சொன்னாள். "என் எலும்பு வரை பயத்தில் குறைந்துவிட்டது ".

"தினமும் பால் குடித்துவிட்டு தூங்கு. பல விஷயங்களை யோசித்து சோர்ந்து-

விடாதே. எலும்புவரை கவலைகளை கொண்டுசெல்லாதே" என்று சிரித்தாள். செல்விக்கு சட்டென்று புரிந்தது. இடா சென்றதும், தனது குறிப்பு புத்தகத்தை எடுத்தாள். அதிகாரம் 21 வந்துவிட்டாள். 20 மிக எளிதாக இருந்தது. 21 நிஜமாகவே அவளை எலும்புவரை பயமுறுத்தி, அறிவுறுத்தியது, உணர்த்தியது. அவ்வளவு விஞ்ஞான வளர்ச்சி இருந்ததா என்று ஆச்சரியமாகவும் இருந்தது. தொழில்நுட்பத்தில் எந்த நிலையில் இருந்தால் இதை அவர்கள் அடைந்திருக்க முடியும் என்று வியந்தாள். எல்லாவற்றையும் குறித்துக்கொண்டாள். இதைப்பற்றி ஷாஹ் அங்கிளிடம்தான் கேட்டறிய முடியும் என்று நினைத்தாள். அவர் ஒரு புவியியல் வல்லுநர். அப்பொழுது தான் அவர்கள் சென்னைக்கு புறப்பட்டிருப்பார்கள் என்று ஞாபகம் வந்தது. 'அங்கு சென்று தான் கேட்டுக்கொள்ள முடியும்' என்று சலித்துக்கொண்டாள்.

19

சேந்தன் மற்றும் ஆயுத எழுத்து குழு

சேந்தன், ஜல்லிக்கட்டு போராட்டத்திற்கு பிறகு ஒரு போராளியாகவே மாறி-விட்டான். 2016 இல் அவன் சென்னையில் இருக்கவில்லை. செல்வி தான் இங்கு படித்துக் கொண்டிருந்தாள். ஆனால் தமிழ் பெருமையை நிலைநாட்-டும் பல விஷயங்களை தேடி தேடி படிக்க ஆரம்பித்தான். அதைப்பற்றி கட்டுரைகளும் எழுத ஆரம்பித்தான். அவனுக்கு ஒரு நண்பர்கள் கூட்டம் இருந்தது, "ஆயுத எழுத்து குழு" என்ற பெயரில் இயங்கி வந்தனர். இவர்-கள் வலைத்தளம் மூலம் நண்பர்களாகி பிறகு சேர்ந்தே சுற்றி ஒரே போன்ற ஆராய்ச்சியில் ஈடுபட்டர்கள்.

தனது தம்பியுடன் இருக்கும் இந்த பேரமைதியை, மாய சுவரை உடைக்க முதல் ஆதி எடுத்துவைத்தாள். அவள் திருக்குறள் ஆராய்ச்சியில் இணைந்-ததும் அதற்க்கு ஒரு முக்கிய காரணம். அவர்கள் குழுவில் வெளிவர இருந்த புதிய பாடலைப் பற்றி கேட்டாள்.

அவனுக்கு பெரிய சந்தோஷம்.

"அக்கா, அம்மா எழுதின பாட்டு தெரியுமா?" என்றான்.

அவன் பாட ஆரம்பித்தான்.

" யார் முதல் என ஆதி மனிதனை சடலத்தில் தேடும்
வாழ் அருந்த ஓர் மந்திகள் கூட்டம்
மறைகள் பிறந்த காலம்
தொண்மையெனில் அதற்க்கு முன்பே
தோன்றி திகழ்ந்தது எங்கள் நாகரிகம்.
அன்றே கண்டங்கள் தாண்டி நம் புகழ் ஓங்கி நின்றும்
வெறும் நிறம் கண்டு விருந்தோம்பி அரவணைத்தோம்
மேற்கு ஓர் திசை என்பதை மறந்து மேலைநாட்டவர் இடத்தில்

மேனமை நாம் தேடினோம் அடிமைகள் ஆனோம்.
மொழியால் வாழ்வியலால் மாநிலமான பிரிந்தால் என்ன
வேற்றுமைகள் மதித்து ஒன்றுபடுவோம் ஓர் கொடியின்கீழ்
தேசம் பெரியது அடையாளங்கள் உயிர் போன்றது
இரண்டும் ஓங்கும் ஓர் சமத்துவம் காண்போம்
சுதந்திரம் காப்போம்."

"இதை சிந்தித்து பார் அக்கா, நம்மை தேடிவந்த வெளிநாட்டு வணிகர்கள் நம்மை பற்றி எப்படி அறிந்திருப்பார்கள். மேற்கு என்ற திசையிலிருந்து வந்ததால் தான் அவர்களை மேலை நாட்டவர்கள் என்று சொன்னோம். அந்த சொல்லுக்கும் மேன்மைக்கும் எந்த தொடர்பும் இல்லை. ஆனால் எளிய, இளகிய மனம் கொண்ட நம் முன்னோர்கள் இப்படி வந்த வணிகர்களை மதித்து விருந்தோம்பிய விதத்தை கண்டு கர்வம் தலைக்கு ஏறியதால் நம்மை அவர்கள் அடிமைபோல் நடத்தினார்கள்."

செல்வி எதிர்பார்த்தபடியே அந்த பனித்திரை விலகி, சேந்தனிடம் மீண்டும் பழையபடி பேச முடிந்ததை நினைத்து பேரானந்தம் கொண்டாள் செல்வி. அப்பா சரியான புத்தகத்தை கொடுத்து செல்வியை தயார்படுத்தி வைத்திருந்தார் என்று அவளே நினைத்து பார்த்தாள். "*ஹொவ் டு மேக் பிரிஎண்ட்ஸ் அண்ட் இன்பிளுயன்ஸ் பீப்பிள்* "என்ற டேல் கார்னிகியின் புத்தகத்தில், நண்பர்களை பெற முதல் வழி, ஒருவரை பேச விடுவது என்கிறார் கார்னிகி. யாரும் தனது அனுபவங்கள் பெரிது என்றும், தான் சொல்வதை மற்றவர் கேட்கவேண்டும் என்றும் எப்பொழுதும் நினைப்பர். நம்மை பற்றி பேசினால் யாரும் அதில் பெரிய ஈடுபாட்டுடன் கேட்க மாட்டார்கள் என்றும் சொல்லியிருப்பார். அதை பின்பற்றி சேந்தனை பேசவிட்டதில், அவன் செல்வியுடன் மறுபடியும் பழையபடி பேச ஆரம்பித்துவிட்டான்.

சேந்தனுக்கு செல்வியிடமிருந்து இந்த ஆர்வம் தான் தேவைப்பட்டது. அவன் உற்சாகத்துடன் ஜல்லிக்கட்டு பற்றி பகிரத்தொடங்கினான்.

" அக்கா, ஜல்லிக்கட்டு என்பது ஒரு விலங்கு இருப்பு தேர்வு முறை. அதாவது உனக்கு புரியுற மாதிரி சொல்லணும் நா *அனிமல் ஸ்டாக் செலெக்ஷன்* முறை. ஒரு கிராமத்தில் 3-5 காளைகள் மட்டுமே இனப்பெருக்கத்துக்காக பயன்படுத்தப்படும். இந்த காளைகளை கோயில் காலை என்று அந்த கிராமத்தில் பாதுகாத்து, அந்த கலைகளுடன் மட்டுமே அந்த கிராமத்து பசுக்களின் சேர்க்கை நடைபெறும். ஜல்லிக்கட்டு இந்த காளைகளை தேர்ந்தெடுக்க நடைபெறும் ஒரு போட்டி. பங்கேற்கும் காளையை தழுவும் வீரர்களில் ஒருவரையோ அல்லது அதற்கு மேற்பட்டவர்களையோ திமிலில் சுமந்தபடி 200 மீட்டர் ஒரு காலை ஓடிவிட்டாள் அது வீரியம் மிக்க காளையாக இருக்கும் என்றும் அதையே கோயில் கலையாகவும் அறிவிப்பார்கள். அந்த காலையில் திமிலில் தொங்கியபடி அதன் கோமுகளில் கட்டிய சல்லிகளை(காசுகளை) ஒருவர் எடுப்பார் என்பதற்காக இதற்க்கு சல்லி-கட்டு- என்று பெயர்-

வைத்து அதுவே ஜல்லிக்கட்டு ஆனது. தமிழில் இதற்க்கு ஏறு தழுவுதல் என்று பெயர். இந்த போட்டியில் தோற்கும் காளைகள் காயடிக்கப்பட்டு மாட்டுவண்டிகளை இழுக்கவோ, உழவுக்கோ பயன்படுத்தப்படும். "

"இதில் இருக்கும் வெளிநாட்டு சதி என்னவென்றால், அவர்கள் அந்த ஊர் காளைகளின் விந்துகளை நம் நாட்டில் விற்று நம் மாடுகளின் இனத்தையே அழிக்க நினைக்கிறார்கள். அதனால் ஜல்லிக்கட்டு ஒரு காட்டுமிராண்டித்தனமான விளையாட்டு என்றும், பரப்ப நினைக்கிறார்கள். நம் நாட்டு மாடுகள் நம் சீதோஷண நிலைக்கு பழகியவை, அவை இந்த வறட்சி, சூடு, இங்கு விளையும் புற்கள், வைக்கோல், புண்ணாக்கு என்று எல்லாவற்றுக்கும் பழகியவை. வெளிநாட்டு விண்டுகளால் பிறக்கும் கலப்பின மாடுகளுக்கு தீவனமும் அந்த வெளிநாட்டு கம்பெனிகளிடமிருந்து வாங்க வேண்டும். இப்படி நம்மை அவர்களிடம் கையேந்த வைப்பதே அவர்களது குறிக்கோள்.
இப்படி நம் நாட்டு மாடுகளை வெட்டி கறியாக அவர்கள் சந்தைப்படுத்தி அவர்கள் இரண்டு வழிகளில் லாபம் சம்பாதிக்க நினைக்கிறார்கள். நம் நாட்டில் மாட்டுக்கறி சாப்பிடுபவர்கள் எண்ணிக்கையில் குறைவு, முக்கால்வாசி கரி ஏற்றுமதி செய்யப்படுகிறது."

செல்வி மெதுவாக கேட்டாள், "உனக்கு அயல்நாட்டவர் மேல் அப்படி ஏன் டா இவ்வளவு வெறுப்பு ?"

"இது வெறுப்பு இல்லை, கா. ஒரு விதத்தில் நம் நாட்டு மக்கள் மேல் இருக்கும் வருத்தம். அது கோவம் போல வெளிப்படுகிறது. நீ எந்த நாடுவேண்டுமானாலும் எடுத்துக்கொள். பிரான்ஸ் எடுத்துக்கொண்டால் அது எவ்வளவு பெரிய நாடு, தமிழ் நாட்டில் ஒரு மாவட்டம் அளவுதான். அங்கு செல்லும் சுற்றுலா பயணிகள் பார்க்க அப்படி எவ்வளவு விஷயங்கள் இருக்கு? ஐபில் டவர் ஒன்று தான். ஆனால் நம் நாட்டில் அதைவிட வியப்பூட்டும் அதிசயங்கள் ஒவ்வொரு நூறு கிலோமீட்டரில் இருக்கும். நமக்கு நம் அருமை தெரியல கா."

"அயல் நாட்டவர் வந்ததும் நாம் விட்டுக்கொடுத்துவிட்டோம். ஜாலியன் வாலாவில் நடந்த படுகொலையில் ஜெனரல் டையர் என்பவர் ஆணையிட்டார், ஆனால் சுட்டது யாரு கா? பிரிட்டிஷ் ஆர்மிக்காக வேலை பார்த்த இந்தியர்கள் தானே. அவர்கள் பதினைந்து பேர் என்று வைத்துக்கொள், என் நாட்டு மக்களை நான் சுட மாட்டேண்டா என்று தங்கள் துப்பாக்கிகளை திருப்பி இவரை சுட எவ்வளவு நிமிடங்கள் ஆகியிருக்கும்? இது தான் என் மனதை ரணமாக்குகிறது. நம் நாட்டின் ஒற்றுமை, பெருமை, தேசப்பற்று, என்று எல்லா விஷயங்களையும் மீட்டெடுத்து நாட்டை பழைய வைரமாக ஜொலிக்க வைக்க வேண்டும் கா."

"எனக்கு ஆப்ரிக்காவைப்பற்றியும் இதே தான் தோன்றும். அவர்கள் தான் உண்மையிலேயே வளமானவர்கள். எனக்கு இரண்டு கிட்னிகள் இருக்கு என்பதற்காக ஒன்றை ஒருவர் பந்தாக உதைத்து விளையாட விற்பேனா?

இன்னொன்று, வைரங்கள் ஏன் கா எடுக்கணும், அவை அங்கு இருப்பதற்கு இயற்கையில் காரணம் இருக்கலாம் ல? அதேபோல ஹீலியம், அதை ஆராய்ச்சிக்கு பயன்படுத்தினால் கூட பரவாயில்லை. அதை *பார்ட்டி*களில் *பலூன்களில்* நிரப்பி விளையாடுகிறார்கள், அதை பூமிக்கடியில் இருக்கும் சுரங்களிலிருந்து எடுக்கிறார்கள் என்று எவ்வளவு பேருக்கு தெரியும்?"

"நமக்கு வேதியியல் கற்றுக்கொடுக்கும்போது ஒரு தனிமத்தின் பயன்பாடுகள் என்று சொல்லிக்கொடுக்கிறார்களே, அவற்றின் உண்மையான பங்கு என்ன? எந்த காரணத்துக்காக அவை இந்த ஆழத்தில் இருக்கின்றன. அதற்கு ஏதாவது '*ரோல்*' இருக்கா. நாம் '*யூஸ்* ' கு பதிலாக '*ரோல்* ' பற்றியும் அறிந்துகொள்ளணும் இல்லையா? அதுவும் இவற்றை எடுக்க வேற அடிமைகளை பயன்படுத்தி, மனித உரிமை மீறல்கள் வேற ஏராளமாக நடக்கிறது. இப்படி ஒரு சக மனிதனின் உரிமையை பறித்து, இயற்கையை சூறையாடி அப்படி என்ன கா அழகு படுத்திக்கொள்வது?"

செல்விக்கு உண்மையிலேயே தன் தம்பி இப்பொழுது பழைய சாண்டி இல்லை சேந்தன், ஒரு வளர்ந்த, முதிர்ந்த சிந்தனை கொண்ட ஒரு போராளியாக தெரிந்தான். இந்த உரையாடல் அவளுக்கே தெரியாத பல விஷயங்களை அவளுக்கு உணர்த்தியது. வெறும் பத்தாம் வகுப்பு படிக்கும் சேந்தன், சமுதாயத்தைப்பற்றி, நாட்டைப்பற்றி இவ்வளவு யோசிக்கிறான் என்று பெருமையாக இருந்தது.

அவள் கடிவாளம் போட்ட குதிரை போல தனது ஆராய்ச்சியிலேயே மூழ்கியிருந்தாள். அப்பொழுது தீபாவளி விடுமுறைகள். இருவரும் ஒரு பாட்டின் வரிகளை மாற்றி, வேதியியலில் தனிமங்களின் பட்டியலை எளிதில் மனப்பாடம் செய்யும் ஒரு பாட்டாக மாற்றி, சிரித்து சந்தோஷமாக, தொலைக்காட்சியோ, அலைப்பேசியையோ பார்க்காமல் நேரத்தை செலவிட்டனர்.

20

நதானியேல்

ஜெனீவா,

துவீபாவின் தோழி செல்வியை ஒரு துப்பாக்கி சுடும் *கிளப்புக்கு* அழைத்-தாள். அவளது கணவர் அங்கு உறுப்பினராக இருந்தார், அவர் சுவிட்-சர்லாந்து ராணுவத்தில் ஆராய்ச்சித்துறையில் பணிபுரிந்து வந்தார். அவரும் இவர்களுடன் வந்திருந்தார்.

துவீபாவால் வர முடியவில்லை. ஆகாஷ் இப்பொழுது குறும்புகள் செய்-யும் மடியில் ஒரு கணம் கூட உட்கார விருப்பம் இல்லாத மழலையாக ஆகி-விட்டான். சனி ஞாயிறுகள்தான் அவள் சற்று ஓய்வெடுக்க நேரம் கிடைக்-கும். அவர்கள் குழந்தையை பார்த்துக்கொள்ள சமீபத்தில் ஒரு பிலிப்பைன் நாட்டை சேர்ந்த ஒருவரை ஏற்பாடு செய்திருந்தார்கள். ஆனாலும் சரியாக குழந்தை அவர்களுடன் பழகவில்லை.

செல்விக்கு பிரான்கா இன்னொரு லெங்காவாக இருப்பாரோ என்று கொஞ்சம் பழக தயக்கமாக இருந்தது. ஆனால் அவரின் இனிமையான பேச்சும் பாசமாக அழைத்த விதமும், செல்வியை செல்ல தூண்டியது. முக்கியமாக அவளுக்கு ஆராய்ச்சிக்கூடத்தில் பராமரிப்பு பணிக்காக விடு-முறை(*மைண்டெனன்ஸ் ஷட் டவுன்*) கொடுத்திருந்தார்கள்.

அந்த *கிளப்* ஒரு சங்கம் போல இருக்கவில்லை. அவள் தனது அண்ணா பல்கலைக்கழக முன்னாள் மாணவர் சங்கம் போல இருக்கும் என்று எதிர்-பார்த்தாள். ஆனால் இது ஏதோ ஆராய்ச்சிக்கூடம் போல இருந்தது. சோதனைக்கூடம் போலவும் இல்லை ஆனால் ஏதோ புள்ளிவிவரங்கள் எல்-லாம் குறித்து வைக்கப்பட்டிருந்த *வைட் போர்டு* ஒன்று இருந்தது. அவள் மனதில் இன்னும் வேறு மாதிரியான கற்பனைகள் இருந்தன. *கிளப்* என்-றால் ஒரு சராசரி *மாலில்* இருக்கும் விளையாட்டுகள், *கேமிங் கன்சோல்* போன்றவைகள் இருக்குமோ என்றும் நினைத்திருந்தாள். அவள் அதுவரை அதெல்லாம் செய்ததில்லையென்று இங்கு புதிதாக செய்து கற்றுக்கொள்-ளலாம் என்றெல்லாம் திட்டம் போட்டிருந்தாள். அவளது பொழுதுபோக்கு

இசை மட்டுமே.

அவர்களை உற்சாகத்துடன் ஒருவர் வரவேற்றார். அவர் செல்வியிடம் பேசியதிலிருந்து அவர் செல்வியை கவர நினைக்கிறார் என்று அவளுக்கு புரிந்தது.

தனது கட்டுமஸ்தான கைத்தசைகளை முறுக்கு துப்பாக்கியை எடுத்து குறிபார்த்து சரியாக சுட்டுவிட்டு, அவளை கவரும் நோக்கத்தில் பார்த்துக்கொண்டே இருந்தார். ப்ராங்காவும் அவளது கணவரும் இவர்களை தனியாக விட்டுவிட்டு எங்கோ சென்றுவிட்டார்கள். செல்விக்கு இந்த அனுபவம் புதிதாக இருந்தது. அவருக்கு பெரிதாக நம்பிக்கையும் கொடுக்காமல் அதே சமயம் இந்த கவனத்தையும் சற்று மனதுக்குள் சந்தோஷமாக ஏற்றுக்கொண்டாள். அவளிடம் வந்து,

"*வை டோன்ட் யூ ட்ரை!*"- நீங்களும் முயற்சி செய்யலாமே! என்றார்.

"*ஐ ஹாவ் நெவர் டன் திஸ்.*"-நான் இதுவரை இதை செய்ததே இல்லை, என்றால் செல்வி.

"*லேட் மி ஹெல்ப் யூ .*"- நான் உங்களுக்கு உதவுகிறேன் என்றார். அவளிடம் அந்த துப்பாக்கியை கொடுத்து, அவளை அணைத்தபடி பின்னாடியிலிருந்து கண்ணியத்துடன் அவளுக்கு சற்றும் தவறாக உணராத அளவுக்கு கைகளை மட்டும் பிடித்துக்கொண்டு, எங்கு குறி பார்க்க வேண்டும், எப்படி சுடவேண்டும் என்றெல்லாம் கற்றுக்கொடுத்தார். அவரது *பர்ப்பியூம்* வாசனை அவளுக்கு மிகவும் பிடித்திருந்தது. அவளறியாமல் அவளே பல விஷயங்களை ரசிக்கத்தொடங்கினாள்.

அவர்கள் அங்கிருந்த உணவுக்கூடத்துக்கு சென்றனர். பிரான்கா மிகவும் அருமையான தோழியாக இருந்தார். செல்விக்கு அவருடன் பேசுவது மிகவும் எளிதாக இருந்தது. வேறு கலாச்சாரத்தை சேர்ந்தவர் போலவே தோன்றவில்லை. அவர் தனது பல நிலைமைகளைப்பற்றி தானே கேலியாக பேசிக்கொண்டிருந்தார். தனது மகம் ஆதிவை இடுப்பின், ஒரு பையில் சுமந்து செல்லும் போது, பழைய நாடோடிகள்போல அவளுக்கு தோன்றும் என்றார். அவன் என்று பள்ளிக்கு செல்வானோ என்று காத்திருக்கிறார் என்றும் பகிர்ந்தார்.

‘*ஐ லவ் மை சன், பட் நாட் சோ மச்.*’ - எனக்கு என் பிள்ளையை பிடிக்கும் ஆனால் அவ்வளவில்லை. என்றார்.

செல்விக்கு நாடோடி என்றதும் தான் வளர்ந்த நாட்கள் நினைவுக்கு வந்தது. அவளும் நாடோடி போல் ஒவ்வொரு மாநிலமாக சென்று படித்தால் என்று தோன்றியது. பிரான்கா தனது நாடோடி வாழ்க்கையை பற்றி பகிர்ந்ததும், செல்விக்கும் புரிந்து கொள்ள முடிந்தது. பல விஷயங்களை ஒரு *ஸ்டான்ட் அப் காமெடியன்* போல பேசிக்கொண்டே இருந்தார். ஒவ்வொன்றும் வேறு இடங்களில் ஆங்கிலம் எப்படி உச்சரிப்பார்கள் என்று அதேபோல் பேசி விவரித்தார். சிரித்து சிரித்து அவள் கன்னம் வலித்தது. எப்படி இரண்டு

நாடுகளில் வளரும்போது அவள் புது வார்த்தைகளை உருவாக்கினாள் என்றெல்லாம் பகிர்ந்தார் பிரான்கா.

இதே விஷயங்கள் அவள் செய்ததும், பலர் அவள் பேசும் தமிழை கேலி செய்ததும் நினைத்துப்பார்த்தாள்.

"பாட்டி, பக்கத்து வீட்டு அக்கா சொல்றாங்க கி விளையாடலாம் னு." என்று செல்வி பேசியதை,
பாட்டி, "ஏன் செல்வி, சாவி வெச்சு விளையாட போறீங்களா?" என்பார்.
"ஏன் மா இந்த கி சேர்க்காம ஒரு வாக்கியம் பேசு பார்ப்போம் என்று கேலி செய்வார்".

செல்வி தன்னையறியாமல் அந்த வாசம் வீசும் வாலிபனை தேடிக்கொண்டிருந்தாள். அவன் அங்கு வரவில்லை என்று கவனித்தாள். அவர்கள் சில *ஸ்னேக்ஸ்* சாப்பிட்டதும் அவன் அங்கு சுடுவதற்கு குறியாக வைத்திருந்த பலகைகளைக்கொண்டு வந்தான். அவர்கள் சுட்ட குண்டுகள் துளைத்த இடங்களை வட்டமிட்டு, ஏதோ குறித்துவைக்கப்பட்டிருந்தது.

சற்று நேரம் கழித்து அவனும் அவர்களுடன் சேர்ந்து சாப்பிட வந்தான். ப்ராங்காவின் பேச்சிலும், அவன் பேசாமல் பகிர்ந்து கொண்ட பல விஷயங்களும் ரசித்துக்கொண்டே இருந்ததில் நேரம் போனதே தெரியவில்லை. ப்ராங்காவின் கணவர் வேதிப்பொருட்கள் எவ்வளவு விலையில் விற்பனையாகின்றன. செல்வி போன்ற ஆராய்ச்சியாளர்களின் முக்கியத்துவம் என்ன என்று பேச த்தொடங்கியதில், அவளுக்கு வெக்கமாக இருந்தது.

அவர் அந்த குண்டு பாய்ந்து உலோகத்தைப்பற்றி சொல்லத்தொடங்கினார். இது அவர்கள் முயற்சிசெய்து தயாரிக்கும் உலோகம் என்றும், இது இரும்பைவிட எடையில் குறைவாக இருக்கும் என்றும், இது விண்கலங்களை உருவாக்க உபயோகப்படுத்தும் புதுவித கலவை என்றும் பகிர்ந்தார். இது ஓரளவுக்கு அழுத்தத்தையும் தாங்குகிறது, இடையிலும் லேசாக இருப்பதால்,இவற்றை *புல்லட் ப்ரூப் ஜாக்கெட்டு*களுக்கு உபயோகப்படுத்தலாமா. என்று சோதனைகள் செய்து பார்க்கவே அன்று எல்லோரும் கூடியதாகவும் சொன்னார்

செல்விக்கு அன்று நடந்த எல்லாமே அவளை முன்னிறுத்தி, முக்கியத்துவம் கொடுத்து தன்னை தானே ரசிக்க வைக்க ஏற்பாடு செய்த விஷயங்கள் போல தோன்றியது. ஒரு வழியாக அந்த வாசத்தின் மயக்கத்திலிருந்து தெளிந்து, உங்கள் பெயர் என்ன என்று கேட்டுவிட்டாள். அவர், நதானியேல் என்றதும், செல்வி நினைத்துக்கொண்டாள். நல்ல பெயர்தான் வைத்திருக்கிறார்கள், நாத்தம் என்றால் மணம்.

ப்ராங்காவின் கணவர் சொன்னவற்றை நினைத்துக்கொண்டே சாப்பிட்டாள். அதில் தான் அடுத்த அதிகாரத்துக்கான விஷயம் அடங்கியிருந்தது. அவளது குறிப்புகளை தனது *நோட்டில்* குறித்துக்கொண்டாள். அங்கிருந்து கிளம்பும்போது, நதானியேல் அவரது *பாய்ப்பிரியண்ட்* என்று ஒருவரை அறி-

முகப்படுத்தினார். அப்பொழுது தான் அவர் ஒரு கே என்று தெரிந்து கொண்டாள். அவரது தூய்மையான அக்கறையை தான் வேறுவிதமாக புரிந்து கொண்டதை நினைத்து நொந்துகொண்டாள். எல்லோரிடமும் விடை-பெற்றுக்கொண்டு, அன்று நடந்த அனுபவங்களை அசைபோட்டுக்கொண்டு சிரித்துக்கொண்டே வீடு திரும்பினாள்.

21

டர்டில் வாக் - கடல் ஆமைகள் பாதுகாப்பு.

சென்னை ,

சேந்தனின் ஆயுத எழுத்து குழு *டர்டில் வாக்* செல்ல திட்டமிட்டிருந்தனர். செல்வி கல்லூரியில் படித்தபோது இதில் பங்கேற்றிருந்தாள். யக்ஞாவும் செல்வியும் இணைந்துகொண்டனர். அங்கு வந்து சேர்ந்த தன்னார்வ தொண்டர்கள் ஆலிவ் ரிட்லி வகை ஆமைகளை பாதுகாக்கும் முயற்சியை பல வருடங்களாக செய்துவருகின்றனர். அழிந்து வரும் கடலாமை இனமான இவற்றின் முட்டைகளை காப்பாற்றி அவை குஞ்சுபொரிக்கும் வரை காத்திருந்து, அவற்றை கடலுக்குள் கொண்டு சேர்க்கும் மகத்தான சேவையை தொடர்ந்து செய்துவருகின்றனர் இந்த தன்னார்வ தொண்டர்கள். கடல் ஆமைகள் கடற்கரையில் இரவுநேரத்தில் வந்து 150-200 முட்டைகளை பாதுகாப்பாக புதைத்துவைத்துவிட்டு, கடலுக்கு திரும்பும். இந்த தன்னார்வலர்கள், ஆமைவழித்தடத்தை கண்டு, அது முட்டையிட்டிருக்கக்கூடும் என்று நினைக்கும் மணல்பரப்பை தேடி, முட்டைகளை பத்திரமாக எடுத்துச்சென்று, பாதுகாக்கப்பட்ட குஞ்சுபொரிக்கும் வசதியில் மீண்டும் புதைத்துவிடுகின்றனர். இரவு 11:00 மணியளவில் தொடங்கும் இந்த நடை, சுமார் 14 கிலோமீட்டர் நீளம் வரை நீண்டிருக்கும் கடற்கரை முழுவதும் நடந்துசென்று, முட்டைகளை சேகரிப்பது என்ற நோக்கத்துடன் நடக்கிறது. பிப்ரவரி மாதம் முதல் ஏப்ரல் மதம் வரை நடைபெறும் இதில் பொதுமக்களும் கலந்துகொள்ள அனுமதி உண்டு.

இந்த குஞ்சுகளும் முட்டைகளும் பல விலங்குகளால் சேதமாகி இந்த இனமே அழிந்துவிடும் அபாயம் இருந்தது. மேலும் பல வளர்ச்சிப்பணிகள் நடந்துகொண்டிருக்கும் நகரமாக இருக்கும் சென்னையில், கடற்கரையோரம் சாலைகள் அமைக்கப்பட்டு, எப்பொழுதும் விளக்குகள் எரிந்துகொண்டிருப்பதும் இந்த ஆமைக்குஞ்சுகளை திசைத்திருப்பி, பல குஞ்சுகள் வாகனங்களில்

அடிபட்ட அவல நிலையும் இந்த தன்னார்வலர்கள் இந்த பணியை தொடங்க காரணமாக இருந்தது.

அன்று ஒரிசா பாலு அய்யாவும் அங்கு வந்திருந்தார். தமிழ் மற்றும் தமிழர்கள் உலகமெங்கும் எப்படி சென்றனர், எப்படி கடல்கடந்து சென்றார்கள் எப்படிப்பட்ட தொழில்நுட்பங்கள் அவர்களுக்கு தெரிந்திருந்தன. எப்படி வழிமாறாமல் திரும்பினர் என்றெல்லாம் தேடி ஆராய்ச்சி செய்துவந்த பாலு அய்யா, கடல் ஆமைகள் பற்றியும் பல விஷயங்கள் பகிர்ந்து வந்தார். ஆமைகள் அன்றைய கடல்பயணிகளுக்கு வழிகாட்டும் *காம்பஸ்* போல செயல்பட்டது என்றும், ஒரு புயலுக்கு பிறகு பேரலைக்கு பிறகு, கப்பல் திசைதெரியாமல் தத்தளிக்கும்போது இந்த ஆமைகளை அவிழ்த்துவிட்டால் அது, அவ்ரகளை கரையை நோக்கி கொண்டு சென்றுவிடும் என்று பாலு அய்யா பகிர்ந்து வந்தார். அவர் ஒரு பொருளியல் ஆராய்ச்சியாளராக இருந்தார்.

செல்விக்கு பாலு அய்யாவை சந்தித்து மிகவும் பெருமையாக இருந்தது. விஞ்ஞான ஆராய்ச்சி செய்து ஓய்வு பெற்றபின் தமிழ் ஆராய்ச்சியில் இறங்கிய அவரது அர்ப்பணிப்பை நினைத்து வியந்தாள்.

அந்த குழுவில் பல புதிய மக்கள் இருந்தார்கள்.

சேந்தன் உற்சாகத்துடன் எல்லோருக்கும் பல விஷயங்களைப்பற்றி சொல்லத்தொடங்கினான். "இந்த ஆமைகள் தமிழ்நாட்டை தாய் மண்ணாக நினைக்கிறது. நம்மை நம்புகிறது 'மச்சான்'" எண்று வடநாட்டு வாடை வீசும் தமிழில் பேசினான். அங்கு வந்தவர்கள் இவனை, ' நீ என்ன *சேட்டாப்பா* ? ' என்றனர். சேந்தனுக்கு கொஞ்சம் வெக்கமாக இருந்தது, மறைத்துக்கொண்டு, ' அண்ணா கலாய்க்காதீங்க' என்றான்.

"இது என்ன டா மோஆனா படத்துல வரமாதிரி அம்மா ஆமை வந்து கூட்டிட்டு போகுமா?" என்று சேந்தனின் நண்பர்கள் கேட்டு கேலிசெய்துகொண்டிருந்தார்கள்.

சேந்தன் அவர்களை பொருட்படுத்தாமல், "தென்புலத்தார், திரைமீளர்" என்று தமிழர்கள் பசிபிக் பெருங்கடல் வரை சென்றுள்ளார்கள் தெரியுமா. அந்த படத்தில் வரும் தாஹிதி மக்கள் ஏன் மாயர்கள் கூட தமிழ் நாட்டிலிருந்து சென்றவர்கள் தான் தெரியுமா. அவர்களின் கலாச்சார பழக்க வழக்கங்கள் இதற்கு சான்று. மாயன் பிரமிடுகள் தென்னமெரிக்காவில் இருக்கின்றன. அவை நவகிரஹ கோயில்களாக இருக்கின்றன."

"கடல் ஆமைகள் வழிகாட்டிகளாக இருந்து இந்த கடற்பயணம் சென்றவர்களை கரைசேர்த்துள்ளது. தென்னிந்தியாவில் சில சமூகங்கள் தங்கள் தாலியில் ஆமையின் உருவத்தை பொறித்துள்ளனர். தங்கள் கணவர்களை வீடு கொண்டு சேர்த்த தெய்வமாக கடல் ஆமைகளை மதிக்கின்றனர்."

"பல பழங்கால கோயில்களில் கொடிமரத்துக்கு கீழே ஆமை சிலை வைத்திருப்பதைக் காணலாம். கோயிலில் திசை கண்டுபிடிக்கவும் இவற்றை

பயன்படுத்தலாம். இந்த ஆமைகள் எப்பொழுதும் கிழக்கை நோக்கி திரும்பியிருக்கும்."

செல்வி சேந்தனை கண்டு பெருமையில் திளைத்துக்கொண்டிருந்தாள். தனது பதினைந்து வயது தம்பி இவ்வளவு விஷயங்களை தெரிந்து வைத்திருப்பது அவளுக்கு வியப்பாக இருந்தது. தமிழ் மொழியையும், தமிழ் இனத்தையும் அவன் எப்படி நேசிக்கிறான் என்றும் அதன் பெருமையை நிலைநாட்ட அவன் எப்படியெல்லாம் முயற்சிகள் செய்கிறான் என்று பார்த்து, சற்று யோசித்தாள். சித்தி ஒப்படைத்த பொறுப்பை இவன் செய்ய சிறந்தவன் இல்லையா என்று யோசித்தாள்.

22

வேலும் மயிலும்

ஜெனீவா

செல்வி திருக்குறளின் ஆற்றலைப்பற்றி ஓரளவுக்கு புரிந்துகொண்டுவிட்டாள். அது வெறும் குழந்தைகளை மனப்பாடமாக சொல்ல வற்புறுத்தும் தமிழ் பாடத்தின் ஒரு அங்கமாக மட்டுமில்லை. அது பல புதிர்கள் நிறைந்த பிரபஞ்சம், இல்லை அணு போன்றது என்று நினைப்பதற்கும், அவளுக்கு சித்தி சொன்ன இன்னொன்று நினைவுக்கு வந்தது. அதை கூகிளில் தேடி பார்த்து வியந்தாள்.

"அணுவைத்துளைத்து ஏழ் கடல் புகுத்தி குருக்கத்தி தரித்த குறள் "

அந்த காலத்தில் அணு என்ற ஒன்று உண்டு அதை பிளக்க முடியும் என்று அவ்வையாருக்கு எப்படி தெரிந்திருந்தது என்று தோன்றியது. நவீன விஞ்ஞானம் ஜான் டால்டன் கண்டுபிடித்ததாக நினைத்திருந்த அணுவைப்பற்றி அவ்வையாருக்கு எப்படி தெரிந்திருந்தது?

எப்படியும் ஏற்கனவே பெருமையில் வானில் பறந்து கொண்டிருந்த இந்த திருநிறைச்செல்விக்கு ஒவ்வொரு புது விவரமும் அவள் சிறகுகளில் சேரும் இறகுகள், இன்னும் உயர பறக்க அவை உதவப்போகின்றன என்பது புரிந்தது.

அவள் ஆரல்வாய்மொழிக்கு செல்ல *டிக்கட்டு* எடுத்துவிட்டாள். இதுவரை 20 தனிமங்களை 21 அதிகாரங்களுடன் பொறுத்து பார்த்து பல விஷயங்கள் கண்டறிந்துவிட்டாள். இன்னும் 18 மட்டும் முடித்தால் அறத்துப்பால் வரை முடியும். ஊருக்கு போவதற்குள் அதவுவரை முடித்தது தயாராக இருக்கவேண்டும் என்று நினைத்தாள். அப்பொழுதுதான் ஜெயராமனும் சித்தியும் அவளை நம்பி கொடுத்த விஷயத்தை திருப்திகரமாக முடித்ததாக ஆகும். அவளுக்கு பாலா பாட்டியும் சாதாரண ஆள் இல்லை என்று தோன்றியது. தான் எதற்கு தேர்ந்தெடுக்கப்பட்டோம் என்பதும் அவளுக்கு புரிந்தது. ஒரு துகளியால் ஆராய்ச்சியாளராக சில விஷயங்கள் இவளுக்கு மட்டுமே புரிந்துகொள்ள முடியும் என்ற உண்மையும் விளங்கியது.

தனது நெற்றியைத் தடவிப்பார்த்தாள். ஏதாவது மின்னல் வடு இருக்கிறதா? நான் தான் இதை கண்டெடுக்க விதித்திருக்கிறதா? என்று நினைத்து பெருமையாகவும் இருந்தது குழப்பமாகவும் இருந்தது. அதுவரைக்கும் ஏதோ கட்டுக்கதை, மாயாஜாலக்கதை என்று நினைத்த பல விஷயங்களின் விஞ்ஞானபூர்வமான விளக்கங்கள் இவளுக்கு புரிந்துகொள்ளவும், வெளிப்படுத்தவும் பொறுப்பு அளிக்கப்பட்டிருக்கிறதே என்று பலவிதத்தில் மனம் அலைபாய்ந்துகொண்டிருந்தது.

வள்ளுவரின் திறமை நினைத்தும் அவளுக்கு வியப்பாக இருந்தது. எப்படி ஒரு மனிதர் அவர். அவர் மனிதரா, இல்லை ஏதாவது தெய்வப்பிறவியா, அவதாரமா? தெய்வப்புலவர் என்று சொல்வது சரிதான் என்றும் தோன்றியது. அதே போல அவ்வையாருக்கு எப்படிப்பட்ட ஒரு பெண் ஆளுமை! இவர்கள் தங்கள் கலைநுட்பம் வெளிப்படுத்தமட்டும் கற்களின் சிற்பங்கள் வெடிக்கவில்லை. மதிநுட்பமும் பல விதங்களில் பதிவு செய்து செல்வன்றிருக்கின்றனர். இவர்கள் சில காசுகளுக்காக சிற்பங்கள், கல்வெட்டுகள், ஓலைச்சுவடிகள் என்று பதிவு செய்ய கிடைத்தவற்றையெல்லாம் பயன்படுத்தவில்லை. இதை ஒருவர் சரியாக புரிந்துகொண்டால் உலகம் வேறு, அடுத்த நிலைக்கு முன்னேறக்கூடும் என்பதும் செல்விக்கு தோன்றியது.

அன்னபூரணி மாமி வீட்டில் தான் அதிகாரம் 23, 24கு விடைகள் கிடைக்கும் என்று புரிந்தது. ஊருக்கு சென்றவுடன் அவர்களை சந்திக்க வேண்டும் என்று ஆவலுடன் இருந்தாள்

23

அன்னபூரணி மாமி வீடு

சென்னை ,

ராஜம் பாட்டியின் பக்கத்து வீட்டிலிருந்து அவர்களுக்கு ஒரு அழைப்பு வந்திருந்தது. ஏதோ விசேஷம் என்றார்கள். "சுமங்கலி பிரார்த்தனை ' என்றார்கள்.

பாட்டியும் பக்கத்துவீட்டு மாமியும் பள்ளி பருவத்திலிருந்தே நண்பர்கள். மாமி செல்வியையும் அழைத்தார். "வெத்தலை பாக்கு வாங்கிக்க வா மா." என்றார். வீட்டுக்கு விருந்தினர்களை அழைத்து, அவர்கள் செல்லும்போது வெற்றிலை பாக்கு வழங்குவது ஒரு மரபாக இருந்தது.

அடுத்த நாள் காலை, பாட்டி சீக்கிரமே தயாராகி சென்றார். செல்வியை 1 மணி வரை வீட்டிலேயே இருக்க சொன்னார் பாட்டி. அங்கு சாப்பிட வந்தால் போதும். அதுவும் எல்லோரும் சாப்பிட்ட பிறகு என்றார். இந்த சடங்கின் பொது பெண்கள் சாப்பிட்ட பிறகே ஆண்களும் மற்ற விருந்தினர் சாப்பிடுவர் என்றார். அவர்கள் வீட்டில் ஏதாவது முக்கிய நிகழ்வு நடைபெறும் பொது இந்த சுமங்கலி பிரார்த்தனையை செய்வார்கள் என்றார். சமீபத்தில் அவர்கள் வீட்டில் திருமண நிகழ்ச்சி நடந்ததால் இப்பொழுது வீட்டுக்கு வந்த மருமகள் சார்பில் அவர்களது வீட்டில் வாழ்ந்து மறைந்த பெண்களை கவுரவிக்கும் வகையில் இந்த பிரார்த்தனை ஏற்பாடு செய்யப்பட்டுள்ளது என்றார்.

மாமி வீட்டில் நந்தினி அக்காவுக்கும் பரமேஸ்வரன் அண்ணாவுக்கும் திருமணம் முடிந்திருந்தது. மாமியின் மகள் காயத்ரி அக்காவும் நந்தினி அக்காவும் சிறுவயதிலிருந்தே தோழிகள். இணைபிரியாத இந்த நட்பை உறவாக்கியக்கொண்டார்கள். செல்வி தங்கியிருந்த பொது இவர்களுடன் பழகியிருந்தாள். இருவரும் கர்நாடக இசை ஒன்றாக கற்றுக்கொண்டு கச்சேரிகளில் சேர்ந்து பாடுவார்கள். பரமேஸ்வரன் அண்ணா அடுத்த மாதம் ஆஸ்திரேலியா சொல்லப்போகிறார் என்றும் பகிர்ந்து கொண்டாள் காயத்ரி. செல்விக்கு நந்தினி அக்காவை மடிசார் புடவையில் பார்க்க ஆர்வமாக இருந்தது. இப்படி ஒரு புடவைக்கட்டும் முறையை எப்படி மாமி கற்றுக்கொண்டார் என்றும்

வியந்தாள் செல்வி.

மாமி செல்வியை சிரித்தமுகத்துடன் வரவேர்த்தார். வீடு விருந்தாலிகளால் நிரம்பிவழிந்தது. பரமேஸ்வரன் அண்ணாவின் அத்தை மகள் மைதிலியாக்கவும் வந்திருந்தார். அவரகளது மகன் வைபவுக்கு ஒரு வயதாகியிருந்தது. அவன் தலை மொட்டையடிக்கப்பட்டிருந்தது. மைதிலி அக்கா, அவர்கள் நேரடியாக பழனியிலிருந்து இந்த சுமங்கலி பிரார்த்தனைக்காக வந்ததாக சொன்னார்.

மாமி வீட்டில் செல்வி பார்த்த எல்லாவற்றைப்பற்றியும் அவள் மனதில் ஓராயிரம் கேள்விகள் எழுந்தன. ராஜம் பாட்டி புரிந்து கொண்டு, அன்னபூரணி மாமியை அழைத்தார். "இவளுக்கு நிறைய கேள்விகள் கேக்கணுமாம். உங்களுக்கு நேரம் இருந்தா சொல்லுங்க" என்றார்.

அன்னபூரணி மாமிக்கு சந்தோஷமாக இருந்தது. "உனக்கு கேள்விகள் இருப்பது எனக்கு மிகவும் சந்தோஷமாக இருக்கு, கண்ணா. நம்மை சுற்றி நடக்கும் விஷயங்களை அலட்சியப்படுத்தாமல் அதைப்பற்றி அறிந்து கொள்ள, தெரிந்து கொள்ள ஆர்வம் இருப்பது ஒரு நல்ல விஷயம். இந்த பழக்கங்களில் ஏதாவது நியாயம் இருக்கும் பட்சத்தில் அதை பின்பற்றுவதன் அவசியமும் அப்போதுதான் புரியும்" என்றார்.

செல்விக்கு இவ்வளவு திறந்த மனப்பான்மை இருக்கும் ஒரு பாட்டியை கண்டதில் மகிழ்ச்சியாக இருந்தது. " நீங்கள் எந்த துறையை சார்ந்தவர், மாமி, ஏதாவது பணியில் இருக்கிறீர்களா? " என்று கேட்டாள்.

அன்னபூரணி மாமி சிரித்துக்கொண்டே சொன்னார், "நான் சென்னை பல்கலைக்கழகத்தில் சைவ சித்தாந்தத்தில் முதுகலை (எம்.ஏ) பட்டம் பெற்றேன் கண்ணா, இப்பொழுது, ஆன்மீக சொற்பொழிவுகளில் இறங்கிவிட்டேன்."

செல்விக்கு இன்னும் மகிழ்ச்சியாக இருந்தது. வீட்டில் இருந்தபடி, வெறும் சமூக வலைத்தளங்களில் இருக்கும் விஷயத்தைப் படித்து தங்களை பெரிய ஞானிகள் போல சித்தரிக்கும் இந்த காலத்தில், பட்டப்படிப்பு முடித்த அதற்கென்று முறையாக கற்ற ஒருவரை சந்தித்தது அவளுக்கு ஆறுதலாக இருந்தது.

அன்று நடந்த பூஜையை பற்றி முதலில் கேட்டறிய ஆசைப்பட்டாள் செல்வி.

மாமி, "இது எங்கள் வீட்டு முன்னோர், முக்கியமாக எங்கள் குடும்பத்தில் வாழ்ந்து மறைந்த பெண்களை கவுரவப்படுத்தும் வகையில் நடக்கும் பூஜை, இது. வீட்டிற்கு திருமணமாகி வரும் பெண் எண்களில் ஒருத்தியாய் இணைத்துக்கொள்ளும் ஒரு நிகழ்வு. அதே போல் எங்கள் மகள்களை திருமணம் செய்து அனுப்பும்போதும் அவர்களை முன்னோர்கள் ஆசியுடன் அனுப்பும் வகையில் இந்த சுமங்கலி பிரார்த்தனையை செய்கிறோம். இதில் நீ பார்க்கலாம், கடவுளின் படங்கள் இல்லாமல், முன்னோர்களின் படங்களும், கண்ணாடியும், ஒரு பெண்ண தன்னை அலங்கரித்துக்கொள்ள பயன்படுத்தும்

பொருட்களும் வைக்கப்படும். பெண்களுக்கு முன்னுரிமை கொடுத்து, அவர்கள் சாப்பிட்டபின்னே வீட்டில் மற்றவர் சாப்பிடுவதும் இந்த நிகழ்வின் சிறப்பு. இதில் பங்கு பெறுபவர்களை எங்கள் முன்னோர்களின் அம்சமாக நினைத்து, அவர்களுக்கு அலங்காரப்பொருட்கள், வெற்றிலை பாக்கு, மஞ்சள் குங்குமம் என்று எல்லாம் வைத்துக்கொடுப்பது வழக்கம்." என்றார் அன்னபூரணி மாமி.

அடுத்தது, "மாமி, நீங்கள் பாஷைகளைப்பற்றி என்ன நினைக்கிறீர்கள்? மொழிகளுக்கு இடையே எது முதல் பேசப்பட்டது என்ற சர்ச்சையும் எப்பொழுதும் இருந்து கொண்டே இருக்கிறதே, அதைப்பற்றி உங்கள் கருத்தென்ன?" என்றாள் செல்வி.

அன்னபூரணி மாமி, "மொழிகள் அந்தந்த இடத்தின் சீதோஷண நிலையால் அமைகின்றன. குளிர் அதிகமாக இருக்கும் இடத்தில் தமிழ் பேசுவது கடினமாக இருக்கும், வாயை சரியாக மூடமுடியாமல் இருக்கு, மூக்கால் பேசுவது போல தோன்றும்போது அந்த மொழிகள் தமிழில் இருக்கும் எழுத்தோசையோடு இருக்காது. தமிழில் வல்லினம், இடையினம், மெல்லினம் என்று அதன் ஓசை வைத்து பாகுபாடுகள் இருக்கின்றன. வல்லின ஓசைகள், கன்னடம், தெலுங்கு ஆகிய மொழிகளில் அதிகமாக இருக்கும். தமிழில் இடையின ஓசைகளும், மலையாளத்தில் மெல்லின ஓசைகளும் அதிகமாக இருக்கும். திருநெல்வேலியில் அவர் வளர்ந்ததாகவும், அங்கு புழங்கிய ஒரு நாபிரட்சித்தொடர் உச்சரிப்பை சீர்செய்யும் வகையில் இருந்தது என்றும் பகிர்ந்தார். வல்லினத்துக்கு, இடையினத்துக்கு, மெல்லினத்துக்கு என்று மூன்று இருந்தது என்றும் பகிர்ந்தார்."

"விக்ரம சிங்கபுரத்து மடத்து முடுக்கு, இடுக்கு, இருட்டிலிருக்கும், கரைத்த கரடியை கொள்ளாதே." என்று வல்லின தொடரை முதலில் பகிர்ந்தார்.

"தோவாழைக்கோட்டைலே கிழவன் உழுத புழுதியிலே, மூவாழாக்கு ஒழுக்கு நெல்லுக்கு ஏழு வாழைப்பழம். " என்று மெல்லின தொடரையம் பகிர்ந்தார்.

செல்வி அவற்றை சொல்ல முற்பட்டு, அவர்களுடன் காயத்ரி அக்காவும், நந்தினி அக்காவும் சேர்ந்துகொள்ள சிரித்து ஆரவாரமாக இருந்தது.

மாமி, பிறகு பகிர்ந்தார். "என் குரு சொன்னதையே நானும் பகிர்கிறேன். மொழிகளிலே எது முதல் தோன்றியது என்று அறிவதென்றால், அது கடினம். ஆனால் சமஸ்க்ரிதமும் தமிழும் ஒரே காலகட்டத்தில் பேசப்பட்டன. சமஸ்க்ருதம் வழக்கொழிந்து, ஆனால் தமிழ் இன்றும் பேசப்படுகிறது. இயற்கை ஒரு விஷயம் தொடரவேண்டுமா இல்லையா என்று தானே முடிவு செய்யுமாம். தமிழ் இன்றும் வாழ்வதே அதன் ஆற்றலுக்கு ஒரு சான்று. என்னைப்பொறுத்தவரை, இரு மொழிகளும் எனக்கு முக்கியமாக தெரிகிறது. நான் இரண்டையும் கற்றவள்." என்றார்.

நந்தினி அக்காவும் காயத்ரி அக்காவும் யாரோ அழைத்ததனால் சென்றிருந்தார்கள். ஒரு வினோதமான விஷயம் நடந்தது. மாமியை கொசு கடித்தது. அதை அடித்து, அருகிலிருந்த சிலந்திவலையில் போட்டுவிட்டு, 'கொன்னால்

பாவம் தின்னால் தீரும்' என்றார் மாமி.

காயத்ரி அக்கா திரும்ப வந்தார். "செல்வி அம்மாகிட்ட ஏதாவது கேட்டா சொற்பொழிவுகள் ஆற்றுவார். ஜாக்கிரதை. மரியாதையா என்னோடு வந்து-விடு" என்று சிரித்துக்கொண்டே மாமியை கேலி செய்தார்.

ராஜம் பாட்டி, "காயத்ரி, அவளுக்கு இன்னும் நிறைய தெரிஞ்சுக்க-ணுமாம். கேள்விகளை எழுதிவைத்துக்கொண்டு வந்திருக்கிறாள். கேட்டுக்-கொள்ளட்டும்." என்றார். காயத்ரி ஓடிவிட்டார்.

செல்வி தயங்கியபடி தனது அடுத்த கேள்வியை கேட்டாள். "மாமி, அசைவ உணவு பற்றி நீங்கள் என்ன நினைக்கிறீர்கள்? "

அன்னபூரணி மாமி சற்றும் முகம் சுளிக்காமல், "நாங்கள் அசைவம் சாப்பிடுவதில்லை. அது எங்கள் முன்னோர்கள் எழுதிய புத்தகங்களின்படி மூளையை மந்தமாகும். வயிற்றின் ஆற்றலை செரிமானத்துக்கு மட்டுமே செலவிட வைக்கும். மிருகங்களின் சுரப்பிகளில் சுரக்கும் *ஹார்மோன்கள்* நம் *ஹோர்மோன்*களுக்கு நெருக்கமானவை அதனால் அவை நமது சிந்தனை திறன், கோபம், பேராசை, பிடிவாத குணம், போட்டி மனப்பான்மை, என்று பல விஷயங்களை பாதிக்கும் என்று நம்புகிறோம். உன் தாத்தாவிடம் கேட்-டுப்பார். ஒரு சித்த மருத்துவராக, பத்திய உணவைப் பற்றியும், அது நம் உடலுக்கு எப்படி ஆற்றலை சீர்படுத்த உதவும் என்பதைப்பற்றியும் கேட்டுக்-கொள். ஒரு வகையில், தமிழ் நாட்டைப் பொறுத்த அளவில் நாம் நம்மைச்-சுற்றி இருக்கும் பல்லுயிர்களை பேணுபவர்கள். இறைச்சி சாப்பிடும் மக்கள் கூட அந்த விலங்கினத்தின் இனப்பெருக்க காலமான புரட்டாசி மாதத்தில் அசைவம் சாப்பிடுவதை தவிர்க்கிறார்கள். மீனவர்கள் கூட மீன்கள் குஞ்-சுபொரிக்கும் காலத்தில் மீன்பிடிக்க செல்வதில்லை. அவர்கள் வலையில் சின்ன மீன்கள் சிக்கினால் கூட அவற்றை மீண்டும் கடலிலோ, நதியிலோ விட்டுவிடுகிறார்கள். நவராத்திரி கொண்டாடும் அதே புரட்டாசி மாதத்தில் எல்லோர் வீட்டிலும் சுண்டல் செய்து பரிமாறிக்கொள்வதுண்டு. இது தாவரங்-களின் புரதம். அப்பொழுது விலங்குளை தொந்தரவு செய்யாமல் புரதங்களை ஏற்பாடு செய்துகொள்கிறோம்." என்று ஒரு விளக்கம் கொடுத்தார்.

மைதிலி அக்காவின் மகன் வைபவ் தனது முதல் அடியெடுத்து வைத்து நடக்க முற்பட்டான். எல்லோரும் ஆரவாரத்துடன் கைதட்ட, செல்வியும், மாமியும், பாட்டியும் சென்றார்கள். வைபவ் சுற்றியிருந்த ரசிகர் கூட்டத்தை ஏமாற்றாமல் தனது வீர சாகசத்தை விழுந்து எழுந்து தொடர்ந்தான்.

செல்வி, அறிந்து கொண்ட சில விஷயங்களை அசைபோட்டுக்கொண்டு வீடு திரும்பினாள். மாமியும் விருந்தினர்களை வழியனுப்ப, அடுத்த வேளைகளில் மூழ்கினார்.

24

குறைபாடு மற்றும் மிகுதி.

இடா, சுவீடனில் நீர் தரக்கட்டுப்பாடு பற்றி ஒரு கருத்தரங்கிற்காக சென்றிருந்தார். உப்புநீக்கம் பற்றியும் கடல்நீரை பயன்படுத்துவது பற்றியும் நடந்த இந்த கருத்தரங்கில் நாற்பதுக்கும் மேற்பட்ட நாடுகளிலிருந்து ஆராய்ச்சியாளர்கள், விஞ்ஞானிகள் மற்றும் வியாபார பிரமுகர்கள் பங்கேற்றனர். இடா செர்ன்இல் வகித்த பொறுப்பு மிகவும் தனித்தன்மைவாய்ந்தது. அங்கு தனது உழைப்பால், நேர்மையால் அனைவரையும் கவர்ந்தவர் இவர்.

செல்வி 24 அதிகாரங்களை புரிந்து கொண்டுவிட்ட நிலையில், 25ஆவது அதிகாரத்துடன் போராடிக்கொண்டிருந்தாள். இடா கருத்தரங்கில் நடந்தவற்றை செல்வியுடன் பகிர்ந்துகொண்டிருந்தார். அதை கவனத்துடன் கேட்டுக்கொண்டிருந்தாலும், செல்வியின் மனம் இப்பொழுது பகிரப்படும் விஷயத்தில் ஏதாவது உணர்த்திவிடுவாரோ வள்ளுவர் என்று கேட்டுக்கொண்டிருந்தாள். புலால் மறுத்தல் என்ற அதிகாரத்தை வள்ளுவர் சேர்த்திருப்பது, வேதியியலுடன் எப்படி பொருந்தும் என்று மூளையை கசக்கிகொண்டிருந்தாள் செல்வி.

இடா, உப்பைப்பற்றி பகிரத்தொடங்கினாள். இந்தியாவில் இருக்கும் உப்பளங்கள் பற்றி பேசினாள். இந்தியாவில் உப்பில் கண்டிப்பாக ஐயோடின் சேர்க்கப்படவேண்டும் என்று அரசு வலியுறுத்துவதைப் பற்றி பேசத்தொடங்கினாள். இப்படி கட்டாயப்படுத்துவது மருத்துவரீதியாக சரியா என்று கேட்டாள்.

செல்வி, "*ஐயோடின்* குறைபாடு *தைராய்டு* பிரச்சனைகளுக்கு காரணமாக இருப்பதால் தானே இந்தியா இப்படி வலியுறுத்துகிறது! என்றாள்.

"*தைராய்டு* பிரச்சனை உள்ளவர்களுக்கு *ஐயோடின்* அவசியம். பலர் அந்த குறைபாடு இல்லாதவர்கள் அல்லவா? அவர்களுக்கும் *ஐயோடின்* உப்பு கொடுப்பதால், *ஐயோடின்* அளவு ரத்தத்தில் அதிகமாகுமே அதன் பின் விளைவுகள் என்னவாக இருக்கும்?" என்றார் இடா.

செல்விக்கு அதிகாரம் 25 இன் விளக்கம் கிட்டியது. இடா பகிர்வதை முழுமையாக்க கேட்டுவிடவேண்டும் என்றும் நினைத்தாள் செல்வி. தனது கருத்துக்களை குறித்துக்கொண்டாள். சம்பந்தமே இருக்காது என்று கருதிய அதிகாரம் கூட வேதியியலுடன் எப்படி பொருந்துகிறது என்று வியந்தாள் செல்வி.

செல்வி இடா சென்றபின், *யூட்யூபில்*, இலங்கை ஜெயராஜ் அய்யா திருக்குறள் வகுப்புகள் நடத்தும் ‘கற்க கசடற’, ‘எக்ஸ்ப்ளோரட்டோரியும்’ என்ற அமெரிக்கா விஞ்ஞான கண்காட்சியகத்தில் தளம், மற்றும் ‘நாட்டிங்காம் பல்கலைக்கழகம்’ அதில் பேசிவந்த ஒரு வேதியியல் பேராசிரியரின் தளம் என்று பல சேனல்களை பார்த்து தனது குறிப்புகளை எழுதிவந்தாள்.

அடுத்த வேதியியல் இணைப்பையும் நிமிடங்களில் புரிந்துகொண்டாள் செல்வி. தவம் என்ற அதிகாரம் எப்படி விஞ்ஞானத்துடன் பொருந்தும் என்பதும் அவளுக்கு வியப்பாக இருந்தது. அவளே ஒரு தவ நிலைக்கு போவதாகவும், முழு கவனம் ஒரு விஷயத்தில் செலுத்துவதே ஒரு விதமான தவம் என்றும் புரிந்துகொண்டாள். தானே ஒரு துறவியானதுபோல் உணர்தாள். தலையை தொட்டுப்பார்த்தாள். சடாமுடியாக ஒரு கொண்டை வந்துவிட்டதோ என்று நினைத்து பார்த்து சிரித்துக்கொண்டாள்.

அறத்துப்பால் முழுவதுமாக புரிந்துகொள்ள, அது வேதியியலுடன் பொருந்திவருவதை உணர்ந்து, திருக்குறளின் ஆற்றல் பற்றி நம்பிக்கை மேலும் வலுத்துக்கொண்டே போனது. ஏதோ பொதிந்து இருந்த பொக்கிஷத்தை, அதற்க்கு கிடைக்கவேண்டிய உண்மையான அங்கீகாரத்தைநோக்கி வெளியே கொண்டுவரவைக்கும் முக்கிய பொறுப்பு அவளுக்கு அளிக்கப்பட்டதுபோல உணர்ந்தாள் செல்வி. ஒரு நூலில் இவ்வளவு விஷயங்கள் புதைந்திருந்தால் மற்ற நூல்களை ஆராய்ந்தால் இன்னும் எவ்வளவு விஷயங்கள் வரலாம் என்ற சிந்தனையும் அவளை வியக்கச்செய்தது. அடுத்து அவள் தேடலாம் என்று நினைத்த நூல்களின் பட்டியலை எழுதிக்கொண்டாள். ஆனால் அவள் ஆர்வத்தை அடக்கிக்கொண்டு, இந்த நூலை முழுமையாக ஆராய்ந்த பின்னரே அடுத்ததை எடுக்கவேண்டும் என்றும் தனக்குத்தானே சொல்லிக்கொண்டாள். ஜெயராஜ் அய்யாவைப்போல அடுத்த நூல்களுக்கு யாரிடம் விளக்கங்கள் கேட்டறிவாள் என்றும் நினைத்து கவலைப்பட தொடங்கினாள். தமிழ் தாய் என்னை வழிநடத்தட்டும் என்று சொல்லிக்கொண்டாள்.

அதிகாரம் 27 புரிந்துகொள்ள தனது ஷா பாப்பாவை தொடர்புகொள்ளவேண்டும் என்று குறித்துக்கொண்டாள்.

25

திரைப்படங்கள், பொழுதுபோக்கு, அரட்டை...

சென்னை,

செல்வி சேந்தன் மற்றும் யக்ஞா, சேந்தனின் புதிய நண்பன் முஹம்மத் ராஹில் மற்றும் அவனது தாய் பதுர் நிஷாவுடன் ஒரு திரைப்படம் பார்க்க சென்றனர். படம் ஒரு டைம் லூப் பற்றிய படம். செல்வி ஆச்சரியப்பட்டாள். இப்படிப்பட்ட தலைப்புகளை தமிழ் படங்கள் துணித்து கையாள்வதே அவளுக்கு சந்தோஷமாக இருந்தது. சமூகத்தில், மக்கள் மனப்போக்கில் ஏற்படும் மாற்றங்களே அவளை வியக்க வைத்தன.

செல்வியின் அம்மா ஒரு தீவிர எ.ஆர்.ரஹ்மான் விசிறி. அவர்களால் படத்தில் எந்த காட்சியில் எந்த இசை பின்னணியில் ஒலித்தது என்று கூட சொல்லமுடியும். ஆஸ்க்கார் விருது பெற்ற இவரை கவுரவிக்கும் விதமாக செல்வியை *கீ-போர்டு* வாசிக்க வகுப்புகளுக்கு அனுப்பினார்.

பதுர் நிஷா ஒரு சினிமா பைத்தியம். அவரது *காரின் ரேடியோவில்* பாடல்கள் ஒலித்துக்கொண்டே இருந்தன. எல்லோரும் கடற்கரையோரம் இருந்த ஒரு தீம் பார்க்கில் இருந்த திரையரங்கத்திற்கு சென்றனர்.

அவள் எப்படி முயன்று இவர்களுடன் கலந்துகொண்டு சிரித்து பேசி சகஜமாக இருக்க நினைத்தாலும் அவள் கண்டறிந்த விஞ்ஞான கூறுகள், திருக்குறளின் ஆற்றல் எல்லாம் அவளை சூழ்ந்துகொண்டு இருக்கமாக்கின.

நிஷா மிகவும் முற்போக்கு சிந்தனைகள் கொண்டவராக இருந்தார். செல்வி இஸ்லாமியர்களைப்பற்றி வைத்திருந்த கண்ணோட்டம் அவர்கள் குவாலியரில் இருந்தபோது உருவானது. அவர்களிடம் அதிகம் பழக வாய்ப்பே இருந்ததில்லை. ஆனால் நிஷா ஒரு சுதந்திரமான, கலகலப்பா-

னவராக இருந்தார். அவரது தாய் ஹஜ் யாத்திரை முடிந்து வந்திருந்ததாக சொன்னார் நிஷா. அவர்களது குடும்பம் ஆன்மீகத்தில் அதிக ஈடுபாடு-கொண்டவர்கள் என்றும், சொன்னார். தலையில் ஹிஜாப் அணிந்திருந்தார். ஆனால் சிரித்து மகிழ்ந்து உற்சாகமாக இருந்தார். இந்திய மக்கள் இஸ்லாமி-யர்களைப்பற்றி தனிப்பட்ட கருத்துகள் எது வைத்திருந்தாலும், அனைவரும் தங்கள் வீட்டு பெரியவராக ஏற்றுக்கொண்ட அப்துல் கலாம் அய்யவைப்பற்றி சிறிது பேசினார்கள்.

நிஷா அவரது தந்தையைப்பற்றி பகிர்ந்துகொண்டார். தனது தந்தை ஒரு எம்.ஜி.ஆர் ரசிகராக இருந்ததாகவும். அவர்களது முன்னோர் இலங்கையி-லிருந்து தொண்டி என்ற கிராமத்துக்கு இடம்பெயர்ந்ததாகவும், அதனாலேயே எம்.ஜி.ஆரை மிகவும் கொண்டாடினார்கள் என்றும் பகிர்ந்துகொண்டார். அவரது படங்களில் இடம்பெற்ற பாடல்களைப்பற்றி பேசத்தொடங்கினார் நிஷா. *எப்.எம்* இல் இருந்த பாடல்களைப்பற்றி பேசத்தொடங்கி எம்.ஜி.ஆர் வரை சென்றது. அவர்களுக்கு அப்பொழுது இடம்பெற்ற கருத்துள்ள, சிந்-தனையை தூண்டக்கூடிய பாடல்கள் இன்று கேட்கமுடியவில்லையே என்று வருத்தமாக இருந்தது. ‘ஏன் என்ற கேள்வி’ என்ற பாடலைப்பற்றி சொன்-னார். ‘சின்ன பயலே’ என்ற பாடல்மூலம் குழந்தைகளை தைரியமாக இருக்க சொன்னது என்று பல பாடல்களை அடுக்க ஆரம்பித்தார்.

அப்படியே கலைஞர் கருணாநிதி அவர்களைப்பற்றி பேச ஆரம்பித்தார்கள். ‘வள்ளுவர் கோட்டம்’ என்ற ஒரு அருமையான இடத்தை உருவாக்கி, தெய்வப்புலவர் திருவள்ளுவரை அவர் கவுரவப்படுத்தியது பற்றி சொன்னார் நிஷா. செல்வி, அடுத்து செல்லவேண்டிய இடங்களின் பட்டியலில் அதைக் குறித்துக்கொண்டாள். ஜல்லிக்கட்டு போராட்டங்களுக்கு பிறகு மக்களிடையே ஏற்பட்ட விழிப்புணர்வு பற்றியும் எப்படி பல பாரம்பரிய விஷயங்கள் பற்றி மக்கள் மனதில் மாற்றம் ஏற்பட்டுள்ளது என்றும் பகிர்ந்தார்கள். *ஹிப் ஹாப்* இசை மூலமாக பிரபலமான *ஹிப் ஹாப்* தமிழா - ஆதி என்பவர் தமிழி எழுத்து பற்றி வெளியிட்ட ஆவணப்படம் அடங்கிய இசை ஆல்பம் பற்றியும் பகிர்ந்து கொண்டார்கள். அங்கிருந்து கீழடி அகழ்வாராய்ச்சி பற்றி பேசத்-தொடங்கினார்கள்.

செல்வியும் நிஷாவும் புத்தகங்களை சார்ந்த படங்களைப்பற்றியும் பேசத்-தொடங்கினர். ஆங்கில படங்களில் ஹாரி பாட்டர் படங்கள், டான் ப்ரவுன் எழுதிய புத்தகங்களை சார்ந்த படங்கள் எப்படி இருந்தன. புத்தகத்தில் இருந்த பல விஷயங்களை மூன்று மணிநேரத்துக்கும் அடக்குவது எவ்வளவு கடினம் என்றும் பேசிக்கொண்டிருந்தனர். பொன்னியின் செல்வன் படத்தை-யொட்டி இருக்கும் சகுனத்தடைகளைப்பற்றியும் பேசிக்கொண்டார்கள். ஒவ்-வொரு தசாப்தத்திலும் இந்த கதையை படமாக்க முயன்றதைப்பற்றியும் பேசினார்கள். ராஜராஜ சோழன், மன்னர்களைப்பற்றிய கதைகள், என்று அவர்கள் பேச்சில் மூழ்கினார்கள்.

செல்வி இந்த கலந்துரையாடலில் எப்படியாவது நுழைய முயன்று ஹாரி பாட்டர் பற்றி அவரது பாட்டியின் பக்கத்துவீட்டு மாமி பகிர்ந்துகொண்டதை சொன்னார். ஹாரி ஒரு வேளை நெற்றியில் விபூதி அல்லது குங்குமம் பூசிக்கொண்டிருந்தால் அவருக்கு இந்த நிலை வந்திருக்காது. நெற்றியில் மின்னல் வெட்டு வந்திருக்காது. எல்லோரும் இதை நினைத்து சிரித்து ஆரவாரம் செய்தனர்.

இதை பகிர்ந்ததுமே அவள் மனதில் கேள்விகள் ஓடத்தொடங்கின. ஹாரி பாட்டர் படங்கள் மாணவர்களிடம் எப்படி சென்று சேர்ந்தன, தங்கள் பள்ளியில் இருந்த ஆசிரியர்களை எப்படி ஹாரி பாட்டர் ஆசிரியர்களுடன் ஒப்பிட்டு பெயர்கள் வைத்தனர் என்றும் பகிர்ந்து சிரித்துக்கொண்டனர்.

26

பொட்டு

ஜெனீவா, சுவிட்சர்லாண்ட்.

செல்வி தனது ஆராய்ச்சியில் மூழ்கி அதிக நேரம் தனது குறிப்புகள் புத்தகத்துடன் கழித்தாள். பல வலைத்தளங்களில் தனது குறிப்புகளின் விஞ்ஞானபூர்வமான விளக்கங்களை தேடிக்கொண்டிருந்தாள். தனது ஆராய்ச்சிக்கூட பணிகளையும் சற்று தள்ளி வைத்தாள். பல விஷயங்களை ஆராய்ந்து பார்த்தபோது தமிழர்கள் எவ்வளவு பொறுப்புணர்ச்சியுடன் நடந்துகொண்டிருக்கிறார்கள் என்றும், அவர்கள் எவ்வளவு பெரிய விஷயத்தை இப்படி யாருக்கும் எளிதில் புரிந்து கொள்ளமுடியாத விதத்தில் ஆனால் நேரடியாக மறைத்து வைத்திருக்கிறார்கள் என்றும் எண்ணி வியந்தாள். அதிகாரம் 28, உடனடியாகவே புரிந்து கொண்டாள் செல்வி. அதிகாரம் 27ஐ பற்றி நினைத்து, இவ்வளவு விஷயங்கள் உண்மையிலியேயே தொல்பழங்காலத்தில் இருந்திருக்குமா என்று நினைத்து குழம்பினாள்.

சென்னையில் நடந்த சில நிகழ்வுகளை திடீரென்று அசைபோட்டாள். பாட்டியின் பக்கத்துவீட்டு மாமி சொன்ன சில விஷயங்களை நினைவுகூர்ந்தாள். அவை விஞ்ஞானப்பூர்வமாக சரியாக இருக்குமா இல்லை அது ஒரு கலாசார அல்லது மதசார்புடைய வழக்கம் மட்டுமா என்று குழம்பினாள். அத்தையிடம் கேட்கலாம் என்று முடிவெடுத்தாள்.

அலைப்பேசியில் அத்தையின் என்னை தட்டி, *"ஹாய் ரேணு, ஒரு முக்கியமான தகவல் தேவை, அவசரம்!"* என்று டைப் செய்தாள்.

ரேணுகா இணைப்பின் இருந்தார், இவள் நினைத்ததைவிட விரைவாக பதில் வந்தது.

"தமிழர்கள் நெற்றியில் குங்குமம் வைப்பதற்கு ஏதாவது விஞ்ஞானபூர்வமான காரணம் இருக்கா?" என்று கேட்டாள் .

ரேணுகா ஆர்வமாக பதிலளிக்க தயாரானார். மைலாப்பூரில் வளர்ந்த ரேணுகாவிற்கு கலாச்சாரம் பற்றிய புரிதல் இருந்தது. அதே சமயம் வெளிநாட்டில் வாழ்வதால் தனது வேர்களின் உண்மையான தண்மையைத்தேடி

அங்கு வளரும் இந்தியர்களுக்கு, தனது அயல்நாட்டு சொந்தங்களுக்கும் புரியும்படி அவ்வப்போது கலந்துரையாடல்கள் நடத்துவதை வழக்கமாக கொண்டிருந்தார். ஒரு மருத்துவராக இருந்ததால், பல விஷயங்களை செல்வி ஏற்றுக்கொள்ளும் அளவுக்கு விளக்கினார்.

ரேணுகா கேட்டார், "*செடிகள் ஏன் பச்சைநிறத்தில் இருக்கின்றன?*"

"*அவற்றில் கிளோரோபில் இருப்பதால்.*" என்றாள் செல்வி.

ரேணுகா சொன்னார், "*ஒரு பொருளின் வண்ணம், அதன் இயல்பு என்று புரிந்து கொள்வதன் ஆழத்தில் சென்று பார்க்கவேண்டியுள்ளது. ஒரு பொருளின் நிறம், அது பிரதிபலிக்கும் கதிர்களின் நிறம். உதாரணத்துக்கு ஒரு ஆப்பிள் சிவப்பாக தெரிகிறது, ஏனென்றால் அது மற்ற நிறத்துக்குரிய கதிர்களை உள்ளடிக்கிக்கொண்டு, சிவப்பு நிற கதிர்களைமட்டும் பிரதிபலிக்கிறது. சரி. கண்ணுக்கு புலப்படும் நிறங்களின் ஸ்பெக்ட்ரமில் அதிக நீளம் கொண்ட அலைவரிசை எந்த நிறத்தைக் குறிக்கும்?* என்றார் ரேணுகா.

செல்வி '*சிவப்பு*' என்று டைப் செய்தாள்.

'*சிவப்புக்கு வெளியே எந்த கதிர்கள் உள்ளன?*' என்றார் ரேணுகா.

செல்வி, "*மைகிரோவேவ், ரேடியோ வேவ், காம கதிர்கள்*" என்றாள்.

ரேணுகா ஒரு பெரிய பதிலாக டைப் செய்தார்.

"*தமிழர்கள் பயன்படுத்தும் குங்குமம், வெறும் வண்ணம் தீட்டும் ரசாயனங்களால் ஆனதல்ல. அதை மஞ்சள் மற்றும் படிகாரம் கலந்து செய்கிறார்கள். மஞ்சள் அமிலத்தன்மைவாய்ந்தது. அது ஒரு இயற்கையான பி.எச் இண்டிகேட்டர், என்றும் நீ படித்திருப்பாய். மஞ்சளில் உள்ள ரசாயனங்கள் புற சிவப்பு மற்றும் அதைத்தாண்டி உள்ள கதிர்களை இழுத்துக்கொள்ளும் தன்மை உடையவை. அவற்றை பிரதிபலிக்கவும் செய்கிறது. அதனால் தான் குங்குமம் பார்க்க சற்று அடர்சிவப்பாக இருக்கும். தமிழர்கள் மஞ்சள் தேய்த்துக்குளிக்கும் வழக்கமும் பின்பற்றுகிறார்கள். ஒரு விதத்தில் இது ஒரு கேன்சர் கண்டுபிடிக்கும் கருவியாகவும் பயன்படும். ஒருவரின் சருமத்தின் இயற்கையான தன்மை அமிலத்தன்மை. மஞ்சள் சராசரியாக மஞ்சள் நிறமாக இருக்கும். காரத்தன்மை அதிகரித்தால் அது அடர் சிவப்பாக மாறும். கேன்சர் செல்கள் அமிலத்தன்மையிருந்தால் நன்கு வளரும். ஆனால் காரத்தன்மை இருந்தால், அவை சற்று பரவாது இருக்கும் என்று மருத்துவ ஆராய்ச்சி குறிப்பிடுகிறது.*

ரேடியோ அலைகள், மைக்ரோ வேவ் அலைகள், காமா கதிர்கள் எல்லாம் மூளையின் அலைகளுடன் ஒத்திசையும் தன்மைகொண்டவை, முல்லையின் அலைகளை தாக்கக்கூடியவை. குங்குமம் வைத்துக்கொள்வதன் மூலம் இப்படி நேரடியாக பினியல் சுரப்பிவழியாக மூளையை பாதிக்கக்கூடிய கதிர்களை பிரதிபலித்து வெளியே அனுப்பிவிடுகிறோம்."

செல்விக்கு குழப்பமாக இருந்தது. ஒரு உயிரியல் பாதுகாப்பு வழிமுறையை கலாசார வழக்கமாக கொண்டுவந்த அந்த சிந்தனை சிற்பி யாராக இருந்-

திருப்பார் என்று யோசித்தாள். ஒரு விதத்தில் அவளுக்கு தோன்றியது. ஆலயங்கள் மருத்துவசாலைகள், பாடி சொன்னது போல. அங்கு நோய்கண்டறிதலும் நடக்கிறது, நோய்க்கு தீர்வாக அதிகமான எண்ண ஓட்டங்களை கட்டுப்படுத்த திருநீறும், குங்குமமும் கொடுக்கப்படுகிறது. அட்டகாசம்! என்று வியந்து குறித்துக்கொண்டாள். அதிகாரம் 27, கூட ஒழுக்கமும், அவள் தன்புத்திக்கு எட்டிய அளவு சரியாக புரிந்துகொண்டாள்.

செல்வி, அசைவம் பற்றியும் கேட்டாள். "*அசைவ உணவு ஒருவருக்கு புரதங்களை அளிக்கும், உடலுக்கு வலு சேர்க்கும். ஆனால் எலும்பு வலுப்பெறவோ அல்லது மற்ற சக்திதருவது என்று தேவைப்படுபவர்கள் எல்லா உட்கூறுகளும் கிடைக்கும் விதமான உணவுகளை எடுத்துக்கொள்வது நல்லது. எலும்புக்கு தேவையான கால்சியம், மாங்கனீசு போன்றவை அசைவ உணவுகளில் இருப்பதில்லை.* " என்றார் ரேணுகா.

அடுத்த அதிகாரங்கள் சிறிது எளிதாக புரியும் என்று நினைத்தாள் செல்வி. வானத்திலிருந்து விழுந்த விண்கற்களைப்பற்றியும், அவற்றிலிருந்து பூமிக்கு வந்த தனிமங்களைப்பற்றியும் படித்து தெரிந்துகொண்டாள், பல பக்கங்களுக்கு குறிப்பும் எழுதிவைத்துக்கொண்டாள்.

அடுத்த அதிகாரத்துக்கு தனது பதினொன்றாம் மற்றும் பன்னிரண்டாம் வகுப்பு பாட புத்தகத்தை படித்தால் போதும் என்று நினைத்தாள் செல்வி. இணையதளத்தில் ஸ்டாச்சூ ஆப் லிபர்ட்டி மற்றும் சிலந்திகளிடையே ஒரு இணைப்பு இருப்பதை தெரிந்துகொண்டாள்.

அறத்துப்பால் முழுமையாக ஆராய்ந்துமுடிக்கவிருந்தாள். முடித்தவுடன் வள்ளி சித்தியை சந்திக்க ஆர்வமாக இருந்தாள். ஆரல்வாய்மொழி செல்ல ஆர்வமாக இருந்தது.

27

பழனி நவபாஷாணம்

சென்னை.

செல்வி, சேந்தன் மற்றும் யக்ஞாவுடன் திரைப்படம் பார்த்துவிட்டு திரும்பினார்கள். காயத்ரி அக்காவின் வீட்டுக்கு வந்த அவரது அத்தை மகள் மைத்திரியும், அவர்களது ஒருவயதான பிள்ளை வைபவும் பாட்டி வீட்டில் இருந்தார்கள். தாத்தாவும் பாட்டியும் அந்த குழந்தையுடன் விளையாடிக்கொண்டிருந்தார்கள். அவன் மழலையில் சில வார்த்தைகள் சொல்ல தொடங்கியிருந்தான். பாட்டி அவனிடம் கொஞ்சி பேசுவதைப்பார்க்க வேடிக்கையாக இருந்தது. ஒரு 70 வயதான பாட்டி குழந்தை பேச்சில் பேசியது பார்க்கவே அவளுக்கு வியப்பாகவும் வேடிக்கையாகவும் இருந்தது.

அவர்கள் மாமிவீட்டுக்கு திரும்பியதும், செல்வி பாட்டியிடம் கேட்டாள், "பாட்டி மொட்டையடிப்பதன் விஞ்ஞானபூர்வமான காரணம் என்ன? அப்படி ஏதாவது இருக்கிறதா இல்லை அது ஒரு குடும்ப வழக்கம் மட்டுமா? "

பாட்டி சொன்னார், "தாத்தாவிடம் கேள். அவருக்கு இது பற்றி நிறைய கோட்பாடுகள் இருக்கு. அவர் நவபாஷாணம் பற்றியும் நிறைய ஆராய்ச்சிகள் செய்தவர்."

தாத்தா ஒரு சித்த மருத்துவர் என்று செல்விக்கு தெரியும். ஆனால் அவரது வேலையை பற்றி அவள் பெரிதாக தெரிந்துகொள்ள முயற்சி செய்ததில்லை. இவள் கேட்பதற்குள், அவளது கேள்வியை கேட்டிருந்த தாத்தா விளக்கமளிக்க தொடங்கினார்.

"பழனிக்கு சென்று மொட்டை போடுபவர்கள் முருகனிடம் தங்கள் பிள்ளையின் ஆரோக்கியத்தை ஒப்படைப்பது போல ஒரு வேண்டுதலை மேற்கொள்கிறார்கள். முடி காணிக்கையாக வழங்கப்படுகிறது. அங்கு இருக்கும் முருகரின் சிலை நவபாஷாணங்களால் ஆனது. அதாவது ஒன்பது வகையான விஷத்தன்மை வாய்ந்த பொருட்களை கலந்து இந்த சிலை செய்யப்பட்டது. மருத்துவத்தில் பொதுவாக ஒரு வாக்கியம் சொல்வார்கள் '*தி எபெக்ட் ஆப் அ மெடிசின் இஸ் இன் தி டோஸேஜ்*' அதாவது ஒரு பொருள்

மருந்தாக செயல்படுவது அளவைப்பொறுத்தது. அதிகமானால் உணவும் நஞ்சு, அதையே தலைகீழாக புரிந்து கொண்டால் மிக மிக சிறிய அளவில் நஞ்சும் மருந்து. இந்த கோட்பாடாய்க்கொண்டு விஷங்களை மருந்துகளாக்கினார்கள் சித்தர்கள். இன்று பாம்பு விஷத்திலிருந்து பல மருந்துகள் தயாரிக்கப்படுகின்றன. குறிப்பாக ரத்தத்தை உறைய வைக்கும் புரதங்களை சில ரத்தப்போக்கு அதிகமாக இருக்கும் நோயாளிகளுக்கு உபயோகப்படுத்துகிறார்கள். இந்த விஷயத்தை என்றோ செய்து கரைகண்டவர்கள் நம் சித்தர்கள்.அந்த கோவிலுக்கு சென்றால், அந்த சிலை கொஞ்சம் கொஞ்சமாக தேய்ந்து வருவதைப்பார்க்கலாம். இப்போதெல்லாம் அங்கு அபிஷேகம் கூட நடைபெறுவதில்லை."

"சித்த மருத்துவம் இப்படி பல பொருட்களின் தன்மையை ஆராய்ந்து நம்மை சுற்றி இருக்கும் செடிவகைகளில் எவை மூலிகைகள், எந்த உபாதைக்கு எந்த மூலிகை குணமளிக்கும் என்று ஆராய்ந்து குறித்துவைத்த முன்னோர்களின் வழி வந்த மருத்துவ முறை."

செல்வி கேட்டாள், ' தாத்தா சித்த மருத்துவத்துக்கும் ஆயுர்வேதத்துக்கும் என்ன வித்யாசம்?"

"இரண்டுக்கும் பல ஒற்றுமைகள் உண்டு. இரு பிரிவுகளும் இயற்கையான முறைகளில் சிகிச்சை அளிக்கக்கூடியவை. ஆயுர்வேதத்தில், சித்த மருத்துவம் போலவே வாதம், பித்தம் கபம் என்ற மூன்று ஆற்றல்களின் சீர்கேடு உடலை எப்படியெல்லாம் பாதிக்கும் என்று கற்றுக்கொள்கிறோம். இந்த மூன்றும் சம நிலையில் இருக்க ஒன்றை இன்னொன்றால் தூண்டவோ, அடக்கவோ செய்வோம். சித்தம் மூலிகைகளை, கஷாயங்களைக்கொண்டு சிகிச்சையளிப்பதை, உணவுமுறையை சீர்செய்யவதை ஆதாரமாக வைத்து அமைகிறது. ஆயுர்வேதத்தில் எண்ணைகளைக்கொண்டு உடலை பிடித்துவிடுதல், தசைகளை நீவி விடுவது என்று செய்து இப்பொழுது அது பிரபலமடைந்துவிட்டது.

தாத்தா திடீரென்று அமைதியாக தீவிரமாக மாறிய சூழலைக்கண்டு, குட்டி, "என் நண்பன் நம் பாரம்பரிய மருத்துவ துறைகளான சித்தம், ஆயுர்வேதம், யுனானி என்ற மூன்றையும் கற்றான், அவனது வீட்டு வாசலில், டா. சுரேஷ், யு.எஸ்.எ என்று போட்டுக்கொண்டான். எல்லோரும் அவர் வெளிநாடு சென்று படித்துவந்ததாக நினைத்திருப்பார்கள். ஆனால் அது, யுனானி, சித்தா, ஆயுர்வேதா." என்றதும் எல்லோரும் வெடித்து சிரித்து மறுபடியும் மகிழ்ச்சி சூழ்ந்தது.

பாட்டி எல்லோரையும் சாப்பிட அழைத்தார். இரவு உணவுடன் தொடர்ந்தது தாத்தாவின் விளக்கங்கள். இன்னும் விரிவாக சொல்ல ஆரம்பித்தார். ஆயுர்வேதம் சுஸ்ருதர் என்ற யோகி, மற்றும் மருத்துவ அறிஞரால் முறையாக தொகுக்கப்பட்டது. சித்த மருத்துவத்துக்கு அகத்தியரே மூலமாக கருதப்படுகிறது.

" சித்தம் ஒரு விதத்தில் ஜீரணம் சரியாக செயல்பட்டால் எல்லா பிரச்சனைகளையும் உடலே சீர் செய்துவிடும் என்று நம்புகிறது. ஆயுர்வேதம், நரம்பு, தசைகள் என்று அதிகம் அவற்றின் ஆற்றலை தூண்டுவதில் கவனம் செலுத்தும். இப்பொழுது இவற்றுக்குள் இருக்கும் சுவர்கள் கரைந்து எல்லாம் ஒரே சிகிச்சைமுறைபோல தோன்றுகிறது. என் அனுபவம் மற்றும் கல்வித்தகுதி வைத்துக்கொண்டு நான் கூட யு.எஸ்.ஏ என்று பெயர் பலகையில் போட்டுக்கொள்ளலாம்." என்று சொல்லி சிரித்துக்கொண்டே கண்ணடித்தார்.

தாத்தா மறுபடியும் உணவாக இருந்தாலும் அதிகமானால் நஞ்சு என்பதை வலியுறுத்தினார். மேலும், உணவு மட்டுமல்ல, தண்ணீர் கூட அளவுக்கு அதிகமாக உட்கொண்டால் நஞ்சுதான் என்றார்.

செல்விக்கு அது எவ்வளவு உண்மை என்று புரிந்தது.

"ஆயுர்வேதம், கேரளா அரசாங்கத்தால் ஒரு சுற்றுலா பயணிகளை ஈர்க்கும் யுக்தியாக இப்பொழுது மாறிவிட்டது. அதனால் அது ஒரு சிகிச்சைமுறையைத்தாண்டி ஒரு சொகுசு அனுபவமாக மாறிவருகிறது. அதனால் சித்த மருத்துவம் என்று ஒரு துறை இருக்கிறது, அது எப்படிப்பட்ட பாரம்பரியத்தின் பின்னணியில் வளர்ந்து வந்தது என்று பலருக்கு தெரியவில்லை. ஒரு வகையில் கபாசுர குடிநீர் மக்களை தோற்று நோயிலிருந்து காத்த பிறகு, சில நகர வாழ் மற்றும் வெளிநாட்டுக்கு புலம் பெயர்ந்த தமிழர்கள் மத்தியில் சித்தம் மறுபடியும் பிரபலமாகி வருகிறது."

"இன்றளவும் திருவண்ணாமலை, பொதிகை மலை, கொல்லி மலை ஆகிய இடங்களில் சித்தர்கள் வளம் வருவதாகவும், பலர் அவர்களை கண்டதாகவும் பகிர்கிறார்கள். இந்த காடுகளில் இருக்கும் மூலிகைகள் இன்றும் மிகுந்த மரியாதையுடனும், மதிப்புடனும் பறித்து, னாய் தீர்க்க பயன்படுத்தப்படுகிறது."

"இப்பொழுது மொட்டையடிப்பதைப்பற்றி வருவோம். ஒரு குழந்தைக்கு ஒரு வயது நிறைவடையும்போது மொட்டைபடிப்பது வழக்கம். பழனியில் முதல் மொட்டை என்பதும் பல குடும்பங்களின் வழக்கமாக உள்ளது. அங்கு இது இல்லாமல், பழனிக்கு நடந்தே செல்வது, மலையை ஏறி சென்று முருகனை தரிசிப்பது, பால் காவடி எடுப்பது, அழகு குத்திக்கொள்வது என்று பல வழக்கங்கள் உண்டு. அந்த காவடிகள் மயிலிறகால் அலங்கரிக்கப்பட்டிருக்கும். அனைவரும் வேலும் மயிலும் துணை என்றும் ஹரோ ஹாரா என்றும் கூச்சலிட்டுக்கொண்டு வழிபடுவர் என்றும் சொன்னார்."

சொல்லிக்கொண்டே, "ஒரு பொழுதும் இரு சரண நேசத்தேவை .."என்று பாடத்தொடங்கினார். எனக்கு மிகப்பிடித்த திருப்புகழ் தெரியுமா என்றார்.

திருப்புகழா? என்றாள் செல்வி.

"அது முருகனைப்பற்றி இயற்றிய பாடல்களின் தொகுப்பு"என்றார் தத்தா.

"அப்போ இன்னும் எவ்வளவு பழங்கால இலக்கியங்கள் இருக்கு?" என்றாள் செல்வி.

ராஜம், " நாம் கண்டெடுத்த முதல் நூல் தொல்காப்பியம், அதிலேயே அதை எழுத அகத்தியம் என்ற நூலை படித்து குறிப்புகள் எடுத்ததாக குறிக்கப்பட்டுள்ளது. பதினெண்கீழ் கணக்கு, பதினெண்மேல்கணக்கு நூல்கள், ஐம்பெரும் காப்பியங்கள், இன்னும் பல சங்க இலக்கியங்கள் மட்டுமே அவ்வளவு இருக்கின்றன. மொழி என்பது கவிதை, அல்லது இலக்கிய வடிவம் பெரும் அளவுக்கு வளரவேண்டும் என்றால் அதுவே ஒரு சமூகத்தின் சிந்தனைத்திறன் வளர்ந்ததால் அடையாளமாகவே இருக்கும். இப்படிப்பட்ட இலக்கியங்கள் தமிழில் இவ்வளவு ஆயிரம் ஆண்டுகளுக்கு முன் இருந்திருக்கிறது என்பது நாம் எப்படிப்பட்ட ஒரு வரலாறு கொண்டவர்கள் என்பதை உணர்த்தும்." என்று அன்று நடந்த எல்லா விஷயங்களையும் தொகுத்து ஒரு முடிவுரை கொடுத்தார் ராஜம் பாட்டி. அதைக்கேட்டுக்கொண்டே மடியில் சாய்ந்து தூங்கினாள் செல்வி.

28

உயிரியல் பாதுகாப்பு விதிமுறைகள்

ஜெனீவா,

ஒவ்வொரு ஆராய்ச்சி கூடத்திலும் தவிர்க்கமுடியாத ஒரு கருத்தரங்கம் இடம்பெறும். உயிரியல் பாதுகாப்பு விதிமுறைகள் பற்றியது அது. பலர் அலட்சியப்படுத்தினாலும் இதன் அவசியமும், ஒவ்வொரு கட்டத்திலும் பாதுகாப்பு விதிமுறைகள் மேம்படுவதும், வழிமுறைகள் மாறுவதும் தொடர்ந்து பொறுப்புணர்ச்சியுடன் அணுகுபவர்கள் கட்டாயமாக அறிந்துகொள்ளவும் அதற்க்கேற்ப செயல்படவும் முற்படுவர். சிலர் இந்த கருத்தரங்குகளில் வழங்கப்படும் ஆய்வுகள் மிகைப்படுத்தப்பட்டவைபோல உணர்வர்.

செல்வியை பொறுத்தவரை அந்த வருடம் நடந்த கருத்தரங்கு இந்த மனநிலைகளை மனதில் கொண்டு மிக நேர்மையாக ஏற்பாடுசெய்யப்பட்டது என்று நினைத்தாள். திருக்குறள் ஆய்வில் மூழ்கியதற்கு பிறகு அவளுக்கு வைக்கும் ஒவ்வொரு வாய்ப்பும் அவளுக்கு வள்ளுவர் ஏதாவது உணர்த்த நேரிடுமோ என்று நினைத்து முழு ஆர்வத்துடன் ஈடுபட தொடங்கினாள். தொல் தமிழர்கள் போன்ற ஞானிகளின் செயல்பாடுகளை புரிந்துகொள்ள பல யுக்திகளை கையாள வேண்டும் என்று நினைத்தாள்.

பேசத்தொடங்கியவர், "விஞ்ஞானிகளாக நாம் எப்பொழுதும் ஒரு விஷயத்தை சரியாக புரிந்துகொள்ள அதை பிரித்து பகுத்து ஆய்வு செய்வது வழக்கம். மழலைகள் போன்ற ஒரு ஆர்வத்துடனேயே எல்லாவற்றையும் அணுகுவோம். ஒரு குழந்தை கையில் சிக்கும் பொம்மை என்ன கதையாகும், அதை உடைத்து, அதை அக்குவேறு ஆணி வேறாக பிரித்துவிடுவார்கள். ஏனென்றால் நம்மை பொறுத்தவரை அப்பொழுது நம் கண் முன் இருக்கும் பொருளோ, ஆய்வோ அது மட்டுமே நமக்கு முக்கியமாக தெரியும்.

உடைத்துப்போட்ட பொம்மையின் பாகங்கள் நடந்துவரும் அம்மாவையே, அப்பாவையே காயப்படுத்துமோ என்று யோசிக்காது ஒரு குழந்தை. ஆனால்

நாம் வளர்ந்து விஞ்ஞானிகளானபிறகும் இதே ஆர்வம் இருப்பது சரியானாலும், விளையாடிவிட்டு உடைத்தபொருளை அப்படியே விட்டு செல்வது நாம் நம் கல்வித்தகுதிக்கும், வயசுக்கு மறைமுகமாக சமூகத்துக்கும் செய்யும் துரோகமாகும்."

இப்படியொரு நெத்தியடி ஆரம்பத்துடன் தொடங்கியது கருத்தரங்கம். வரலாற்றில் பல நாசவேலைகளுக்காக பெயர்போன தனிமங்களைப்பற்றி விளக்க ஆரம்பித்தார். கதிர்வீச்சு அபாயம்பற்றி பல புகைப்படங்கள் பகிர்ந்தார்.

அடுத்தவர் ரசாயனங்களின் அபாயங்கள் பற்றியும், கசிவுகளால் நடக்கும் பேராபத்துகள் பற்றியும், அது காலநிலை மாற்றத்துக்குக்கும் சுற்றுசூழல் மட்டுமன்றி பல உயிரினங்கள் விழுப்புநிலையில் தள்ளப்பட்டதற்கும் எப்படி காரணிகளாக மாறின என்பதையும் விளக்கினார்.

செல்வி அங்கு தன்னை பிள்ளையார்போல நினைத்துக்கொண்டாள். அவளது காது மடல்கள் பெரிதாகி, ஒலிபெருக்கிகள் போல மாறி அங்கு பகிரப்படும் எல்லா ஒலிஅலைகளையும் வீணாக்காமல் பிடித்து காதுக்குள் செலுத்துவது போல நினைத்தாள். அவளது பானை வயிறு அதன் ஆற்றல் தூண்டப்பட்டு, அடுத்தது இந்த படம் வரலாம், இதனைப்பற்றித்தான் பேச வாய்ப்பு உள்ளது என்று நினைத்ததும் கண்முன் நடப்பதை உணர்ந்தாள்.

பேசியவர் ஜின்க் தனிமத்தைப்பற்றி பேசினார். பல மருந்துகளில் கலக்கும் ஒரு ரசாயனமாக இருந்தது அது. நோய் எதிர்ப்பு சக்தியை தூண்டும் என்று நம்பப்பட்டது. ஆனால் அதன் அளவுகள் சற்று கூடினால் அது டெஸ்டோஸ்டீ ரோன் என்ற ஹார்மோனின் அளவுகளை மாற்றிவிடுமாம். இது பெண்களில் மகப்பேறு விஷயங்களை பெரிதும் பாதிக்கும் என்றும் ஆண்களிலும் பல பக்க விளைவுகளை ஏற்படுத்தும் என்றும் சொன்னார். அவள் இந்த விஷயங்களை ஏற்கனவே வலைத்தளங்களில் கண்டுஎடுத்து குறித்துவைத்திருந்தாள். சில குரல்கள் அவர் சொல்லும் விஷயங்களுடன் அப்படியே பொருந்துவதை கண்டு வியந்தாள்.

இப்பொழுது அதிகாரம் 30 மற்றும் 31 ஐ முழுதாக புரிந்துகொண்டாள்.

அடுத்தது செமி கண்டக்டர் உபகரணங்கள் எப்படி கொல்லு ம் என்ற விஷயம் பற்றி அறிய ஆர்வமாக இருந்தாள். ஒருவர் தடைசெய்யப்பட்ட கலவைகளைப்பற்றி பேசியபோது அவளுக்கு பதில் சொல்வதுபோல் தோன்றியது. இந்த காலத்தின் பிரச்சனைகள் என்று நினைத்தவற்றுக்கு திருக்குறள் என்றோ தீர்வுகள் அல்லது எச்சரிக்கைகள் கொடுத்திருப்பதை கண்டு வியந்தாள். தனது வைராக்கியம் வலுப்பதையும் உணர்ந்தாள். இப்படிப்பட்ட உயரிய கலாச்சாரத்தின் துளியாய் அவள் இருப்பதை நினைத்து பெருமை கொண்டாள்.

29

கர்நாடக சங்கீதமும் 432 அலைவரிசையும்.

சென்னை.

காயத்ரி அக்காவும் நந்தினி அக்காவும் தங்களது கச்சேரிக்கு தயாராகிக்கொண்டு இனைந்து பாடி பழகிக்கொண்டிருந்தார்கள். பாட்டு சத்தம் கேட்டு செல்வி அவர்கள் வீட்டுக்கு சென்றாள். செல்வி அதுவரை கர்நாடக சங்கீதம் படுவதை நேரில் கெட்டதேய இல்லை. அவர்கள் அர்ப்பணிப்புடன் படுவதைக்கண்டு வியந்தாள். வெறும் சுருதிப்பெட்டியை வைத்துக்கொண்டு அவர்கள் பாடியதேய அவ்வளவு தெய்வீகமாக இருந்தது. சுருதி பெட்டி எலெக்ட்ரானிக் ஆகா மாறியிருந்தது ஆனால் அவர்கள் பாடிய பாடல்கள் காலங்கள் தாண்டி வந்த கீர்த்தனைகள்.

செல்வி சிறுவயதில் *கீ -போர்ட்* கற்றுக்கொண்டாள். அதனால் அவளுக்கு மேற்கத்திய இசை சுரங்கள் பற்றியும் அதை எப்படி பிரித்துள்ளார்கள் என்று தெரிந்தது. அவர்கள் ஒரு காபி குடிக்கலாம் என்று சற்று வரவேற்பறைக்கு வந்து இளைப்பாறியபோது அவர்களிடம் செல்வி இரண்டு சங்கீத பயணிகளுக்கும் என்ன வித்யாசம் என்று கேட்டாள்.

நந்தினி அக்காவின் அம்மா சென்னை இசைக்கல்லூரியில் பேராசிரியராக பணி புரிந்து வந்தார். அதனால் கேட்டவுடனே நந்தினி அக்கா ஆர்வமாக பகிரத்தொடங்கினார். கர்நாடக சங்கீதம் விஞ்ஞானப்போர்வமானது என்றார். மேற்கத்திய இசையில் ஸ்கேல் என்று சொல்வது ஒரு விதத்தில் ராகங்களுடன் ஒப்பிடலாம் என்றார்.

மேற்கத்திய இசையில் ஒரு ஸ்கேலில் ஏழு சுரங்கள் இருக்கும். ஆனால் கர்நாடக இசையில் ஒரு ராகத்தில் ஏழு அல்லது அதைவிட கூடுதலாகவோ குறைவாகவோ சுரங்கள் இருக்க அனுமதி உண்டு. ராகங்கள் மேளகர்த்தா என்ற ஒரு தொகுப்பின் அடிப்படையில் வகுக்கப்படுகின்றன. இந்த தொகுப்பு ஒரு நிகழ்தகவு பரவல்(*ப்ராபபிலிட்டி டிஸ்ட்ரிபியூஷன்*) போன்ற ஒரு கணித

முறையில் பிரிக்கப்பட்டுள்ளன. மேளகர்த்தா ராகங்களை தாய் ராகங்கள் என்றும், அதிலிருந்து பல கிளாராகங்கள் வரலாம் என்றும் பிரித்து வைத்-துள்ளார்கள்.

ராகங்களின் பெயர்களை கடபயாதி முறையில் தேர்ந்தெடுத்தார்கள் என்-றார். கடபயாதி என்று சொன்னவுடன் செல்விக்கு மனதில் மணியடித்தது. தூத்துக்குடி ஜெயராமன் ஆத்திச்சூடியை விளக்கும்போது இதைப்பற்றி பகிர்ந்-ததை நினைவு கூர்ந்தாள்.

செல்விக்கு தோன்றியது, ஒரு பொழுதுபோக்கு என்று நினைக்கும் விஷ-யம் கூட விஞ்ஞானப்பூர்வமாக தான் இருக்கவேண்டுமா என்ன! தமிழர்கள் என் இப்படி ஒவ்வொரு விஷயத்திலும் கரைகண்டவர்கள் போல நடந்-துகொள்கிறார்கள்! இது இவர்களது மரபணுவிலேயே இருக்குமோ என்று வியந்தாள்.

செல்விக்கு இவர்கள் பாடியதும், தான் கற்றுக்கொண்டதிலும் ஓசையில் வித்யாசங்கள் இருந்தது போல தோன்றியது. அதைப்பற்றி கேட்டாள். காயத்-ரியும் நந்தினியும் இந்த நுணுக்கத்தை செல்வி புரிந்துகொண்டதை நினைத்து ஆச்சரியமாக இருந்தது. காயத்ரி பகிரத் தொடங்கினாள், " மேற்கத்திய இசையை 440 அலைவரிசையை ஆதாரமாக கொண்டு சுருதி அமைக்கின்-றனர். இந்திய வாத்தியங்கள் 432 அலைவரிசையை ஆதாரமாகக் கொண்-டவை. 432 என்பது ஒரு டெஸ்லா எண். 4 +3 +2 = 9" என்றார். காயத்ரி அக்கா இயற்பியல் கற்றவர். அதனால் இந்த விஞ்ஞான தரவுகள் அவருக்கு விறல் நுனியில் இருந்தன.

வேற ஒரு டெஸ்லா வை சார்ந்த ஒன்று இருந்ததை நினைவு படுத்திக்-கொள்ள முயன்றாள்.

அவர்கள் செல்வியை பாட சொன்னார்கள். நாங்கள் கற்றுக்கொடுக்கிறோம், நீ பாட முயற்சி செய்து பார் என்றார்கள். ஒரு பிள்ளையார் கீதத்தை பாடினார்கள். செல்வி முயற்சி செய்த பொது ஒரு இடத்தில் சுருதி தப்பி-னாள். நந்தினியும் காயத்ரியும் ஏதோ மின்சாரம் பாய்ந்ததுபோல அதிர்ந்தாள். காயத்ரி பகிர்ந்தார்," இந்த சுரங்கள் நம் நரம்பு மண்டலத்துடன் தொடர்புடை-யவை. மாற்றிப்பாடினால் ஏதோ மினாரக்கோளாறு- ஷார்ட் சர்கிட் ஆனது போன்ற அதிர்வு உடலில் பாயும். ஒரு விதத்தில் வாத்தியங்களில் உள்ள கம்பிகளை நரம்புகள் என்று பெயரிட்ட தமிழர் அறிவாற்றலை மெச்சுகிறேன். இது தான் சரியான பெயர். இவை நரம்பை மீட்டுவதுபோல நரம்புகளை ஒத்திசைவு செய்ய வல்லவை. அதனாலேயே இவை நரம்புகளை அமைத்-தப்படுத்தவோ, பாதிக்கவோ வல்லவை. "

செல்விக்கு பள்ளியில் படித்த நரம்புமண்டலத்தின் செயல்பாடு, சிலசமயம் உடலில் உணரும் மின்சாரம், சிலநேரம் நைலானில் உடைகள் போட்டாலோ, அல்லது குழந்தைகள் விளையாதும் பிளாஸ்டிக் சருக்கு மரங்களிலோ அவள்

அந்த ஸ்டாடிக் மின்சாரத்தை உணர்ந்ததுண்டு.

அவர்கள் ராகங்களை பற்றி விரிவாக பேசினார்கள். வயலின் கலைஞர் குன்னக்குடி வைத்யநாதன் ராக ஆராய்ச்சி மையம் ஒன்றை ஆரம்பித்தார் என்றும், பைரவி ராகம் இதயத்தை குணப்படுத்தக்கூடியது என்றும் பகிர்ந்தார்கள்.

செல்வி திடீரென்று ராஜம் பாட்டியின் கோயில்கள் பற்றிய விளக்கத்தை நினைவு கூர்ந்தாள். நடனக்கலைஞர்கள் சட்டென்று இன்றைக்கு இருக்கும் செவிலியர்களுடையில் அபிநயம் பிடித்து, கோயிலுக்குள் நுழையும் நபர்களுக்கு என்ன மனவேதனை இருக்கக்கூடும் என்று ஆராய்ந்து, அவற்றை பாடல்களாக அர்ச்சகருக்கு, மடப்பள்ளியில் இருப்பவர்களுக்கும் எடுத்துரைப்பது போல கற்பனை செய்தாள். மடப்பள்ளியில் கஷாயங்களும், தீர்த்தமும் மூலிகைகள் சேர்த்து ஒருவர் தாங்கள் பிறந்த தேதி நட்சத்திரம், ராசி எல்லாம் சொன்னதும், அவர்களுக்கு கோள்கள் எப்படிப்பட்ட அமைப்பில் இருக்கின்றன, அவர்கள் குறைகள் தீர என்ன வழி என்று, அவர்கள் கோயிலை வளம் வருவதற்குள் ஆராய்ந்து பிரசாதமாக மருத்துவ குணங்கள் நிறைந்த மூலிகைகளை கலந்து வழங்குவது போலவும் கற்பனை செய்தாள். அப்பொழுது கோயிலுக்கு ஒரே நேரத்தில் இருபது முப்பது பேர் செல்வது போலவும், அவர்களை நன்கு கவனித்து அனுப்புவது போலவும் கற்பனை செய்தாள். சட்டென்று அவள் பகல் கனவில் கூட்ட நெரிசலும், தரிசனம் முடிஞ்சவங்க எல்லாம் சீக்கிரம் போங்க என்று நீண்ட நெடிய வரிசையில் பக்தர்கள் நிற்கும் இடித்து தள்ளும் கூட்டத்தை கற்பனை செய்து பார்த்து திடுக்கிட்டு சரியாக நிமிர்ந்து உட்கார்ந்தாள்.

செல்வி அவர்களிடம், "கர்நாடக சங்கீதம் மட்டும் தான் பாரம்பரிய இசை வழங்க பயன்படுத்தப்பட்டதா? " என்றாள்.

காயத்ரி,"இன்றளவும் பல கிராமங்களில், ஊர் திருவிழாக்களில், அன்றாடம் ஒரு விவயாசியோ, நெசவாளியோ, அவர்கள் சோர்வை போக்க பாடல்கள் பாடுவதுண்டு. அதற்க்கு பண் அன்று பெயர். பண்ணிசை கர்நாடக சங்கீதத்துக்கு முன்னோடியாக இருந்ததாக அறியப்படுகிறது. " என்றார்.

செல்விக்கு மறுபடியும் தனக்கு இதெல்லாம் தெரிந்திருக்கவில்லையே என்று குற்றவுணர்ச்சியாக இருந்தது. நம் கலாச்சாரக்கூறுகளை இப்படி புரிந்துவைத்து பின்பற்றுவது போல வேற ஏதாவது ஊரில் இப்படிப்பட்ட ஆளுமைகள் இருந்தார்களா? அவர்களால் தாங்கள் பின்பற்றும் பழக்க வழக்கங்களை விஞ்ஞானப்பூர்ணவாமாக விளக்க முடியுமா என்றும் வியந்தாள். தமிழர்களின் பொற்காலம் எப்படியிருந்திருக்கும். அயல் நாட்டவர்கள் வருகைக்கு முன்பு எப்படி இருந்திருக்கும் என்று யோசித்தாள்.

செல்வி அவர்களிடம் எவ்வளவு வருடங்களாக சங்கீதம் கற்கிறார்கள் என்று கேட்டாள். இருவருமே ஐந்து வயதிலிருந்தே கற்றுக்கொண்டார்கள் என்று தெரிந்து ஆச்சரியப்பட்டாள். என்ன தான் நந்தினியக்காவின் அம்மா

இசைக்கல்லூரி பேராசிரியராக இருந்தாலும் இவர்களுக்கு பாட்டு சொல்லிக்கொடுக்க ஒரு மாமி வீட்டுக்கு வந்தாராம். ஆனால் மேடை ஏற 12 வருடங்கள் ஆனது என்று சொன்னார்கள். நந்தினி அக்கா, " இப்போது இருக்கும் பெற்றோர் மிகவும் அவரச புத்தி உடையவர்களாக இருக்கிறார்கள். அவர்கள் எடுக்கும் சிறு முயற்சி கூட உடனடியாக பயனளிக்க வேண்டும் என்று நினைக்கிறார்கள். இதில் இருக்கும் ஒரு சிக்கல் என்னவென்றால் ஒரு விஷயத்தை முழுமையாக தெரிந்து கொள்ளாதவர்கள், வெறும் சுமாரான பாடகர்கள் என்று எல்லோரும் மேடையேறி கச்சேரி செய்ய வேண்டும் என்று எண்ணுகிறார்கள். பெற்றோர் ஒரு வகுப்புக்கு காசு கொடுத்து சேர்க்கும்போதே அது இவர்கள் பிள்ளைகளை மேடையேற்றவும் அவர்கள் காட்டும் கப்பம் என்று நினைக்கிறார்கள்.இன்றைய பிள்ளைகள் நிராகரிப்பை சந்திப்பதே இல்லை. எது வேண்டுமானாலும் ஆடம் பிடித்து அழுது சாதித்து விடலாம் என்று நினைக்கிறார்கள் என்றும் பகிர்ந்தார். இப்படி சுமாரானவர்களை மேடையேற்றி மேடையேற்றி, பொதுவாக தரம் கீழே வந்துவிடும் என்பதை எல்லோரும் உணர வேண்டும்" என்றும் தன ஆதங்கத்தை பகிர்ந்துகொண்டார் காயத்ரி.

"இப்பொழுது இருக்கும் பள்ளிகளில் பரிசுகள் கூட எல்லோருக்கும் வழங்கவேண்டும் என்று வந்துவிட்டது. இது உண்மையாக ஒரு விஷயத்துக்கு போராடி ஜெயிக்க வேண்டும் என்று எண்ணுபவர்களுக்கும் ஒரு பின்னடைவு தானே?" என்றார் நந்தினி.

அவர்கள் அதற்கு பிறகு அரசியல், அரசின் இட ஒதுக்கீடு திட்டம் அது எவ்வளவு மாணவர்களின் வாழ்க்கைகளை மாற்றியுள்ளது, சத்துணவு திட்டம், அம்மா உணவகங்கள், அரசு நடத்தும் மதுபானக்கடைகள், அதை எப்படியெல்லாம் ஒழிக்கலாம் என்று பல விஷயங்களைப்பற்றி ஆவேசமாக பகிர்ந்துகொண்டனர். கச்சேரி களை காட்டியது. அடுத்த நாள் தீபாவளி பண்டிகையாக இருந்தது. நந்தினி அக்கா அவர்களது ஒரு பையில் துணிகளை எடுத்து வைத்துக் கொண்டிருந்தார்.

செல்வி ஆர்வமாக கேட்டாள், "அக்கா, நாளைக்கு தீபாவளி, இன்று எங்கே போகப்போறீங்க?"

காயத்ரி, "தலை தீபாவளிக்கு பெண்கள் தங்கள் பிறந்தவீட்டுக்கு செல்வது வழக்கம்." என்றார்.

செல்வி அவர்களிடம் விடைபெற்றுக்கொண்டு வீடு புறப்பட்டாள். மாமி செய்து கொடுத்த முறுக்குகளை, இனிப்புகல் எல்லாம் நிறைய சாப்பிட்டு, வீட்டுக்கும் ஒரு பங்கு எடுத்து சென்றாள். திட்டம் தெரியாமல் நிறைய சாப்பிட்டு வயிறு அடுத்த பட்டாசுபோல் வெடித்துவிடுவதற்குள் வீடு சென்று சேர்ந்தாள்.

30

நிலாத்துறவியின் ஆழ்ந்த புரிதல்கள்

ஜெனீவா,

துவீபா செல்வியை வீட்டுக்கு வர சொல்லியிருந்தாள். செல்வி தான் எழுதிய குறிப்புகளை தொகுக்கலாம் என்று நினைத்தாள். ஆராய்ச்சிக்கூடத்தில் எல்லோரும் இவளது திருக்குறள் ஆராய்ச்சியால் அவளை முழுதாக ஒதுக்க ஆரம்பித்துவிட்டார்கள். செல்விக்கு இதை எப்படி எடுத்துக்கொள்வது என்றே தெரியவில்லை, அவர்கள் தன்னை சரியாக புரிந்து கொண்டு அவளுக்கு நேரம் கொடுக்கிறார்கள் என்று எடுத்துக்கொண்டாள். வேற எந்த விதத்தில் எடுத்துக்கொண்டாலும் அவள் மனது இன்னும் குழம்பும் என்று நினைத்தாள். மேலும் அங்கு அவளுக்கு ஒதுக்கப்பட்ட பல ஆராய்ச்சிகளை தள்ளிப்போட்டுக்கொண்டே வந்தாள். அதை நினைத்து குற்ற உணர்ச்சியாகவும் இருந்தது. வழக்கமாக எடுக்கும் ஆராய்ச்சிக்குறிப்புகளை மட்டும் மேற்கொண்டு, அவற்றை ஆராய்வதை தள்ளிவைத்துக்கொண்டாள். அறத்துப்பால் முழுவதும் முடிப்பதிலேயே ஆர்வம் காட்டினாள். இன்னும் ஐந்தே அதிகாரங்கள் இருந்தன. அவற்றை வேகமாக முடித்துவிட வேண்டும் என்று ஆர்வமாக இருந்தாள்.

துவீபா தனது பக்கத்துவீட்டில் வசித்த யுக்தாவுக்கு உதவ வேண்டியிருந்தது. அவர்களது வீட்டை மாணவர்களுக்கு வாடகைக்கு விட உதவ வெந்தியதாகிற்று. யுக்தா குடும்பத்துடன் மூன்று வருடங்களுக்கு அமெரிக்கா செல்லவேண்டியதாயிற்ற்று.

அவர்கள் வீட்டில் பெயின்டிங் வேலை நடந்து கொண்டிருந்தது. தனது பக்கத்து வீட்டுகாரர்கள் எவ்வளவு சாமர்த்தியசாலிகள் என்று பகிர்ந்துகொண்டாள். அவர்களைப்பொறுத்தவரை எது அதிக லாபம் என்று யோசிக்கிறார்கள். யுக்தா பல நாடுகளில் வீடுகள் வைத்துள்ளதாகவும், அவற்றிலிருந்து வரும் வாடைகையே துவீபா மற்றும் கௌதமின் சம்பளத்தைவிட

அதிகம் என்றும் பகிர்ந்தாள். இந்த வீடு மூன்று படுக்கை அறைகள் கொண்ட வீடு, துவீபா ஒரே குடும்பத்திற்கு வாடகைக்கு கொடுத்திருப்பாள் ஆனால் யுக்தா இதையும் இன்னும் லாபகரமாக மாற்ற நினைத்து மூன்று மாணவர்களுக்கு விடுகிறாள் என்றாள்.

"கௌதமின் சொந்தக்காரர்கள் யுக்தாவைப்போல் நிறைய சொத்து சேர்த்துவைத்துக்கொண்டு தங்கள் கையிலிருந்து செலவு செய்ய தயங்கும் கஞ்சர்கள். அவர்களுக்கு என்னைக் கண்டாலே பிடிக்காது. ஏனென்றால் நான் அவர்கள் எப்படிப்பட்டவர்கள் என்று அவர்களுக்கு உணர்த்திவிடுகிறேன், சுட்டிக்காட்டி அல்ல, அன்பாய் அணுகுவதன் மூலம். ஆனால் அவர்கள் என் மாமனார் மாமியாரிடம், இந்த பெண் நம் குடும்பத்தை உடைத்துவிடுவாள். இவள் நம்மைப்போல இல்லை என்று சொல்லிக்கொண்டே இருப்பார்கள். அவர்கள் கடவுளால் கண்டறியப்பட்டவர்கள். ஏதோ உயர்ந்த குணம் இருப்பதால் லட்சுமி அவர்களிடம் தங்குகிறாள் என்றெல்லாம் சொல்லி எல்லோர் மனத்திலும் விஷத்தை விதைக்கிறார்கள்." என்று முதல் முறையாக குடும்ப விவகாரங்கள் பற்றியும் அரசியல் பற்றியும் செல்வியிடம் பகிர்ந்து கொண்டாள்.

செல்வி தனது குடும்பத்தார் நடந்து கொள்ளும் விதத்தை இந்த சொத்து, காசு என்று இருப்பவர்களுடன் ஒப்பிட்டு பார்த்தாள். பாட்டி வீட்டில் முதல் மாடி முழுவதும் தங்கள் பிள்ளைகள் வந்தால் தங்குவதற்காக எப்பொழுதும் பராமரித்து வைத்திருப்பதை நினைத்தாள். அவர்கள் வசிக்கும் இடத்தில் அந்த இடத்தை வாடகைக்கு விட்டிருந்தாள் அவர்கள் இன்னும் நிறைய காசு சம்பாத்தித்திருப்பார்கள். பாட்டி தாத்தா இருவரும் இருப்பதை வைத்து சந்தோஷமாக, நிம்மதியாக வாழவேண்டும், பேராசைப் படாமல், எளிமையாக வாழ்க்கையை நடத்தி வாழ்வதை நினைத்து பெருமையாக உணர்ந்தாள்.

இன்னும் புரிந்துகொள்ளவேண்டிய அதிகாரங்களைப்பற்றி நினைத்துப்பார்த்தாள். நிலையாமை, துறவு, மெய்யுணர்தல் ஆகியவை இப்பொழுது தெளிவாக புரிந்தது. வாய்ப்பிருந்தும் எளிமையாக வாழ்வது ஒரு ஆறாம் சார்ந்த முடிவாக அவளுக்கு தோன்றியது.

ஒரு துறவிபோல் பல விஷயங்களை மனதில் அசைபோட்டாள். அவள் செலீனா, செலினியம் என்ற தனிமம் நிலவொளியில் ஒளிருமாம், இவளும் தண்ணொளியை உணர்ந்தாள். அந்த ஞான ஒளியால் தன்னை நிரப்பி, திளைத்தாள்.

31

தீபாவளி

சென்னை.

தீபாவளி குடும்பத்துடன் கொண்டாடி பல வருடங்கள் ஆகியிருந்தது. செல்வி பெரும்பாலும் வடநாட்டிலேயே வளர்ந்ததால் தீபாவளி மிக முக்கியமான பாண்டியாக இருந்தது. இங்கு படிக்கும்போது பலரும் பாட்டாசுகளால் காற்று மாசுப்படுவதைப்பற்றியும், அதன் சத்தம் விலங்குகளை அச்சுறுத்துவதைப்பற்றியும் இவள் மனதில் பல எதிர்மறை உணர்வுகளை விதைத்துவிட்டனர். ஏழு வருடங்களாக அவள் பட்டாசுகளை முழுவதாக தவிர்த்துவிட்டாள். அரசு, பட்டாசு வெடிக்க நேரம் ஒதுக்கியதால் பலரும் அந்த நேரத்தில் கொண்டாட முன்வந்ததை பார்த்தாள்.

அன்னபூரணி மாமியும் ராஜம் பாட்டியும் தமிழர்கள் தீபாவளியுடன் எப்படிப்பட்ட சம்பந்தத்தை உணர்கிறார்கள் என்று தெரிந்து கொள்ள ஆர்வமாக இருந்தாள்.

பாட்டி அதிகாலை 4:30 கு எழுந்து அனைவரையும் எழுப்பி தலையில் காய்ச்சிய நல்லெண்னனையை தேய்த்துவிட்டார். செல்வி பாட்டி வீட்டில் இருந்த ஆறு வருடங்களில் இந்த பழக்கத்தை கேள்வி கேட்காமல் பின்பன்றினாள். அதுவரை அவளுக்கு காரணங்கள் தெரிந்து கொள்ள ஆர்வமும் இருக்கவில்லை.

தீபாவளிக்கு என்னை பலகாரங்கள் செய்வதையும் கவனித்தாள். மற்ற விசேஷங்களுக்கு பெரும்பாலும் வேகவைத்த உணவு வகைகளே இருக்கும். மேலும் குளித்துவிட்டு வந்தவுடனேயே இன்ஜி சேர்ந்தது செய்த லேகியம் ஒன்றையும் வெறும் வயிற்றில் எடுத்துக்கொள்ள சொல்வார். குளித்துவிட்டு எல்லோரும் புது துணிகள் அணிந்து பிறகு பட்டாசுகள் வெடித்துவிட்டு, காலை உணவு சாப்பிட்டுவிட்டு கோயிலுக்கு செல்வார்கள்.

செல்வி கேட்டு தெரிந்து கொள்ளலாம் என்று நினைத்தாள். ஆனால் சேந்தன் முந்திக்கொண்டான். இருவரும் தமிழர்கள் பழக்க வழக்கங்களை புரிந்துகொள்ள எல்லா முயற்சிகளும் செய்தார்கள்.

சித்த மருத்துவர் தாத்தா, பேசத்தொடங்கினார். "தமிழர்கள் தங்கள் பழக்கங்களை காலசுழற்சியுடன் பொருந்திவரும் விதத்தில் அமைத்துக்கொண்டார்கள். ஒளி,இருள் என்ற சுழற்சியை எல்லா நிலைகளிலும், காலத்தை வகுக்க பயன்படுத்தினார்கள். இதை சீனர்கள் யின் யாங் என்று குறிப்பிடுவர். ஒரு நாளை ஒளி இருக்கும் பகுதி- பகல் என்றும், இருள் நிறைந்த பகுதி-இரவு என்றும் பிரித்தார்கள். ஒரு வாரம் ஒளிநிறைந்த ஞாயிற்றுக்கிழமை தொடங்கி ஒளியின் ஆதாரமான சூரியனிலிருந்து இருப்பதிலேயே அதிக தொலைவில் இருக்கும் சனி என்ற கோளை சார்ந்த சனிக்கிழமையில் முடிகிறது. வாரத்தில் ஒவ்வொரு நாளும் ஒரு கோளுடன் சம்பந்தப்படுத்தி அமைத்தார்கள். ஒரு மாதம் நிலாவின் ஒளி நிறைந்த வளர்பிறை நாட்கள், நிலவின் ஒளி தேயும் தேய்பிறை நாட்கள் என்று இரு பட்சங்களாக பிரித்தார்கள்."

"ஒரு வருடம் மாதங்களாக பிரித்து, பூமியில் இந்திய துணைக்கண்டம் சுழலும்போது சூரியனின் அருகில் இருக்கும் மாதங்களை ஒளிநிறைந்த மாதங்களாகவும், விலகிச்செல்லும் மாதங்களை இருள் சூழ்ந்த மாதங்களாக பிரித்தார்கள். சேந்தன் இடைமறித்து, தாத்தா இது தானே ஈக்வினாக்ஸ் மற்றும் சால்ஸ்டிஸ் என்பார்கள், என்றான். செல்வி மகிழ்ந்து காய் தட்டிவிட்டாள்."

பத்தாம் வகுப்பு படிக்கும் சேந்தனுக்கு ஆறாம் வகுப்பில் நடத்திய இது நினைவுபடுத்துவது எளிதாக இருந்தது.

தாத்தா தொடர்ந்தார், " தமிழர்கள் கொண்டாடும் பண்டிகைகள் பட்டியலை பார்ப்போம். இந்திய துணைக்கண்டம் சூரியனிலிருந்து மிக அருகில் இருக்கும் சித்திரைமாதம் தொடங்குகிறது. அந்த நாளை தமிழ் வருடத்தின் முதல் நாளாக கொண்டாடுகிறோம். அது என்று வரும்? என்றார் தாத்தா.

"ஏப்ரல் மாதம் 14" என்று சேந்தன் உடனே துள்ளி குத்தித்து சொன்னான்.

"அதற்கு பிறகு வரும் கோடைகாலம் மிகவும் வெப்பம் அதிகம் இருக்கும் நாட்கள் என்பதால் அப்பொழுது எந்த பண்டிகைகளும் இல்லை. ஆடி மாதம் காற்றடித்து, மழை மேகங்கள் கடலில் உருவாக வழிவகுக்கும். அந்த மாதங்களில் முளைப்பாரி விழா, கொண்டாடுவது, மக்களும் ஆடி மாத விரதங்கள் மேற்கொண்டு, கேழ்வரகு போன்ற உடலை குளிரச்செய்யும் பொருட்களை காய்ச்சி கூழாக குடித்து, தங்களை மழைக்கு முன் விவசாயம் செய்ய தயார்படுத்திக்கொள்கிறார்கள். ஆடிப்பட்டம் தேடி விதை என்று ஒரு வசனம் உள்ளது."

"முளைப்பாரி னா?" என்றாள் செல்வி.

"முளைப்பாரி என்பது அந்த கிராமத்தின் விதைத்தரம் கண்டறிய பயன்படுத்தும் ஒரு முஸ்=ராய். அதை ஒரு வழிபாடாக அவ்வளவு பக்தியுடன் செய்கிறார்கள். உனக்கு புரியும் படி சொல்லவேண்டும் என்றால்,'*ஸீட் ஸ்டாக் செலெக்க்ஷன்* '"என்றார் தாத்தா.

"கிராமத்தில் அறுவடை செய்தபின், ஒரு பங்கு விதைகளை அடுத்த நாடா-

வுக்காக எடுத்து வைப்பது வழக்கம். கிராம மக்கள், குறிப்பாக பெண்கள் தங்கள் வீட்டு விதைகளை மூளைக்கட்டி, கூடைகளில் வளர்ப்பார்கள். இந்த கூடைகள் கிராமத்தில் கோயிலில் ஒரு கொட்டகையில் வளர்க்கப்படும். ஒவ்வொரு நாளும் அதில் பக்தியுடன் பெண்கள் நீர் தெளித்து வளர்த்துவருகிறார்கள். எந்த கூடை நல்ல தரமான கன்றுகளை தருகிறதோ, அந்த வீட்டின் விதைகள் கிராமத்தில் எல்லோராலும் பயன்படுத்தப்பட்டு தரமான விதைகளின் தேர்வு நடைபெறுகிறது."

"பெண்கள் முளைப்பாரிகளை வளர்க்கும் காலத்துல விரதம் மேற்கொண்டு, உடலுறவுகொள்ளாமல் இருப்பார்கள். கடும் வெப்ப நாட்களில் குறையும் ஆண்களின் விந்தணு எண்ணிக்கையும், இந்த ஆடி மாத உணவு கட்டுப்பாட்டில் சீராகிறது. அதனால் ஆடி மாதத்தில் பல வீடுகளில் தம்பதிகள் பிரித்து வைக்கப்படுகிறார்கள்."

"அடுத்த மாதத்தில் பிள்ளையார் சதுர்த்தி கொண்டாடப்படுகிறது. அதற்க்கு இங்கே களிமண்ணால் ஆனா பிள்ளையார் சிலைகள் பயன்படுத்தப்பட்டன. அதனுடன் 21 மூலிகைகளை அர்ச்சனை என்ற பெயரில் சேர்ந்தது, அருகில் உள்ள நீர்நிலைகளில் கரைப்பார்கள். அந்த களிமண் நீர்நிலையிலிருந்து தூர்வாரப்பட்டு, மறுபடியும், அதை சென்றடையும். அது அந்த மதத்திற்கு பிறகு தொடங்கும் மழைக்காலத்தில், நீர்நிலைகளை, நீர் சேமிக்க தயார்படுத்துகிறது. மேலும் அந்த மூலிகைகள் நீரில் பரவும் தொற்றுகளிலிருந்து மக்களை காக்கின்றன."

இந்த விஷயத்தை வள்ளி சித்தி பகிர்ந்ததை நினைவு கூர்ந்தால் செல்வி.

"இப்பொழுது வருவோம் தீபாவளிக்கு. இது நாடெங்கும் வேறு வேறு காரணங்களுக்காக கொண்டாடப்படுகிறது. தமிழ் நாட்டில் இதுவும் ஒரு சமூக நன்மையை மனதில் கொண்டு ஏற்பாடு செய்யப்பட்டது."

"அது தானே பார்த்தேன்" என்றாள் செல்வி.

தாத்தா தொடர்ந்தார், " தமிழ்நாட்டில் தீபாவளி பண்டிகை, பருவமழையின் கடைசியில் கொண்டாடப்படுகிறது.2-3 மாதங்கள் நீடிக்கும் பருவமழைக்காலம், நிலத்தில் இருக்கும் கனிம, தனிமை வளங்கள் அதாவது மினரல்களை அடித்து சென்றுவிடுகிறது. இந்த நேரம் பூஞ்சைகளின் வளர்ச்சியும் பாதிக்கிறது, புழுக்கமான நேரம் என்பதால். பூஞ்சைகள் சரும வியாதிகளுக்கு காரணிகளாக இருக்கின்றன.

தமிழர்கள் இந்த பிரச்சனைகளை சமாளிக்க ஒரு அருமையான தீர்வை கண்டறிந்தார்கள். எண்ணெய் பலகாரங்களை செய்தார்கள். இதை சாப்பிட்டு, எண்ணெய் தேய்த்து குளிக்கவும் செய்தார்கள். பட்டாசுகள் , அதுவும் சிவகாசியில் தயாரிக்கப்படும் நாட்டு பட்டாசுகளில் மண் வளத்தை சீர்செய்யக்கூடிய ரசாயனங்களை சேர்த்தார்கள். கன் பவுடர் என்ற வெடி மருந்தில் பொட்டாசியம் நைட்ரேட் , கார்பன் மற்றும் சால்பார் இருக்கின்றன, அதனுடன் சிறிய அளவில் அலுமினியமும் சேர்க்கப்படுகிறது. வண்ணங்களுக்காக

பேரியம் மற்றும் ஸ்ட்ரான்ஷியம் சேர்க்கப்படுகிறது. இவற்றின் அளவுகளை அரசு நிர்ணயிக்கிறது.

ஒரு வெடி வெடித்ததும், அது மேகங்களுடன் சேர்ந்தது கடைசியாக ஒரு மழை பொழியும். இது ஒரு வகையான கிளவுட் சீடிங்.

மழையாக பொழியும் போது ஸல்பார் மழை சற்று அமிலத்தன்மை ஆகிறது. தமிழ்நாட்டு மண்ணின் தன்மை இயல்பில் காரத்தன்மையானது. நெல் சாகுபடிக்கு பி.எச் சமநிலையானதாக இருக்க வேண்டும். அதை இந்த அமில மழை சாதிக்கிறது. இதனால் பட்டாசு வெடிப்பது காற்றை மாசுப்படுத்துவது தெரிந்தே நம் முன்னோர்கள் செய்த ஒரு யுக்தி.

பட்டாசு புகையிலிருந்து மழையில் கலக்கும் ஸல்பார் நம் சருமத்தில் இருக்கும் எண்ணெய் பக்கத்தில் கலந்து, நாம் உட்கொண்ட எண்ணெய் பலகாரங்களால் உள் வரை சென்று நோய் ஏற்படுத்தக்கூடிய பூஞ்சைகளை அழிக்கிறது.

சீயக்காய் தேய்த்து குளிக்கும்போது இது உடலிலிருந்து ஒரு கூழாக வெளியேற்றப்படுகிறது. இந்த நிலையில் ஸல்பாரின் நச்சுத்தன்மை குறைந்து நீர்நிலைகளில் இருக்கும் மற்ற நுண்ணுயிரிகளை பாதிக்காதவாறு மாறுகிறது.

பட்டாசு வெடிக்கும் சத்தம் ஒரு அதிர்ச்சியை ஏற்படுத்தும். பயம், அதிர்ச்சி என்ற உணர்வுகளின் போது எந்த ஹார்மோன் சுரக்கும்? என்று சேந்தனைக் கேட்டார் தாத்தா.

"*பாய்ட் ஆர் பிளைட் ஹார்மோன் - அட்ரீனலின்*" என்றான் சேந்தன்.

செல்வி, பாட்டி, யக்ஞா என்று சுற்றி உட்கார்ந்திருந்த அனைவரும் சேந்தனுக்காக காய் தட்டினார்கள்.

"அட்ரீனலின் என்ற ஹார்மோன் நாம் பயப்படவோ, ஆபத்தை உணரவோ செய்யும்போது இதையத்துடிப்பை அதிகரித்து ரத்தத்தை சீராக ஓடவைக்கும். நாம் ஓடப்போகிறோம் என்று உணர்வோம்.

குளிர், எண்ணெய் பலகாரங்கள் என்று சாப்பிட்டு மந்தமாகியிருக்கும் வயிறு, இதயத்திற்கு சரியான எதிரியாக மாறிவிடும். அதை தவிர்க்க இந்த இன்ப அதிர்ச்சி. ரத்த ஓட்டம் சீராகி, அடுத்து வரும் குளிர்காலத்துக்கு முன் உடலை சூடாக்கும். ஏதாவது அடைப்புகள் இருந்தால் கூட சரியாகிவிடும். பட்டாசுகளால் சத்தம் அதிகமாக ஏற்படுகிறது என்கிறார்களே, சராசரியாக ஒரு நகரத்தின் சத்தம் பட்டாசுகள் அளவை ஒத்தது." என்றார் தாத்தா.

செல்விக்கு ஒரு விதத்தில் இதெல்லாம் தர்க்கரீதியாக உயர்வாக தோன்றினாலும், இவ்வளவு யோசித்து ஒரு சமூகம் உண்மையிலேயே அமைக்கப்பட்டிருக்குமா என்று குழம்பினாள்.

தாத்தா தொடர்ந்தார், "நான் என்னை ஒரு மதத்துடன் சேர்த்து பார்க்க விரும்பியதில்லை. எப்பொழுதும் இயற்கையின் சக்தியை நம்பியவன். நான் வாழும் இந்த முறைக்கு ஒரு மதத்தின் பெயர் சூட்டுவதென்றால், நான் பின்பற்றும் மதம், ஆசீவகம். அது ஒரு சக்தியை நம்பியது. நாம் உலகத்தில்

படைக்கப்பட்டிருக்கோம் என்றும், நமக்காக உலகம் படைக்கப்படவில்லை என்றும் நம்பிய ஒரு மதம். காட்டின் மரங்களை யாகங்கள் என்ற பெயரில் எரித்து நாசம் செய்யவதை எதிர்த்த மதம்." என்றார் தாத்தா.

செல்வி தாத்தாவிடம் அடுத்து அசைவ உணவு பற்றி கேட்டாள்.

"அது நாம் வசிக்கும் இடத்துக்கேற்ப மாறும் ஒரு தருமம். தமிழர்கள் பல்லுயிர் ஓம்பும் பண்பாளர்கள். அவர்களால் ஒரு உயிரினம் பூமியிலிருந்து மறைந்ததாக இல்லை. அதாவது எக்ஸ்டிங்க்ட் ஆனதில்லை.

விவசாயம் என்பதே ஒரு இயற்கைக்கு எதிரானது தான். இயற்கையில் இப்படி ஒரு வகை செடியை மட்டும் நடுவது, காலை பறிப்பது எல்லாமே நடக்காது இல்லையா? ஒரு சமூகம் உன்ன ஒரே வகை உணவுப்பொருளை மட்டும் வளர்க்கலாம் என்றால் பண்ணையில் வளர்த்து விலங்குகளை சாப்பிடுவதும் ஞாயமாகிவிடும்.

நாம் சைவர்களாக இருப்பது நாங்கள் எடுத்த தார்மீக முடிவு. அது ஒரு கொள்கை சார்ந்த முடிவே தவிர அதற்கும் நம் மதசார்புக்கும் எந்த தொடர்பும் இல்லை.என்ன சொல்ல வருகிறேன் என்றால், நாம் சாப்பிடுவதில்லை, சாப்பிடுபவர்களை சீர்தூக்கி பார்க்க நமக்கு எந்த உரிமையும் இல்லை, அவ்வளவுதான். என்னைப்பொறுத்த வரை பழுத்து விழும் பழங்கள், காய்கள் என்று ஒரு வாழ்க்கை வாழ முடிந்தால் அது தான் உண்மையான இயற்க்கை சார்ந்த வாழ்க்கை முறை. வள்ளலார் சொன்னதுபோல வாடிய பயிரைக்கண்டு மனம் வாடும் பொதுநல அக்கறை இருந்தால் போதும்." என்றார்

32

அறத்துப்பால்

கடைசி 2 அதிகாரங்கள் மட்டுமே இருந்தது.

செல்வியின் அரைச்சி மேற்பார்வையாளர் சற்று கோவத்தில் இருந்தார். அவள் தான் கொடுக்கவேண்டிய விரிவுரையின் நேரத்தை பலமுறை மாற்றிக்கொண்டே இருந்தாள். சைதன்யா அவளை நேரில் அழைத்து, கோவம் கண்ணில் தெரியும் படி ஆனால் நேரடியாக வார்த்தையால் வெளிப்படுத்தாமல், " உனக்கு ஆராய்ச்சியில் ஆர்வம் இருக்கு என்று நினைத்து நான் கொடுத்த பொறுப்புகள் உன்னை பெரிதாக ஊக்கப்படுத்துவது போல தெரியவில்லையே" என்றார்.

செல்வி அசடுவழிந்துகொண்டு நின்றாள். செர்ன் வந்தபோது பல கனவுகளோடு வந்த அவள் திருவள்ளுவர், வள்ளி சித்தி மற்றும் பாலா பாட்டியால் மந்திரிக்கப்பட்டவள் போல மாறியிருந்தாள் .

இருந்த 2 அதிகாரங்களை வைத்துவிட்டு, தனது வேளையில் கவனம் செலுத்துயாகவேண்டும் என்று முடிவெடுத்தாள். அவள் ஆரல்வாய்மொழி செல்ல பயணச்சீட்டு கூட முன்பதிவு செய்து வைத்திருந்தாள்.ஆனால் செர்ன் இல் தனது மதிப்பை சரிசெய்யாமல் செல்வது சரியாக இருக்காது என்று நினைத்தாள். அவள் மனம் ஒரு சூழலில் மாட்டிக்கொண்ட பட்டம்போல தவித்தது.

கண்களை மூடிக்கொண்டு நடந்த எல்லாவற்றையும் மனதில் ஒரு படமாக ஓட்டி பார்த்தாள்.

நடராஜர் சிலை அவள் கண்முன் தோன்றியது. அங்கிருந்து சித்தியிடம் பேசியது நினைவுக்கு வந்தது.

சித்தி அவளை பொதிகை மலைக்கு அழைத்து சென்றார். தூத்துக்குடி ஜெயராமனை சந்தித்தாள். திருக்குறளை எப்படி அணுக வேண்டும் என்று புரிந்தது.

தமிழர்கள் விஞ்ஞானரீதியாக எவ்வளவு முன்னேறியிருந்தார்கள், எப்படிப்பட்ட கலாச்சாரத்தை கட்டமைத்திருந்தார்கள் என்று புரிந்து கொண்டாள்.

திரும்பி வந்து ஐந்து அதிகாரங்களை உடனடியாக புரிந்து கொண்டாள். தனது கண்ணீர் பூத்திருந்த கண்களை திறந்து, அவளது குறிப்பு புத்தகத்தை திறந்து பார்த்தாள். முதல் அதிகாரமான கடவுள் வாழ்த்து ஆயுத எழுத்துக்கும், அணுத்துகள்களுடனும் எப்படி பொருந்தியது என்று பிரிந்து கொண்டிருந்தாள்.

ஆறாவது அதிகாரம் நேரடியாக புரிந்திருந்தாலும், இரண்டு குரல்கள் அவளை தூங்கவிடாமல் வாட்டியதும், அதன் விளக்கங்கள் புரிந்து கொண்டதும் அவளுக்கு எப்படியிருந்தது என்று நினைத்துப்பார்த்தாள். " சிறு காய் அளாவிய கூழ்" என்ற குறளும், " இசைக்கும் மழலைமொழிக்கும், தனிமங்களும் இருந்த சம்பந்தத்தை அவள் புரிந்து கொண்டதை நினைத்து அவளுக்கு வியப்பாக இருந்தது.

மறுபடியும் ஒன்பதாவது அதிகாரம் வரை எளிதில் தெரிந்து கொண்டவள், பத்தாவது பதினொன்றாவது அதிகாரங்களை சாற்றி கஷ்டப்பட்டு விளங்கிக்கொண்டாள்.

14, 15, 16, 17 மற்றும் 18 கூட ஒருவிதத்தில் அதிக நேரம் செலவழிக்காமல் விளங்கிக்கொள்ள முடிந்தது.

20 புரியும் போது வள்ளுவர் மேலும் அவரது தவ வலிமை மீதும் அவளுக்கு தனி மதிப்பு வந்தது. இதை அவர் தனது ஞான திரிஷ்டி மூலமே கண்டறிந்திருப்பார் என்று நினைத்தாள்.

பிறகு அவளுக்கு இது காய் வந்த காலை போன ஆகி விட்டது.

21,22,23,24,25, மறுபடியும் மூளையை கசக்கி பிழிந்தது. இப்பொழுது இன்னும் இரண்டே அதிகாரங்கள்.

சைதன்யாவின் குரல் அவளை மிரட்டியது.

மறுபடியும் கண்களை மூடிக்கொண்டாள். ஆழ் மனதிலிருந்து ஒரு குரல் தி ஜி.எஸ்.ஐ. ஹெல்ம்ஹோல்ட்ஸ் சென்டர் பார் ஹெவி அயான் ரிசர்ச், டார்ம்ஸ்டாட், ஜெர்மனி என்றது. இந்த ஆராய்ச்சி கூடம் புதிய தனிமங்களை உருவாக்கும் ஆராய்ச்சியில் ஈடுபட்டுக்கொண்டிருந்தது.

கடந்த வாரத்தில் இந்த ஆராய்ச்சிக்கூடத்துக்கு மாணவர்களை அனுப்புவதைப்பற்றிய அறிவிப்பை, அறிவிப்பு பலகையில் பார்த்தது நினைவுக்கு வந்தது.

வள்ளுவரே அவளுக்காக இதை செய்ததுபோல் தோன்றியது. சட்டென்று ஒரு யுக்தியை யோசித்தாள். வள்ளி சித்தி சொன்ன கட்டபயாதி குறிப்பை வைத்து திருக்குறளை ஆராய்ந்து அதை வைத்து ஒரு ஆராய்ச்சி திட்டத்தை கட்டுரையாக தயார் செய்து, அதையே அவளது விரிவுரையாக வழங்கிவிடலாம் என்று முடிவெடுத்தாள். ஆனால் இதை ஒரு முழுமையான நவீன அறிவியல் கட்டுரையாக எழுதவேண்டும். இதற்கும் திருக்குறளுக்கும் எந்த சம்பந்தமும் இருப்பதை வெளியிடக்கூடாது என்றும் நினைத்தாள்.

இந்த ஆராய்ச்சி ஜெர்மனியில் செய்ய முடிந்தபின், அங்கு ஒரு மேடை கிடைத்தபின், அப்பொழுது வள்ளுவரை கவுரவப்படுத்தலாம் என்று முடிவெடுத்தாள்.

மறுபடியும், நாம் புரிந்து கொள்வது சரிதானா? திருக்குறள் உண்மையிலேயே இப்படிப்பட்ட ஒரு விஞ்ஞான புத்தகமா? அவள் சொல்லும் அறிவியல் முன்மொழிவுகள் ஏற்றுக்கொள்ளப்படுமா? அவளை மக்கள் ஒரு தீவிரமான ஆராய்ச்சியாளர் என்று ஏற்றுக்கொள்வார்களா? இல்லை கற்பனைத்திறன் கொண்டவள் என்று சொல்வார்களா? ஒரு ஆயிரம் கேள்விகள் அவளை குடைந்தன.

மறுபடியும் வள்ளுவர் மேல் பாரத்தை போட்டுவிட்டு, தனது முயற்சியில் எந்த ஒரு பின்னடைவும் இருந்துவிடக்கூடாது. இது அறிவியல் பூர்வமாக நிருபணமானால் உலகத்தைப்புரட்டி போடும் ஆராய்ச்சியாக இருக்கும். இல்லையென்றால் ஒரு புத்தகமாக அச்சிடலாம் என்று முடிவெடுத்தாள்.

33

தக்ஷிண சித்ரா

செல்வி தனது அண்ணா மற்றும் சென்னை பல்கலைக்கழக நண்பர்களுடன் தொடர்பில் இருந்தால். பல்கலைக்கழகங்கள் அரசால் நடத்தப்படுவதால் அங்கு கல்விக்கட்டணம் மிகவும் குறைவாக இருக்கும். அங்கு இருக்கும் வசதிகளும், ஆராய்ச்சி செய்வதற்கான கட்டமைப்புகளும் அதனால் சில ஆராய்ச்சிகளுக்காக சமர்ப்பிக்கப்படும் திட்டங்களுக்காக ஒதுக்கப்படும் நிதியிலிருந்து தான் நிறைவேற்றப்படுகின்றன. பல மாணவர்கள் தங்கள் ஆராய்ச்சிக்கு தேவைப்படுகிற சில உபகரணங்களுக்கு தங்கள் நண்பர்களின் ஆராய்ச்சிக்கூடத்தை நாடுவது வழக்கம். ஏனென்றால் வந்த நிதியும் ஆராய்ச்சிக்கு தேவையான ரசாயனங்கள் கண்ணாடி குடுவைகள் போன்றவற்றை வாங்கவே செலுத்தும் நிலைமைக்கு மாணவர்கள் தள்ளப்படுகிறார்கள்.

முதுகலை கற்கும் மாணவர்களுக்கு நூலகம் என்ற ஒன்று சரியாக அமைந்திருப்பதால் அவர்கள் சான்றிதழ் பெற்று தங்கள் படிப்பை முடிக்க எதுவாக இருக்கிறது.

ஆராய்ச்சி செய்ய வேண்டும் என்று கனவுகளோடு வரும் மாணவர்களுக்கு இந்த பல்கலைக்கழகங்களில் தாங்களே ஒரு சோதனை விலங்கு என்ற மனநிலை வந்துவிடும். செல்வியை போல் இவர்களுடன் பழகி தொடர்பில் இருக்கும், வெளிநாட்டு ஆராய்ச்சிக்கூடங்களில் படிக்கும் மாணவர்களிடம் தங்களுக்கு தேவைப்படும் ஆராய்ச்சி கட்டுரைகள், இணையதளம் மூலம் பெற்றுக்கொள்வது, சில சிறிய உதவிகள் பெற்றுக்கொள்வது வழக்கமாக இருந்தது. ஏனென்றால் ஆராய்ச்சி கட்டுரைகள் சில பத்திரிகைகளில் பிரசுரமாகும். அவற்றை வாங்கும் சந்தா இந்த பல்கலைக்கழகங்களால் கட்டமுடியாத அளவுக்கு இருக்கும்.

ஆராய்ச்சி கட்டுரைகளை இணையதளத்தில் அனுப்புவது செல்விக்கு கடினமான வேலையாக இருக்கவில்லை. அவளிடம் அதற்க்கு உதவி நாடிய பலருக்கு அவள் தன்னால் முடிந்ததை செய்தாள்.

தற்போது ஒரு புதுவிதமான உதவி நாடி அவளுக்கு அழைப்பு வந்தது. படிக்கவியல் மற்றும் உயிரியற்பியல் பிரிவிலிருந்து ஒரு புரத பதிகத்தை அவர்கள் வளர்த்திருந்தார்கள். அதை பிரான்ஸ் நாட்டில் இருக்கும் இவர்களது கூட்டாளியிடம் கொடுக்கவேண்டி கேட்டார்கள். மாணவருக்கு அங்கு ஆராய்ச்சி நடத்த நிதி ஒதுக்கப்பட்டது ஆனால், சென்று வர நிதி கிடைக்கவில்லை. பிரான்சில் இருந்த அந்த மாணவர் செர்ன் இல் இயங்கும் ஒரு பிரிவில் தரவுகளை சேகரிக்க இருந்தார். அவள் அந்த புரத படிகத்தை தன்னுடன் எடுத்து சென்று பத்திரமாக வைத்துக்கொண்டு அவரிடம் கொடுப்பதே இவர்கள் விண்ணப்பமாக இருந்தது.

சேந்தன் பல நாட்களாக தக்ஷிண சித்ரா மற்றும் சோழமண்டலம் கலைஞர்கள் கிராமத்துக்கும் செல்லவேண்டும் என்று கேட்டுக்கொண்டே இருந்தான். முதலை மற்றும் பாம்புகள் பூங்காவுக்கு போகவேண்டும் என்று கேட்டான். இந்த எல்லா இடங்களையும் ஒரே நாளில் பார்த்துவிடலாம் என்ற பேராசையுடன், வரும் வழியில், அந்த படிகத்தையும் வாங்கிக்கொள்ளலாம் என்று ஒரு பெரிய திட்டம் போட்டாள் செல்வி.

செல்வி, சேந்தன், யக்ஞா மூவரும் முதலில் தக்ஷிண சித்ராவுக்கு சென்றார்கள். அங்கிருந்த வீடுகளின் மாதிரிகளைப்பார்த்து ரசித்து, அங்கு நடைபெற்றுக்கொண்டிருந்த ஓவிய கண்காட்சியையும் பார்த்துவிட்டு, சோழமண்டலம் கலைஞர்கள் கிராமத்துக்கு சென்றார்கள்.

அங்கு ஒரு அருங்காட்சியகம் இருந்தது. பல ஓவியங்கள், சிற்பங்கள், என்று பார்க்க பார்க்க அதிசயிக்கும் பல பொக்கிஷங்கள் நிறைந்திருந்தது. அங்கு தமிழ் எழுத்துக்கள் எப்படி உருமாறிவந்திருக்கின்றன என்று ஒரு பட்டியலும் கண்ணாடி பெட்டியில் வைக்கப்பட்டிருந்தது. அதை ஆசையாக படம் எடுத்துக்கொண்டாள்.

அங்கு ஒரு பானை செய்யும் பட்டறை ஏற்பாடு செய்யப்பட்டிருந்தது. சேந்தனும் செல்வியும் சிறிய பானைகள் செய்தார்கள். அங்கு இருந்த நெசவாளர் வீடு, ஓவியர் வீடு என்று சில வீடுகளில் அந்தந்த கலைஞர்களை சந்தித்தார்கள். புதிய அனுபவமாக இருந்தது.

எல்லா வீடுகளிலும், நுழைந்ததும் போடப்பட்டிருந்த கோலங்களை பார்த்துக்கொண்டே வந்தாள். அம்மாவிடம் இதை கற்றுக்கொள்ள வேண்டும் என்று மனதில் குறித்துக்கொண்டாள்.

மதிய உணவு சாப்பிட்டுவிட்டு அங்கிருந்து பாம்புகள் மற்றும் முதலைகள் பூங்காவுக்கு புறப்பட்டனர். சேந்தன் யூட்யூபில் அங்கு இருக்கும் மருத்துவர்கள் மற்றும் உதவியாளர்கள் காணொளிகளை பார்த்து வைத்திருந்தான். அதனால் பல நாள் பழகியது போல் எல்லோரிடமும் சென்று பேசத்தொடங்கினான்.

யக்ஞா," நாம் பார்ப்பது டைனோசர்கள் தெரியுமா? என்றார்.

"முதலாளிகளால் இரும்பைக்கூட ஜீரணிக்க முடியுமாம். ஒரு மொழியின்

அருமையை கவனி. ஒரு விலங்கு டைனோசர் காலத்திலிருந்து இருந்து வருகிறது. அதற்கு 'முதலை'என்று பெயர் வைத்திருக்கிறார்கள்"
சேந்தன் உற்சாகமாக, "#முன்னோர்கள் முட்டாள்கள் இல்லை" என்றான்.
படங்கள் பல எடுத்து, அம்மா சொன்னதையும் முதல் இருந்த மோசஸாரஸ் வகை முதலைகளை ஒப்பிட்டு ஒரு பதிவு வலைதளத்தில் பதிவேற்றினான்.

பிறகு கனகசபை அண்ணாவை சந்தித்தால் செல்வி. அவர் அந்த படி-கத்தை ஒரு பிளாஸ்க்கில் நன்றாக பேக் செய்திருந்தார். அதனுடன் ஒரு அனுமதி கடிதமும், அந்த பொருளைப்பற்றிய விவரங்களும், ஆராய்ச்சி ஒப்பந்தங்கள் என்று எல்லா ஆவணங்களையும் கொடுத்தார். செல்வியின் தந்தை ஒரு சுங்கத்துறை அதிகாரியாக இர்ந்தாலும் இது ஒரு அவசியமான முன்னேற்பாடு என்று நம்பினால் செல்வி.

34

விரிவுரையும் முடிவுகளும்

செல்வி தான் தயாரித்துவைத்திருந்த விரிவுரையை நினைத்து மனநிறைவாக இருந்தாள். இன்னும் இரண்டு நாட்களில் இந்திய திரும்புவதை நினைத்தும் எதிர்பார்ப்புகளுடன் இருந்தாள். வள்ளி சித்தி ஒரு குறுஞ்செய்தி அனுப்பியிருந்தார். அதுவும் மர்மமானதாக இருந்தது. அதை விரிவுரைக்கு பிறகு படித்துக்கொள்ளலாம் என்று முடிவு செய்தாள்.மனதுக்குள், "இன்னும் இரண்டு நாட்கள் தான்... ஆரல்வாய்மொழி, நான் வருகிறேன்.. " என்று சொல்லிக்கொண்டாள்.

பதட்டமாக இருந்தாள். ஒருவிதத்தில் தன்னை நிரூபித்துக்கொள்ள இது ஒரு வாய்ப்பு. ஒரு விதத்தில் சரியாக பயன்படுத்தவேண்டிய கடைசி வாய்ப்பாகவும் இருக்கும் என்று பல சிந்தனைகளில் உழன்றாள்.

"அய்யா வள்ளுவரே! உங்களை நான் சரியாக புரிந்து கொண்டுவிட்டேனா? என்னை விட்டால் இந்த பொறுப்பை நீங்கள் யாரிடம் ஒப்படைத்திருப்பீர்கள்? எல்லா விதத்திலும் நான் தான் இந்த பணிக்கு பொருத்தமானவள். நீங்கள் வங்காள விரிகுடாவில் இருக்கும் ஒரு சிலை மட்டும் இல்லை. உங்களை ஒரு துறவிபோல், அறிவுரைகள் பொழிந்து தீர்த்த, மனப்பாடம் செய்ய செய்யுள்கள் எழுதிய கொடுமைக்காரன் என்று பேதைகள் நினைக்கும் சராசரி பூமார் தாத்தா இல்லை, நீங்கள் ஒரு விஞ்ஞானி என்று நிரூபிக்க, நீங்கள் வாழ்ந்த காலத்தில் என்னைப்போன்றவர்களுக்கு ஒரு ஸ்டீபன் ஹாக்கிங், என்னை நம்பி, செர்ன் வரை அனுப்பியவர் நீங்கள். உங்களுக்கு நான் உறுதிமொழி அளிக்கிறேன். உங்கள் பெருமையை, தமிழின் பெருமையை உலகுக்கு எடுத்துரைப்பது என் கடமை. உங்களை நான் ஏமாற்ற மாட்டேன்." என்று ஒரு சிறிய பிரார்த்தனை செய்து கொண்டாள்.

மேடை ஏறி 45 நிமிடங்கள் ஏதோ அவளை திருவள்ளுவர் ஆட்கொண்டது போல இருந்தது. அவள் பேசி முடித்ததும்,

ஒரு மயான அமைதி.

அரங்கில் இருந்த எல்லோரும் எழுந்து நின்று கைதட்டினார்கள்.

சைதன்யா அவளிடம் வந்து கட்டியணைத்தார். " இந்த துறையில் தான் உனக்கு ஆர்வம் என்று முன்பே சொல்லியிருக்கலாமே. நீ கணினியுடன் போரிடுவது அனாவசியம். சாப்பிட்ட பிறகு ஆராய்ச்சிகூடத்தின் இயக்குனரை சந்திக்கலாம்" என்றார்.

மீனா, லென்கா, பாஸ்கர் என்று அவள் பட்டாளம் அவளை சூழ்ந்தது. எல்லாம் கனவுபோல் தோன்றியது.

இயக்குனரை சந்திக்க சென்றாள் செல்வி. சைதன்யா அவரிடம் செல்வியின் விரிவுரையின் சாராம்சம் என்னவென்று சொல்லி, இது ஒரு நோபல் பரிசு கிடைக்கும் அளவுக்கு முக்கியமான ஆராய்ச்சி, என்றார். சைதன்யா அவளை ஜெர்மனி அனுப்ப சிபாரிசு செய்தார். டிரேக்டரும் உடனடியாக ஜெர்மனியில் இருந்த தனது நண்பரிடம் தொடர்பு கொண்டு பரிந்துரைத்தார்.

எல்லாம் மிக வேகமாக நடந்தது. செல்வி முன்தினம் இருந்த நிலைக்கு தலைகீழாக மாறி இருந்தது நிலைமை. ஒரே விரிவுரையை செர்ன் முழுவதிலும் பிரபலமானாள் செல்வி.

எல்லாம் ஓய்ந்தபின் வீடு திரும்பினாள். அந்த குறுஞ்செய்தி நினைவுக்கு வந்தது. தமிழ் கடமையும் அறிவியல் ஆர்வமும் பொறுப்பும் அவளை இரு வேறு திசைகளில் இழுத்தன. தமிழுக்காக இரண்டு நாட்கள் கழித்து ஊர் திரும்ப இருந்தாள் செல்வி. இப்பொழுது ஜெர்மனி செல்லவும் உடனடியாக செல்ல வேண்டும் என்ற நிபந்தனை. ஆள் சைதன்யாவிடம் தனது இந்திய பயணம் பற்றி சொல்லியிருக்கவே இல்லை.

சித்தியின் குறுஞ்செய்தியை எடுத்து பார்த்தாள்.

53420-31138-38655!

7438-04-02133-0

எண்ணும் எழுத்தும் ...

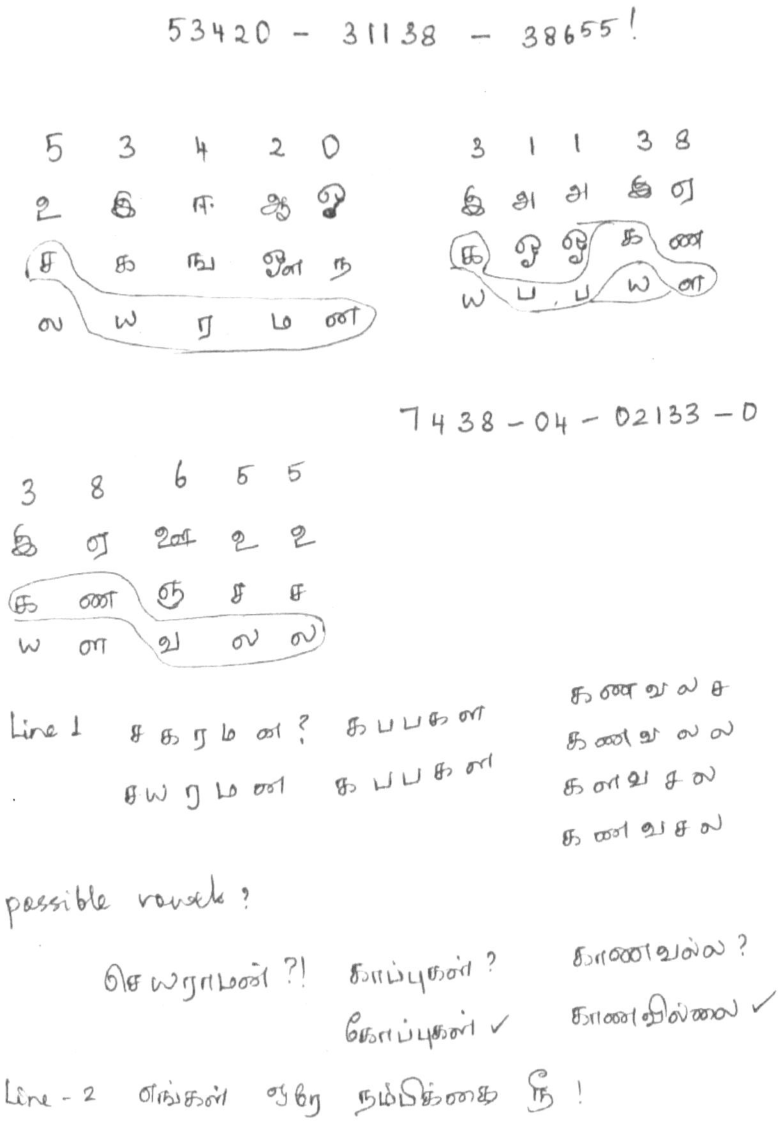

Enter Caption

என்று மர்ம செய்தியாக இருந்தது.

அவளுக்கு உடனடியாக இது ஒரு கடபயாதி புதிர் என்று புரிந்தது. ஆனால் அவளது உள்ளுணர்வு இது ஒரு நல்ல செய்தி இல்லை என்று உணர்த்தியது.

கட்டபயாதி பட்டியலில் ஒவ்வொரு எண்ணுக்குகீழும் மூன்று எழுத்துக்கள் இடம்பெறும். நாம் தமிழ் இலக்கண விதிகளை பயன்படுத்தி இதை புரிந்துகொள்ளவேண்டும்.

1. சில எழுத்துக்கள் வார்த்தையின் முதல் எழுத்தாக இடம் பெறாது. அவற்றுக்கு நிகரான உயிர்மெய் எழுத்தை தேர்ந்தெடுக்க வேண்டும்.

2. ஓரொரு வார்த்தையையும் இப்படி எந்த உயிர்மெய் எழுத்து வாய்த்து உருவாக்க முடியும் என்று புரிந்து கொள்ள வேண்டும்.

3. அந்த வார்த்தைகளை வாக்கியத்தில் பொருத்தி, பொருள் தரும் விதமாக எடுத்து புரிந்து கொள்ளவேண்டும்.

மர்ம செய்தியின் எங்களை எழுதி, அதற்கடியில் எழுத்துகள், எழுத்துக்கு நிகரான உயிர்மெய் எழுத்து, என்று புதிருக்கு கவனமாக தீர்வு கண்டாள் செல்வி.

கடபயாதியின் சிறப்பு என்னவென்றால், ஒருவர் தங்கள் மொழியின் தனித்தன்மையை வைத்து அதை மற்ற மொழிக்காரர்கள் புரிந்துகொள்ளமுடியாத வகையில், வட்டார வழக்கு வைத்தும் இன்னும் கடினமாக்கலாம்.

முழுதாக அந்த செய்தியை படித்து, அழத்தொடங்கினாள்...

"ஜெயராமன் கோப்புகள் காணவில்லை"

பாலா பாட்டியின் 20 வருட தவம் அந்த கோப்புகள். வள்ளி சித்தியின் நம்பிக்கை...

இவ்வளவு ஆண்டுகள் ஒரு உண்மை வெளிவர காத்திருக்கிறது அது நம்மிடம் ஒப்படைக்கப்பட்டு இப்படி கைவிட்டு போனால் எப்படிப்பட்ட வழியை ஏற்படுத்தும் என்று செல்வி ஒரு நிமிடம் நினைத்தாள். இப்பொழுது தமிழுக்காக அவள் இந்திய செல்வதா இல்லை ஜெர்மனிக்கு செல்வதா என்று தன வாழ்க்கையின் முக்கியமான திருப்புமுனையை இருந்தாள் ...

தொடரும்...

35

குறள் அதிகாரங்களும் பட்டியல் அமைப்பும்

Enter Caption

36

சுறுக்கெழுத்து குறிப்புகள்

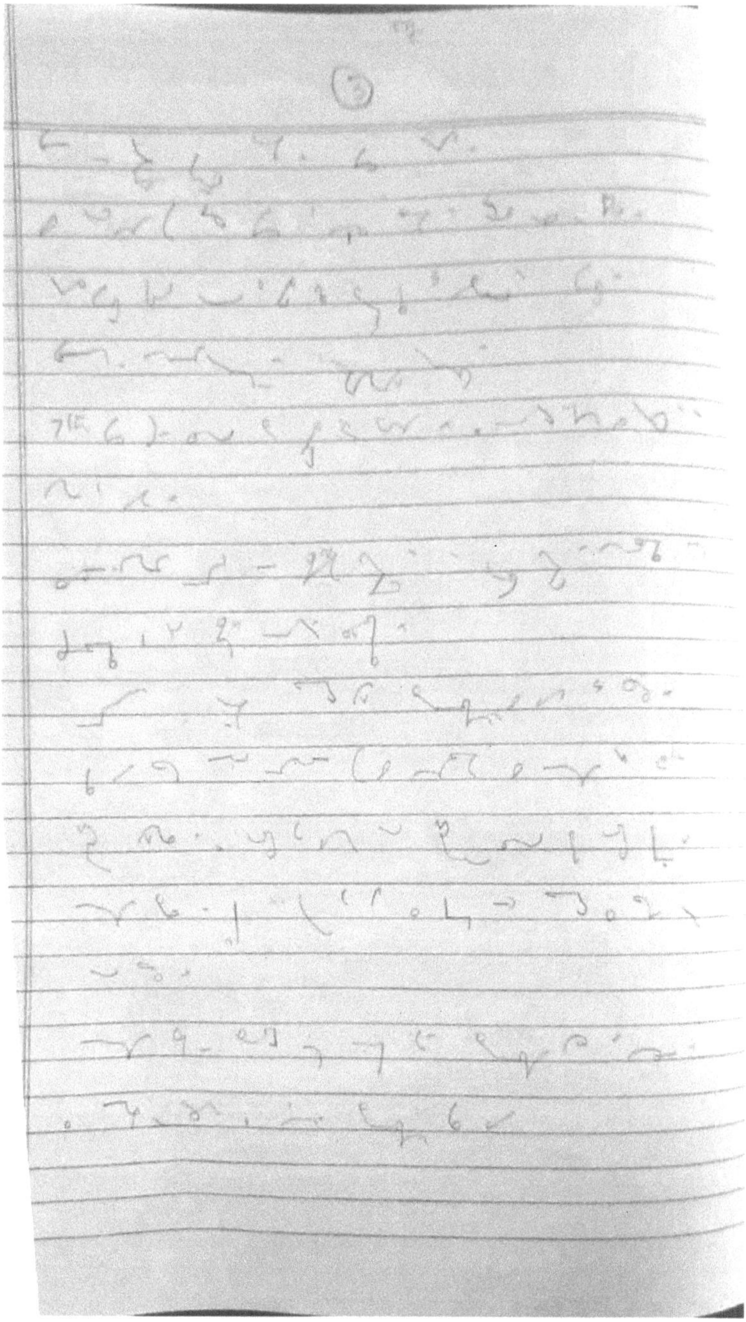

Enter Caption

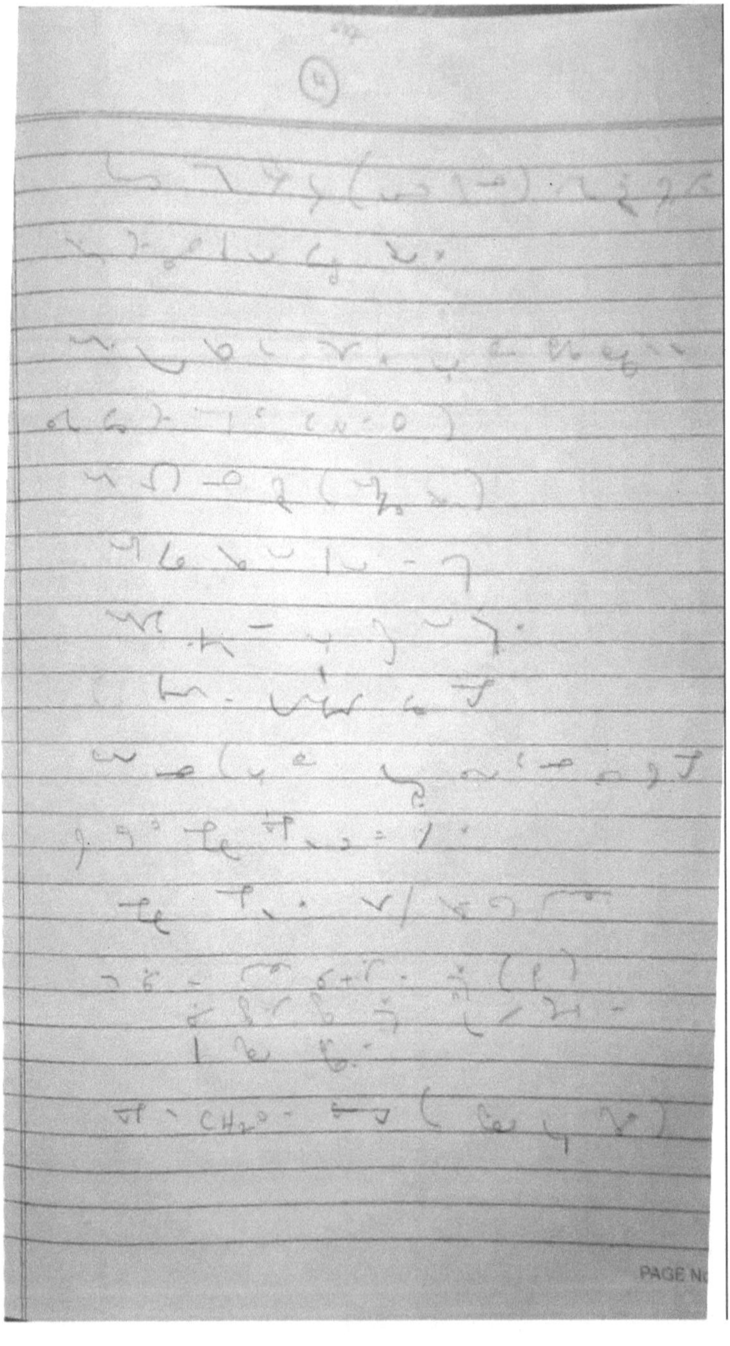

Enter Caption

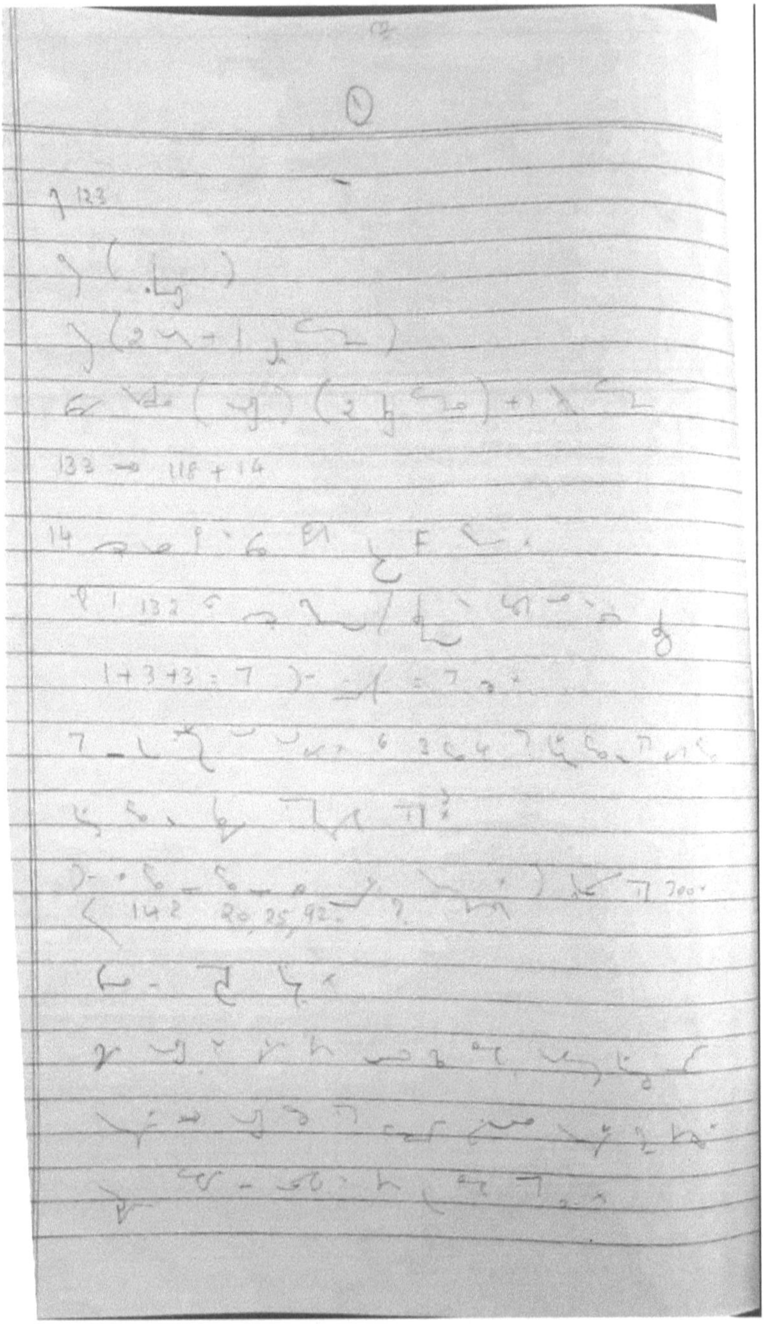

Enter Caption

Enter Caption

www.ingramcontent.com/pod-product-compliance
Lightning Source LLC
LaVergne TN
LVHW090404210926
848480LV00002B/442